ബാലസാഹിത്യം

ഡിറ്റക്റ്റീവ് ആദിയ

മയക്കുമരുന്നിനെതിരെ

ഇ. കെ. ഹരികുമാർ

ഗ്രീൻബുക്സ്

green books private limited
gb building, civil lane road, ayyanthole,
thrissur- 680 003, kerala, ph: +91 487-2381066, 2381039
website: www.greenbooksindia.com
e-mail: info@greenbooksindia.com

branches:
thrissur 8589095302
thiruvananthapuram 8589095301
kozhikode 8589095307

malayalam
detective adiya
mayakkumarunninethire
children's literature
by
e. k. harikumar

published december 2023

cover image & illustrations : cartoonist a. satheesh

printed in india
geethanjali offset prints, kozhikode

isbn : 978-81-19486-85-4

₹ 190.00
GBPL/1338/2023

ഗ്രീൻ ബുക്സ്

ഡിറ്റക്റ്റീവ് ആദിയ

മയക്കുമരുന്നിനെതിരെ

ഇ. കെ. ഹരികുമാർ

തിരുവനന്തപുരത്തെ വിളപ്പിൽ ഗ്രാമത്തിൽ ജനനം.
അച്ഛൻ : പരേതനായ ടി. കൃഷ്ണൻ നായർ.
അമ്മ: പരേതയായ ബി. സുഭദ്ര അമ്മ.
'അക്വാട്ടിക് ബയോളജി ആന്റ് ഫിഷറീസ്'
എന്ന വിഷയത്തിൽ എം.ഫിൽ.
സ്റ്റേറ്റ് ബാങ്ക് ഓഫ് ട്രാവൻകൂറിൽ ചീഫ് ജനറൽ
മാനേജരായിരിക്കെ 2016 മെയ് 31ന്, 37 വർഷത്തെ
ഔദ്യോഗിക ജീവിതത്തിൽ നിന്നും വിരമിച്ചു.
കേരളാ ഫിനാൻഷ്യൽ കോർപ്പറേഷനിൽ
ആറ് വർഷം ഡയറക്ടറായിരുന്നു.
ഇപ്പോൾ കെ.ടി.ഡി.എഫ്.സിയിൽ ഡയറക്ടർ.
കൃതികൾ: നേടാനാവാത്തതായി ഒന്നുമില്ല (മാനേജ്മെന്റ്),
കനൽമൊഴി (തർജ്ജമ), ഒരു കുമ്പിൾ നിറയെ കഥകൾ
(തർജ്ജമ), നന്ദി ആരോട് ചൊല്ലേണ്ടൂ (നോവൽ).
ഇ-മെയിൽ : ekhari1@gmail.com

മുഖക്കുറി

ഒരു മാതൃകാ സ്കൂളിന്റെ പശ്ചാത്തലത്തിൽ 4-ാം ക്ലാസുകാരിയായ ആദിയ എന്ന കുട്ടിയുടെയും അവളുടെ നാലു കൂട്ടുകാരുടെയും കാഴ്ചകളിലൂടെയാണ് ഇതിലെ കഥ ഉരുത്തിരിയുന്നത്. കുട്ടികളുടെ കൗതുകകരമായ ദൈനംദിന കുസൃതികളിലൂടെ പറയുന്ന ഈ കഥയിലൂടെ ഒരു ഗൗരവമുള്ള വിഷയം മുഖ്യപ്രമേയമായി അവതരിപ്പിക്കാൻ കഴിഞ്ഞതാണ് ഈ പുസ്തകത്തിന്റെ വിജയം.

പട്ടാളച്ചിട്ടയോടെ കാലഘട്ടത്തിന്നനുസൃതമാണോ എന്നും കൂടി സംശയിക്കാവുന്ന പാഠ്യപദ്ധതികൾ കുട്ടികളിൽ അടിച്ചേൽപ്പിക്കുന്ന ഇന്നത്തെ മുഖ്യധാരാ സ്കൂളുകളിൽനിന്നും തികച്ചും വ്യത്യസ്തമായ ഒരു വിദ്യാലയാന്തരീക്ഷം ഇതിൽ അവതരിപ്പിച്ചിരിക്കുന്നത് ഒരു വിചിന്തന വിഷയമായി മാറേണ്ടതാണ്.

രക്ഷിതാക്കളിൽനിന്നും കുഞ്ഞുങ്ങൾ പ്രതീക്ഷിക്കുന്നതെന്താണ്? അവർക്കത് ഇന്നത്തെ അണുകുടുംബാന്തരീക്ഷത്തിൽ എല്ലാ മാതാപിതാക്കളിൽനിന്നും ലഭിക്കുന്നുണ്ടോ? ഇതെല്ലാം ഈ കഥയിലൂടെ നമ്മെ ചിന്തിപ്പിക്കുന്ന വിഷയങ്ങളാണ്.

കുട്ടികൾക്ക് പരിചിതവും ഇഷ്ടപ്പെടുന്നതുമായ ചുറ്റുപാടുകൾക്കുള്ളിൽ നിന്നുകൊണ്ട്, രസച്ചരടു മുറിയാത്ത ഒരു കഥയിലൂടെ കാലികപ്രാധാന്യമുള്ള വിഷയങ്ങളെ കുഞ്ഞുങ്ങളിലേക്കും മുതിർന്നവരിലേക്കും ഒരുപോലെ സന്നിവേശിപ്പിക്കുന്ന ഇ.കെ. ഹരികുമാറിന്റെ ഈ രചന ഗ്രീൻ ബുക്സ് ആഹ്ലാദത്തോടെ സഹൃദയർക്കായി അവതരിപ്പിക്കുന്നു.

ഇ.കെ. നരേന്ദ്രൻ
മാനേജിംഗ് എഡിറ്റർ

ആമുഖം

'ഡിറ്റക്റ്റീവ് ആദിയ' എന്ന പേര് വായിക്കുമ്പോൾത്തന്നെ ഒരു അപസർപ്പക കഥയാണെന്ന തോന്നൽ വായനക്കാരി ലുണ്ടാകാം. അങ്ങനെയല്ല എന്ന് സൂചിപ്പിക്കുവാനായി കഥയുടെ മർമ്മം ആദ്യമേ പറഞ്ഞ് രസമില്ലാതാക്കുവാൻ ഞാനുദ്ദേശിക്കുന്നില്ല. എങ്കിലും ഈ കഥയിൽ ഞാൻ പ്രതി പാദിക്കുവാൻ ഉദ്ദേശിച്ച ആശയങ്ങൾ മുഖവുരയായി പറയു ന്നതിൽ തെറ്റില്ലെന്ന് തോന്നുന്നു.

ഇന്നത്തെ സമൂഹത്തെ ഗ്രസിച്ചിരിക്കുന്ന മയക്കുമരുന്ന് എന്ന വിപത്താണ് കഥാവിഷയം. പണക്കാരുടെ കുടുംബ ത്തിൽ ജനിച്ചതു കൊണ്ടോ പേരുകേട്ട വിദ്യാലയത്തിൽ പഠിച്ചതുകൊണ്ടോ ഒരു യുവാവ് അല്ലെങ്കിൽ യുവതി ലഹരി യുടെ നീരാളിപ്പിടിത്തത്തിൽ നിന്ന് രക്ഷപ്പെടണമെന്നില്ല എന്നതാണ് കാതലായ വസ്തുത. യഥാർത്ഥത്തിൽ അങ്ങനെ യുള്ള കുട്ടികൾക്കാണ് ഈ കുഴിയിൽ വീഴാൻ ഏറെ സാധ്യത; കാരണം അവർക്ക് പണത്തിന് പഞ്ഞമില്ലല്ലോ.

രണ്ടാമതായി ഞാൻ അവതരിപ്പിക്കുന്ന വാദമുഖം നമ്മുടെ കുട്ടികൾ ഈ ചതിയിൽ പെടാതിരിക്കുവാനുള്ള പ്രധാന ഉത്തരവാദിത്തം അവരുടെ രക്ഷിതാക്കൾക്കാണ് എന്നതാണ്.

സമൂഹത്തിനോ സർക്കാരിനോ ഉള്ള ബാധ്യത ഒട്ടും കുറച്ചു കാണാതെ തന്നെ, സ്വന്തം കുട്ടികളുടെ സ്വഭാവ രൂപീകരണത്തിനും നേർവഴിക്ക് തെളിക്കുന്നതിനുമുള്ള ചുമതല, സംരക്ഷകരായ മാതാപിതാക്കൾക്കാണ് എന്നാണ് ഞാൻ ഈ പുസ്തകത്തിൽ പറഞ്ഞുവെക്കാൻ ശ്രമിക്കുന്നത്.

മൂന്നാമതായി ചൂണ്ടിക്കാണിക്കാൻ ഉദ്ദേശിക്കുന്നത് കുട്ടി കൾ അബദ്ധത്താലോ ബോധപൂർവ്വമോ ഈ പ്രശ്നത്തിൽ പെട്ടുപോയാൽ അധികം പോറലേൽപ്പിക്കാതെ രക്ഷപ്പെടുത്തി

എടുക്കാൻ സർക്കാർ സംവിധാനങ്ങൾ ശരിയായ രീതിയിൽ തന്നെ പ്രവർത്തിക്കുന്നുണ്ട് എന്നതാണ്.

കഥയുടെ സാരാംശം ഇങ്ങനെ ആയിരിക്കെ ഇത് ഒരു അപസർപ്പകനോവലല്ല എന്ന് നമുക്ക് തീർച്ചപ്പെടുത്താം.

അവതാരകനായ ആനന്ദ കൃഷ്ണൻ സർ എഴുതിയത് പോലെ ഇതൊരു നോവൽ പോലും ആവണമെന്നില്ല; അദ്ദേഹം ഇതിനെ നോവലറ്റ് എന്നാണ് അടയാളപ്പെടുത്തിയിരിക്കുന്നത്.

ബാലസാഹിത്യത്തിൽ പെടുത്താൻ സാധിക്കുമായിരിക്കും; പക്ഷേ, കൗമാരപ്രായം പോലും ആവാത്ത ഒരു കുട്ടി കേന്ദ്ര കഥാപാത്രമായതുകൊണ്ടുമാത്രം ഇത് ബാലസാഹിത്യ മാവുമോ? മുതിർന്നവർ വായിച്ച് സ്വന്തം കുട്ടികൾക്ക് വേണ്ട മാനസിക-ശാരീരിക സംരക്ഷണം നൽകുന്നതിലേക്കുള്ള പ്രേരണയ്ക്ക് വഴിതെളിക്കും എന്നതുകൊണ്ടുമാത്രം ഇതൊരു 'മോട്ടിവേഷണൽ' പുസ്തകവും ആവുന്നില്ല.

അപ്പോൾ തീരുമാനം പ്രസാധകന്റെയും വായനക്കാരു ടെയും അഭിപ്രായത്തിന് വിടാം, അല്ലേ?

ഈ പുസ്തകം രചിക്കുന്നതിനുള്ള പ്രധാന ഹേതു പത്ര-ദൃശ്യ-ശ്രാവ്യ മാധ്യമങ്ങളിൽ, കഞ്ചാവ്, എം. ഡി. എം. എ. മുതലായ ലഹരിമരുന്നുകളുടെ കടന്നാക്രമണം യുവ ജനങ്ങളിൽ ഉളവാക്കുന്ന ആഴത്തിലുള്ള പ്രത്യാഘാതം. ദിനംപ്രതിയെന്നോണം കണ്ടും കേട്ടും വായിച്ചും മനസ്സ് വേദനിച്ചതുകൊണ്ടാണ്. ഒരെഴുത്തുകാരൻ എന്ന നിലയിൽ എനിക്ക് എന്ത് ചെയ്യാൻ കഴിയും എന്ന ചിന്തയുടെ പ്രതിഫലന മാണ് ഈ കൃതി.

എട്ടുവയസ്സിനടുത്തുപ്രായമുള്ള എന്റെ കൊച്ചുമകളെയും അവളുടെ സ്വഭാവസവിശേഷതകളെയും ചേർത്താണ് ഈ കഥ മെനഞ്ഞെടുത്തത്.

ചിന്താശക്തിയിലും വ്യക്തമായ തീരുമാനമെടുക്കാനുള്ള കഴിവിലും 'ഇന്നത്തെ കുട്ടികൾ' മുതിർന്നവരേക്കാളും ഒരു പടി മുന്നിലാണ് എന്ന ധാരണ അംഗീകരിക്കാൻ വിഷമമുള്ള ഒരു സംഗതിയാണ്. ഇന്നും ഇന്നലെയും അല്ല, ചരിത്രാതീത കാലം മുതൽ ഇതാണ് വസ്തുത.

ഈ കഥയിലെ പല കഥാപാത്രങ്ങളെ പോലെ യഥാർത്ഥ ജീവിതത്തിലെ ആദിയയും തികഞ്ഞ ഉത്തരവാദിത്ത ബോധവും ചിന്താശേഷിയും പ്രകടിപ്പിക്കുന്നവളാണ്.

ഷെർലക് ഹോംസിനെ പോലുള്ള അന്വേഷണത്വരയും സുചിന്തിതമായ നിഗമനങ്ങളിൽ എത്താനുള്ള കഴിവും ആദിയയ്ക്ക് ഉണ്ടെന്ന് തെളിയിക്കാൻ ഞാൻ സൃഷ്ടിച്ച സംഭവങ്ങളിൽ ഒന്ന് എന്റെ ആത്മസുഹൃത്ത് കെ. ഹരികൃഷ്ണന്റെ സംഭാവനയാണ്. കഥ എഴുതുന്നതിനു മുമ്പ് ചർച്ച ചെയ്തപ്പോൾ അദ്ദേഹത്തിന്റെ ഭാവനയിൽ ഉദിച്ചതാണ് കടുംകട്ടി വീട്ടിലെ സംഭവം. ഹരിയോടുള്ള എന്റെ നന്ദിക്ക് പരിധികൾ ഇല്ല.

പുസ്തകത്തിന്റെ കയ്യെഴുത്തുപ്രതി വായിച്ച് അഭിപ്രായങ്ങൾ പറയുകയും തെറ്റുകൾ ചൂണ്ടിക്കാണിക്കുകയും ചെയ്ത പി.പി. ജയപ്രകാശ്, ആർ. സജീവ് കുമാർ, ഇ.കെ. നരേന്ദ്രൻ എന്നിവരെ നന്ദിയോടെ ഓർക്കുന്നു. ചില വെട്ടിത്തിരുത്തലുകളും മാറ്റിയെഴുത്തുകളും ഇവരുടെ നിർദ്ദേശപ്രകാരം ചെയ്തശേഷം ആണ് പുസ്തകം പൂർണ്ണതയിൽ എത്തിയത്.

ഇത്തരുണത്തിൽ പ്രത്യേകം രേഖപ്പെടുത്തേണ്ട പേരാണ് ശ്രീ കെ.റ്റി. രാജഗോപാലൻ സർ. ഞങ്ങൾ കേറ്റിആർ എന്ന് സ്നേഹത്തോടെയും ബഹുമാനത്തോടെയും വിളിക്കുന്ന എന്റെ ഗുരുതുല്യനായ അദ്ദേഹത്തെ കയ്യെഴുത്തുപ്രതി കാണിക്കാതിരുന്നെങ്കിൽ ഇത് ഭാഷാശുദ്ധിയുള്ള ഒരു പുസ്തകമാകുമായിരുന്നില്ല. ഇതിലെ ഓരോ പേജും പലവുരു വായിച്ച്, തെറ്റുകൾ കണ്ടുപിടിച്ച്, അഭിപ്രായങ്ങൾ ചർച്ച ചെയ്ത്, അരുമ ശിഷ്യനോടെന്നവണ്ണം നിർബന്ധിച്ച് തിരുത്തിച്ചപ്പോഴേ അദ്ദേഹത്തിന് തൃപ്തിയായുള്ളൂ. കെറ്റിആറിന് എന്റെ പ്രണാമം.

രണ്ടാം അദ്ധ്യായത്തിൽ കൊടുത്തിരിക്കുന്ന ഇംഗ്ലീഷ് കവിത എന്റെ കൊച്ചുമകൾ ആദിയ ശ്രീജേഷ് എഴുതിയതാണ്. അതിന്റെ യഥാതഥമായ തർജ്ജമയും മനോഹരമായ വിശകലനവും എഴുതിത്തന്ന എന്റെ സുഹൃത്തും കേരള ബാങ്കിന്റെ ഡയറക്ടറും ആയ ശ്രീ. എസ്. ഹരിശങ്കറിനോടുള്ള നന്ദി നിസ്സീമമാണ്.

കഥ തുടങ്ങി പകുതിയോളം കഴിഞ്ഞേ പ്രത്യക്ഷപ്പെടുന്നുള്ളുവെങ്കിലും ആദിയയോളം പ്രാധാന്യമുള്ള മറ്റൊരു കഥാപാത്രമാണ് ശ്രീ അനി കുമാർ. കഥയിലെപ്പോലെ യഥാർത്ഥ ജീവിതത്തിലും അദ്ദേഹം എക്സൈസ് ഡിപ്പാർട്ട്മെന്റിൽ ആത്മാർത്ഥതയോടെ പ്രവർത്തിക്കുന്ന ഒരു ഓഫീസറാണ്. ഡിപ്പാർട്ട്മെന്റിന്റെ പ്രവർത്തന രീതികളും മയക്കുമരുന്നിന്

അടിമപ്പെട്ടവരുടെ തിക്താനുഭവങ്ങളും അനുഭവിച്ചവരുടെ കണ്ണുനീരിന്റെ കഥകളും പ്രശ്നക്കാരെ പിടിക്കുന്ന രീതികളും ഉൾപ്പെടെ ആത്മാർത്ഥതയോടെ ദിവസങ്ങൾ എടുത്ത് മണിക്കൂറുകളോളം വിവരിച്ചു തന്ന അദ്ദേഹത്തിനോടുള്ള ഏറ്റവും ഉചിതമായ നന്ദിപ്രകടനം അദ്ദേഹത്തെത്തന്നെ കഥാപാത്രമാക്കുകയാണ് എന്ന് എനിക്ക് തോന്നി.

അനി കുമാർ സാറിനും അദ്ദേഹത്തിലേക്ക് എത്തിപ്പെടാൻ എനിക്ക് വഴിയൊരുക്കിയ എന്റെ ബന്ധുവും എക്സൈസ് ഡിപ്പാർട്ട്മെന്റ് മുൻ ഉദ്യോഗസ്ഥനും ആയ ശ്രീ റ്റി.എൻ. ഉണ്ണികൃഷ്ണനും എന്റെ ഹൃദയം നിറഞ്ഞ നന്ദി.

ഈ പുസ്തകത്തിൽ കാണുന്ന മനോഹരമായ ചിത്രങ്ങൾ രചിച്ചത് എന്റെ സുഹൃത്തും നാടകകൃത്ത്, ചിത്രകാരൻ, കാർട്ടൂണിസ്റ്റ്, എഴുത്തുകാരൻ എന്നീ നിലകളിൽ പ്രസിദ്ധനുമായ ശ്രീ. സതീഷ് കുമാർ ആണ്. കഥയിലെ സന്ദർഭങ്ങൾക്ക് അനുയോജ്യമായ രംഗം സൃഷ്ടിച്ച്, കൃത്യതയോടെ, അവ ഏറ്റവും മനോഹരമായി വരച്ച് ചേർത്തപ്പോൾ മാത്രമേ പുസ്തകത്തിന് ഞാൻ പ്രതീക്ഷിച്ച സൗന്ദര്യം കിട്ടിയുള്ളൂ. ഇത്രമേൽ ആത്മാർത്ഥത കാണിച്ചതിന് പ്രത്യേകം നന്ദിയുണ്ട് സതീഷ്.

ശ്രീ ആനന്ദ കൃഷ്ണൻ സാർ എക്സൈസ് കമ്മീഷണർ ആയിരുന്നപ്പോഴാണ് എന്റെ ഈ സംരംഭം തുടങ്ങിയത്. അന്നേ തീരുമാനിച്ചതായിരുന്നു ഇതിന് അവതാരിക അദ്ദേഹത്തെക്കൊണ്ടുതന്നെ എഴുതി വാങ്ങണമെന്ന്. അത് അദ്ദേഹം എക്സൈസ് കമ്മീഷണർ ആയതുകൊണ്ടുമാത്രമല്ല, ഒരു സാഹിത്യകാരനും ആസ്വാദകനുമാണ് എന്ന് അറിയാമെന്നതുകൊണ്ടുമായിരുന്നു. പുസ്തകം എഴുതി കഴിഞ്ഞപ്പോഴേക്കും അദ്ദേഹം ഉദ്യോഗത്തിൽ നിന്ന് വിരമിച്ചിരുന്നെങ്കിലും എന്റെ അഭ്യർത്ഥന മാനിച്ചുകൊണ്ട് പുസ്തകത്തിന്റെ അന്തസ്സത്ത പൂർണ്ണമായി ഉൾക്കൊണ്ടുകൊണ്ട് എനിക്ക് അഭിമാനം തോന്നുന്ന രീതിയിലുള്ള അവതാരിക എഴുതിത്തന്നതിന് അദ്ദേഹത്തോട് പ്രത്യേകം നന്ദി പ്രകാശിപ്പിക്കുന്നു.

രണ്ട് തർജ്ജമ ഉൾപ്പെടെ എന്നിലൂടെ വന്ന നാലു പുസ്തകങ്ങൾക്കും കിട്ടിയ അതേ സ്വീകരണം ഇതിനും ലഭിക്കുമെന്ന് പ്രതീക്ഷിച്ചുകൊണ്ട്, ഈ പുസ്തകം പ്രസിദ്ധീകരിക്കുവാൻ സന്മനസ്സുണ്ടായ ഗ്രീൻ ബുക്സിന് പ്രത്യേകം നന്ദി അർപ്പിക്കുന്നു. ■

അവതാരിക

ഇതാ ഒരു പുതിയ പുസ്തകം കുട്ടികൾക്കായി, മാതാപിതാക്കൾക്കായി, അദ്ധ്യാപകർക്കായി, കഥകളിഷ്ടപ്പെടുന്നവർക്കായി, എന്റെ ലോകത്ത് കാര്യങ്ങൾ എന്റെ നിയന്ത്രണത്തിലാണെന്നു കരുതുന്ന പൊങ്ങച്ചക്കാർക്കായി. അതോടൊപ്പം ദിവസവും നമ്മുടെ സമൂഹത്തിൽ ഉണ്ടായിക്കൊണ്ടിരിക്കുന്ന ക്രൂരതകളും വൈകൃതങ്ങളും കണ്ട് എന്താണിങ്ങനെ, ഇവയ്ക്കെന്താണ് പ്രതിവിധി എന്ന് അത്ഭുതപ്പെടുന്ന സാധാരണക്കാർക്കുംകൂടിയായി.

'സൂക്ഷിച്ചാൽ ദുഃഖിക്കേണ്ട' എന്ന പഴഞ്ചൊല്ല് നമ്മളെല്ലാവരും കുട്ടിക്കാലത്തു തന്നെ കേട്ടിരിക്കും. എന്നാൽ കാലം കഴിയുമ്പോൾ അത്തരം അറിവുകളെ നാം മനസ്സിന്റെ പിന്നാമ്പുറങ്ങളിൽ ഉപേക്ഷിക്കുന്നതായാണ് ചുറ്റുപാടും കാണുന്നത്. അല്ലെങ്കിൽ ഇന്ന് മനുഷ്യരാശിക്കുതന്നെ ഭീഷണിയാകുന്ന പരിസ്ഥിതി പ്രശ്നങ്ങളോ ആഗോള താപനമോ വിനാശകരങ്ങളായ യുദ്ധങ്ങളോ ഒന്നുംതന്നെ നമുക്ക് ഭീഷണിയാകുകയില്ലല്ലോ. പണ്ടത്തെ കുട്ടികൾക്ക് ഇത്തരം അറിവിന്റെ ശകലങ്ങൾ വീണുകിട്ടിയിരുന്നത് കൂടുതലും വീട്ടിലുള്ള മുതിർന്നവരിൽ നിന്നായിരുന്നു. അപ്പൂപ്പന്മാരിൽ നിന്നും അമ്മൂമ്മമാരിൽ നിന്നും ബന്ധുക്കളിൽനിന്നും ഗുരുക്കന്മാരിൽ നിന്നുമൊക്കെ. ഇത്തരം ലോകവിജ്ഞാനത്തിന്റെ കഷണങ്ങൾ സാരോപദേശ കഥകളായി തലമുറകൾ വാമൊഴിയായി പകർന്നിരുന്നു. ഇന്ന് അണുകുടുംബങ്ങളുടെ സാമൂഹ്യ പശ്ചാത്തലത്തിൽ. വൃദ്ധസദനങ്ങളുടെ കുറവിനെക്കുറിച്ച് വ്യാകുലപ്പെടുന്ന പൊതുസമൂഹത്തിൽ, പഴയ തലമുറകൾക്കും പഴയ ചൊല്ലുകൾക്കും എവിടെ സ്ഥാനം, എവിടെ അവസരം?

വിവര സാങ്കേതികവിദ്യ ലോകത്തെത്തന്നെ കൈപ്പിടിയിലുള്ള ഉപകരണങ്ങളിൽ എത്തിച്ചുതരുമ്പോൾ, സ്നേഹവും

സാഹോദര്യവും കൂട്ടായ്മയുമൊക്കെ കച്ചവടഭീമന്മാരുടെ അദൃശ്യകരങ്ങളാൽ നിയന്ത്രിക്കപ്പെടുന്നു. മനുഷ്യന് മനുഷ്യനോട് ഹൃദയത്തിന്റെ ഭാഷയിൽ ബന്ധപ്പെടാനുള്ള അവസരങ്ങൾ നമ്മളൊന്നും അറിയാതെതന്നെ ഇത്തരം സാങ്കേതിക വിദ്യകൾ അവസാനിപ്പിച്ചുകളയുന്നു.

കളികളും കളിക്കാരും ലേലത്തിനു വയ്ക്കപ്പെടുന്ന ചരക്കുകളാകുന്ന ഈ കാലത്ത്, കളികളും വ്യായാമവും ജീവിത രീതികളിലെ വൈകല്യങ്ങളുടെ പരിണത ഫലം അകറ്റാനുള്ള ഡോക്ടർമാരുടെ നിർദ്ദേശപ്രകാരമുള്ള നിർബന്ധിത പ്രയത്നങ്ങളായി മാറുന്നു. ഇത്തരമൊരു സാഹചര്യത്തിൽ പിറന്നു വീഴുന്ന, വളർന്നുവരുന്ന ഒരു കുട്ടിക്ക് സ്നേഹപൂരിതമായ ബാല്യമോ സുരക്ഷിതമായ കൗമാരമോ സ്വപ്നങ്ങളും ലക്ഷ്യങ്ങളും മുന്നിലുള്ള യൗവ്വനമോ പലപ്പോഴും അപ്രാപ്യമാണെന്ന് വരുന്നു. ആ സന്ദിഗ്ദ്ധാവസ്ഥയുടെയും അതിൽനിന്നും രക്ഷപ്പെടാനുള്ള സാധ്യതകളുടേയും ഒരു സുന്ദരചിത്രമാണ് ഈ നീണ്ടകഥ, അല്ലെങ്കിൽ നോവെല്ല.

ഒരു ഉത്തമ കുടുംബ സാഹചര്യമെന്നു പറയാവുന്ന ഒന്നാണ് ഇതിലെ കൊച്ചു നായിക ആദിയയുടേത്. ജീവിത ലക്ഷ്യങ്ങളുടെ സാധ്യത്തിനായി അവളുടെ അച്ഛന് വിദേശത്തു കഴിയേണ്ടതുണ്ടെങ്കിലും വിവര സാങ്കേതികവിദ്യ ആ അകൽച്ച നികത്തുന്നതായി കാണാം. ആ വീട്ടിലെ നിറസാന്നിദ്ധ്യമായ ഒമ്പതു മാർജ്ജാരന്മാർ സഹജീവി സ്നേഹത്തിന്റെ ഒരു സുന്ദരചിത്രം തന്നെയാണ്. മനുഷ്യന്റെ ആകുലതകൾക്ക് മിണ്ടാപ്രാണികളുടെ സ്നേഹം ഒരു പരിധിവരെ ആശ്വാസമേകുന്നുവെന്നത് ചില കഥാസന്ദർഭങ്ങളിലൂടെ തന്നെ വെളിവാക്കപ്പെടുന്നുണ്ട്. 'ഇതിനെക്കാളും മെച്ചപ്പെട്ടൊരു സ്കൂൾ സ്വപ്നങ്ങളിൽ മാത്രം' എന്ന് ഒരു സമകാലിക പരസ്യ വാചകത്തെ കടമെടുത്തു പറയത്തക്ക രീതിയിലുള്ള ഒരു വിദ്യാലയവും പഠന സമ്പ്രദായവുമാണ് കഥയിലുള്ളത്. പുസ്തകച്ചുമടുകളില്ല, പരീക്ഷകളുടെ പീഡനങ്ങളില്ല, കൂട്ടായ്മയ്ക്കും ആശയവിനിമയത്തിനും തടസ്സങ്ങളില്ല. ഇത്തരത്തിൽ ഓരോ കുട്ടിയിലുമുള്ള കഴിവുകളെ കണ്ടെത്തി പോഷിപ്പിക്കാനുതകുന്ന സ്ഥാപനങ്ങളാകണ്ടേ നമ്മുടെ സ്കൂളുകളെല്ലാം? 'എത്ര സുന്ദരമായ നടക്കാത്ത സ്വപ്നം' എന്ന സിനിമാ സംഭാഷണമാണ് ഓർമ്മ വരുന്നത്.

പണവും പ്രതാപവും മനുഷ്യന് സുരക്ഷയോ സ്ഥായിയായ സന്തോഷമോ തരുന്നില്ലെന്നുള്ളത് നാം ദിനംപ്രതി

ചുറ്റുപാടും കണ്ടറിയുന്ന സത്യമാണെങ്കിലും ഭൗതിക സുഖങ്ങളുടെ മരീചികയിൽ വ്യക്തിബന്ധങ്ങളും സമാധാനവും സന്തോഷവും ഹോമിക്കുന്ന ഭൂരിപക്ഷത്തെയാണ് ഇന്ന് കാണാനാകുന്നത്. അത്തരത്തിൽ വികലമാക്കപ്പെട്ട ഒരു കുടുംബത്തിന്റെ ചിത്രവും ശ്രീപ്രകാശ് എന്ന കഥാപാത്രത്തിന്റെ പശ്ചാത്തലമായി കഥാകാരൻ അവതരിപ്പിക്കുന്നുണ്ട്. അവിടെ അമ്മ മാത്രമാണ് സന്നിഹിതയായുള്ളത്. എന്നാൽ അവരുടെ ജീവിതരീതി അവരെത്തന്നെ പരാജയപ്പെടുത്തിയിരിക്കുന്ന ഒരു സാഹചര്യത്തിലാണ് നാം അവരെ പരിചയപ്പെടുന്നത്. അത്തരത്തിലുള്ള മറ്റൊരുദാഹരണമാണ് അനുവിന്റെ കുടുംബം. അവിടെ അമ്മയില്ല, അച്ഛന് മകളെ അറിയാനോ അവൾക്ക് താങ്ങാകാനോ സാധിക്കുന്നുമില്ല. ഈ സാഹചര്യങ്ങളുണ്ടാക്കുന്ന വിടവുകളിലൂടെയാണ് അവ കൊണ്ടുണ്ടാകുന്ന അനാഥത്വത്തിലൂടെയാണ് മയക്കുമരുന്നെന്ന വ്യാധി ആ കുട്ടികളുടെ ജീവിതത്തിൽ പ്രവേശിക്കുന്നതും ചുവടുറപ്പിക്കുന്നതും. ഇന്നത്തെ സമൂഹത്തെ, പ്രത്യേകിച്ചും യുവതലമുറയെ അപകടകരമായ രീതിയിൽ അതിവേഗം ബാധിച്ചുകൊണ്ടിരിക്കുന്ന ഒരു രോഗമാണ് മയക്കുമരുന്നുകളോടുള്ള ആസക്തിയും അടിമത്തവും. അതൊരു രോഗമാണെന്ന തിരിച്ചറിവ് ഉണ്ടാകണമെന്ന് ലോകാരോഗ്യ സംഘടനതന്നെ ആഹ്വാനം ചെയ്തിട്ടുണ്ട്. ആ രോഗത്തിന് കളമൊരുക്കിക്കൊടുക്കുന്ന കാരണങ്ങളാണ് കുടുംബങ്ങളിലും വിദ്യാലയങ്ങളിലും പല കുട്ടികൾക്കും നേരിടേണ്ടിവരുന്ന അനാഥത്വം.

മാതാപിതാക്കളുടെ ഗുണപരമായ മേൽനോട്ടമില്ലായ്മ, ഏതെങ്കിലുമൊരു രക്ഷകർത്താവിന്റെ (മാതാവിന്റെയോ പിതാവിന്റെയോ) പല കാരണങ്ങൾകൊണ്ടുമുള്ള അസാന്നിധ്യം, മാതാപിതാക്കൾ തമ്മിലുള്ള ചേർച്ചയില്ലായ്മ, രക്ഷിതാക്കളുടെ തന്നെ ദുർനടപടികളും ദുശ്ശീലങ്ങളും, കുട്ടികളോടുള്ള ആശയവിനിമയത്തിലെ കുറവുകൾ, മയക്കുമരുന്നുകളേയും അവയുടെ അപകടങ്ങളേയും കുറിച്ചുള്ള അറിവില്ലായ്മ, മറ്റുള്ളവർക്കു സംഭവിക്കുന്ന അപകടങ്ങളും പ്രശ്നങ്ങളും നമുക്ക് ഒരിക്കലും സംഭവിക്കുകയില്ലെന്ന തെറ്റായ ആത്മവിശ്വാസം എന്നിങ്ങനെ പൊതുസമൂഹത്തിൽ കണ്ടുവരുന്ന പ്രധാന വൈകല്യങ്ങളെയെല്ലാം കഥാകൃത്ത് ഭംഗിയായി പ്രധാന കഥാപാത്രങ്ങളിലൂടെ നമുക്ക് നന്നായി

വരച്ചുകാട്ടിത്തരുന്നുണ്ട്. സ്വന്തം കുട്ടികളുടെ അവസ്ഥ മനസ്സിലാക്കാൻ സാധിക്കാതെപോകുന്ന ശ്രീപ്രകാശിന്റെ അമ്മയും അനുവിന്റെ അച്ഛനും ഇന്നത്തെ പല വ്യക്തികളുടേയും നേർചിത്രമാണ്. സ്വന്തം കുട്ടികളുടെ ലോകം വ്യത്യസ്തമാണെന്നും അതിൽ കടന്നുചെല്ലാൻ പരിശ്രമവും ക്ഷമയും ആവശ്യമാണെന്നും അറിയാത്തവരാണവർ. അവരുടെ കുട്ടികളുടെ അടുത്ത സുഹൃത്തുക്കളെക്കുറിച്ചുപോലും അവർക്കൊരു രൂപവുമില്ല.

'ഞാനെന്തു ചെയ്തിട്ടാണ്' എന്ന ശ്രീപ്രകാശിന്റെ അമ്മയുടെ ദൈന്യം നിറഞ്ഞ ചോദ്യത്തിന് 'നിങ്ങൾ ഒന്നും ചെയ്തില്ല' എന്നാണ് അനി കുമാർ എന്ന കഥാപാത്രം മറുപടി പറയുന്നത്. ഒരു അമ്മയെന്ന നിലയിൽ ചെയ്യേണ്ടതൊന്നും ചെയ്തില്ല എന്ന സങ്കടകരമായ ചിത്രം ആ പ്രസ്താവനയിലുണ്ട്. ഇന്നത്തെ തലമുറയിലെ കുഞ്ഞുങ്ങൾ മുതൽ യുവാക്കൾവരെയുള്ള മക്കളുടെയെല്ലാം മാതാപിതാക്കൾ അറിഞ്ഞിരിക്കേണ്ടുന്ന, ശ്രദ്ധിക്കേണ്ടുന്ന, ഒരു കാരണവശാലും അവഗണിക്കാൻ പാടില്ലാത്ത കാര്യങ്ങളെല്ലാം അനി കുമാർ എന്ന കർമ്മധീരനായ ഉദ്യോഗസ്ഥന്റെ വാക്കുകളിലൂടെ കഥാകാരൻ പറഞ്ഞുവയ്ക്കുന്നു.

പൊലീസ്, എക്സൈസ് മുതലായ പൊതുസമൂഹത്തിന്റെ കാവൽസേനകളെ അവരുടെ ത്യാഗവും പ്രവൃത്തിയുടെ വൈപുല്യവും വൈശിഷ്ട്യവും ക്ലിഷ്ടതകളും അറിയാതെ പ്രതിസ്ഥാനത്തുനിർത്തുന്ന, അവരുടെ ആത്മവീര്യം നഷ്ടപ്പെടുത്തുന്ന പ്രതികരണങ്ങളിലൂടെ അവനവനും സ്വന്തം സമൂഹത്തിനുതന്നെയും അരക്ഷിതാവസ്ഥയുണ്ടാക്കുന്ന ഇന്നത്തെ പൊതുധാരണകൾക്ക് ഒരു ഉത്തമ മറുപടികൂടിയാണ് അനി കുമാർ എന്ന കഥാപാത്രം. അയാൾ പ്രതിനിധീകരിക്കുന്ന ഉദ്യോഗസ്ഥ സമൂഹവും സർക്കാർ സംവിധാനങ്ങളും അപകടത്തിൽ ആശ്രയം അടുത്തുതന്നെയുണ്ട് എന്ന വസ്തുത വ്യക്തമായി കാട്ടിത്തരുന്നുണ്ട്.

തെറ്റായ പ്രവണതകളോട് അവനവന്റെ സാഹചര്യത്തിനനുസരിച്ചും പരിമിതികൾക്കകത്തു നിന്നുകൊണ്ടുതന്നെയും ക്രിയാത്മകമായി ആർക്കും ഒരു കുട്ടിക്കുപോലും പ്രതികരിക്കാനാവുമെന്നും അത്തരം പ്രതിപ്രവർത്തനത്തിന് വലിയ നന്മകൾ ചെയ്യാൻ സാധിക്കുമെന്നും ആദിയ എന്ന കൊച്ചുമിടുക്കി കാട്ടിത്തരുന്നു. അവളുടെ അമ്മയും അനുജനും

അപ്പൂപ്പനും മറ്റു ഐവർസംഘത്തിലെ കഥാപാത്രങ്ങളുമെല്ലാം നാമൊന്നിച്ചുചേർന്ന് പ്രയത്നിച്ചാൽ സുരക്ഷിതമായ ഒരു ഭാവി നമ്മുടെ കുഞ്ഞുങ്ങൾക്കായി സ്വായത്തമാക്കാമെന്ന സന്ദേശമാണ് ഈ ചെറു നോവലിലൂടെ തരുന്നത്.

കഥാപാത്രങ്ങളുടെ വിശദമായ രൂപരേഖകൾ കഥാകൃത്ത് നൽകാൻ ശ്രമിച്ചിട്ടില്ലെങ്കിലും ആദിയയേയും യുവിയേയും ശ്രീകാന്തിനേയും ശ്രീകുട്ടനേയും ധീരയേയും അബ്ദുവിനേയുമൊക്കെ സങ്കല്പത്തിൽ മെനഞ്ഞെടുക്കാൻ കുട്ടികൾക്കു പോലും ഒരു ബുദ്ധിമുട്ടുമുണ്ടാകാത്ത തരത്തിലുള്ള സ്വഭാവ ചിത്രണം ആ കുറവ് നികത്തുന്നു. മനുഷ്യന്റെ സ്വപ്നങ്ങൾ പ്രകൃതിയിൽനിന്നും മുളയെടുക്കണമെന്നും പ്രകൃതിയെ പ്രതിബിംബിപ്പിക്കണമെന്നുമുള്ള നൂർബിനക്കവിതയിലെ സന്ദേശം ഇന്ന് ഏറ്റവും പ്രസക്തവും പ്രധാനവുമാണ്.

എന്തു നീചപ്രവൃത്തിയാലായാലും ധനം സമ്പാദിക്കാനൊരുങ്ങുന്ന ശക്തികൾ ഒരുക്കുന്ന മധുരത്തിൽ പൊതിഞ്ഞ കുരുക്കുകളെക്കുറിച്ചും അവയുടെ നീരാളിപ്പിടുത്തത്തിൽ പെട്ടാൽ പ്രിയപ്പെട്ടവരെപ്പോലും ബലിയാടാക്കാൻ മടിക്കാത്ത മാനസികാവസ്ഥയിലേക്ക് എത്തുന്നതിനെക്കുറിച്ചുമുള്ള ഗൗരവതരമായ അപായ സൂചനകൾ ഈ കഥ തരുന്നു. അതോടൊപ്പംതന്നെ ഇന്നത്തെ മാതാപിതാക്കളുടേയും അദ്ധ്യാപകരുടേയും ശ്രദ്ധയ്ക്കായി, അത്തരമൊരു പതനത്തിൽനിന്നു കരകയറാനുള്ള ഉപായങ്ങളെക്കുറിച്ചും അതിനായി തയ്യാറാക്കപ്പെട്ടിട്ടുള്ള സംവിധാനങ്ങളെക്കുറിച്ചും കൃത്യവും വ്യക്തവുമായ വിവരങ്ങളും ഇതിലൂടെ കഥാകൃത്ത് നൽകുന്നു.

ശുഭപര്യവസായിയായ ഈ കഥ ഇന്നത്തെ എല്ലാ മാതാപിതാക്കളും രക്ഷിതാക്കളും അദ്ധ്യാപകരും വായിക്കേണ്ടതാണെന്ന് നിസ്സംശയം പറയാം. ഇത് വായിച്ചുതീർക്കുമ്പോൾ നന്മയുടേയും പ്രത്യാശയുടേയും ചിത്രങ്ങൾ തന്നെയാണ് അനുവാചകന്റെ മനസ്സിൽ നിറയുന്നത്. ഈ നോവെല്ലയ്ക്ക് ഇത്തരത്തിലൊരു പരിചയപ്പെടുത്തലിന് അവസരം തന്നതിന് കഥാകൃത്തിന് നന്ദി പറയുന്നതോടൊപ്പം ഈ പുസ്തകത്തിനും അദ്ദേഹത്തിന്റെ ഇനിയുള്ള പ്രയത്നങ്ങൾക്കും ശുഭാശംസകളും നേരുന്നു.

എസ്. ആനന്ദ കൃഷ്ണൻ ഐ.പി.എസ് (റിട്ട.)

(മുൻ എക്സൈസ് കമ്മീഷണർ)

ഒന്ന്

"ലില്ലീ..."

ഉറക്കെ വിളിച്ചുകൊണ്ട് ആദിയ വീടിനുള്ളിലേക്ക് നടന്നു. വാതിൽ തുറന്നു കൊടുത്ത് കല ചോദിച്ചു, "മോളേ, നന്നായി പഠിച്ചോ?"

"ഉവ്വ്, കലച്ചേച്ചീ. പക്ഷേ, ലില്ലിയെ കാണുന്നില്ലല്ലോ."

"മോള് പോയി കുളിച്ച് വാ, ലില്ലിപ്പൂച്ച ഇവിടെയെവിടെയെങ്കിലും ഉണ്ടാവും."

സ്കൂളിൽ നിന്നും മടങ്ങി വരുമ്പോൾ കാത്തു നിന്നു എന്ന തോന്നലുണ്ടാക്കാതെ, സാധാരണ ആദിയയെ ലില്ലി സ്വീകരിക്കാറുള്ളതാണ്. ഇന്ന്, പക്ഷേ, മിസ്റ്റർ ബട്ട്ലർ, ലൗ വൺ, ലൗ ത്രീ, ഓമനക്കുട്ടൻ എന്നിവർ മാത്രമേ സ്വീകരണമുറിയിൽ ഉണ്ടായിരുന്നുള്ളൂ.

കാലിൽ മുട്ടിയുരുമ്മിയ ഓമനക്കുട്ടനെ തൊട്ടു താലോലിച്ച് ലില്ലി എവിടെപ്പോയി എന്നാലോചിച്ച് ആദിയ മുകളിലെ നിലയിലെ തന്റെ മുറിയിലേക്കുള്ള പടികൾ കയറാൻ തുടങ്ങി. കയറാൻ നേരം, പടികളുടെ താഴെ എന്തോ കിടക്കുന്നത് മിന്നായം പോലെ അവൾ കണ്ടു. മനസ്സിൽ ലില്ലി നിറഞ്ഞിരുന്നതിനാൽ അതെന്താണെന്ന് അവൾ ശ്രദ്ധിച്ചില്ല.

അവരുടെ വീട്ടിലെ ഒമ്പത് പൂച്ചകളിൽ ആദ്യത്തെ അന്തേവാസിയായിരുന്നു ലില്ലി. ആദിയയുടെ വീട്ടിൽ അതിന്റെ അമ്മ കൊണ്ടാക്കിയപ്പോൾ ലില്ലിയെ പ്രസവിച്ച് കുറച്ചു ദിവസം മാത്രമേ ആയിരുന്നുള്ളൂ. വെളിയിൽ കളയാൻ കല ശ്രമിച്ചപ്പോഴൊക്കെ ആദിയ തടസ്സപ്പെടുത്തി അമ്മയുടെ അനുവാദത്തോടെ പാലുകൊടുത്ത് വളർത്തി.

വർഷം നാല് കഴിഞ്ഞതേ ഉള്ളൂ, ഇപ്പോൾ അവൾ അമ്മൂമ്മയായി. മഞ്ഞ നിറത്തിൽ അവിടവിടെ വെള്ളപ്പൊട്ടോടുകൂടിയ പൂച്ചയ്ക്ക് ലില്ലി എന്ന പേരിട്ടു. പാലുകൊടുക്കുന്നതും അടുത്തു കിടത്തി ഉറക്കുന്നതും ആദിയ തന്നെ ആയിരുന്നു. ഇടതൂർന്ന രോമം നിറഞ്ഞ വാലായിരുന്നു ലില്ലിയുടെ ആകർഷണീയത. പ്രസന്നത നിറഞ്ഞ

അതിന്റെ മുഖവും എല്ലാവരോടുമുള്ള അടുപ്പവും നാലു പേർ കാണട്ടെ എന്ന് കരുതി പൊക്കിപ്പിടിച്ച വാലും മറ്റും ആദിയയിൽ മാത്രമല്ല, എല്ലാവരും അതിനെ ഇഷ്ടപ്പെടാൻ കാരണമായി. പരാതിയും പരിഭവവും ഇല്ലാത്ത, എന്നാൽ അടക്കവും ഒതുക്കവും ഉള്ള, ഒരു മനുഷ്യനെപ്പോലെയാണ് ലില്ലി പെരുമാറിയിരുന്നത്.

സ്വന്തം മുറിയിൽ പോയി മേലുകഴുകി വീട്ടിലിടുന്ന വസ്ത്രം ധരിച്ച് താഴെ വരുമ്പോഴും ആദിയയുടെ മനസ്സിൽ ലില്ലി മാത്രമായിരുന്നു.

അടുക്കളയിൽ കലച്ചേച്ചി തയ്യാറാക്കി വച്ചിരുന്ന ഹോർലിക്സ് കലർത്തിയ പാലും മോദകം എന്ന പലഹാരവും കഴിച്ചുകൊണ്ടിരുന്നപ്പോൾ അവൾ സ്വയമെന്നോണം പറഞ്ഞു, ‘‘എന്നാലും ലില്ലി എവിടെപ്പോയി!’’

മൂന്നുവർഷത്തോളമായി അവരുടെ വീട്ടിൽ പകൽ ജോലിക്ക് നിൽക്കുന്ന കല പറഞ്ഞു, ‘‘ഇതാണിപ്പോൾ നന്നായത്. ലില്ലിയെ കാണാത്തതാണ് വലിയ കാര്യം അല്ലേ. അനിയനെക്കുറിച്ച് അന്വേഷിച്ചോ?’’

കുറ്റബോധത്തോടെ ആദിയ ഓർത്തു. ശരിയാണ് ഇന്ന് ടീച്ചേഴ്സ് മീറ്റിംഗ് കാരണം അനിയൻ യുവിക്ക് സ്കൂൾ ഉണ്ടായിരുന്നില്ല. അവൻ നേഴ്സറിയിലാണ്, അടുത്ത വർഷം ഒന്നിലാവും. ദേഷ്യം പിടിപ്പിക്കാൻ കുസൃതിയായി ഓരോന്ന് പറയുമെങ്കിലും അവൾക്ക് യുവിയെ വളരെ ഇഷ്ടമാണ്.

‘‘ചേച്ചീ, അവൻ എവിടെ? ഞാനക്കാര്യം ഓർത്തില്ല.’’ കലയ്ക്ക് ആദിയയുടെ അമ്മയേക്കാളും പ്രായമുണ്ടെങ്കിലും ചേച്ചിയെന്നാണ് അവൾ വിളിക്കുന്നത്. കലയ്ക്കും അത് ഇഷ്ടമാണ്.

‘‘ഊണൊക്കെ കഴിച്ച് അവനൊന്ന് ഉറങ്ങി. പിന്നെ ഐപാഡിൽ മോള് വരുന്നതിന്റെ കുറച്ചുമുമ്പുവരെ കാർട്ടൂൺ കാണുകയായിരുന്നു. മോൾക്ക് പലഹാരം ഉണ്ടാക്കുന്ന തിരക്കിൽ പിന്നീട് അവനെ ശ്രദ്ധിക്കാൻ മറന്നു.’’

‘‘സാരമില്ല, ചേച്ചി മുകളിൽ പോയി അവനെ നോക്ക്. ഞാൻ താഴത്തെ നിലയിൽ അവളെ നോക്കട്ടെ.’’

താഴത്തെ നിലയിൽ യുവിയും അമ്മയും കിടക്കുന്ന മുറിയും ടോയ്‌ലെറ്റും മുറ്റവും കറങ്ങി നോക്കി ആദിയ തിരിച്ചു വന്നപ്പോഴും കല അടുക്കളയിൽ തന്നെയാണ്. അവർ അന്വേഷിച്ചു തുടങ്ങിയിട്ടില്ല.

ഇനി സാരമില്ല. ഞാൻ മുകൾനിലയിലും നോക്കാം എന്ന് ഉറക്കെ പറഞ്ഞ് ആദിയ കോണിപ്പടി ഓടിക്കയറാൻ തുടങ്ങി. പെട്ടെന്ന്

അവൾ നേരത്തെ കണ്ടു മറന്ന സാധനത്തെക്കുറിച്ച് ഓർത്തു. തിരിച്ചിറങ്ങി ശ്രദ്ധിച്ചപ്പോൾ, അടപ്പ് തുറന്ന സ്വർണ്ണനിറമുള്ള ഒരു ലിപ്സ്റ്റിക്കാണ് കണ്ടത്.

അത് കുനിഞ്ഞ് കയ്യിലെടുത്ത ആദിയ ഓർത്തു. അമ്മ ലിപ്സ്റ്റിക്ക് ഉപയോഗിക്കാറില്ലല്ലോ. ഓ, ഇത് കഴിഞ്ഞവർഷം വലിയമ്മ അമേരിക്കയിൽ നിന്നും വന്നപ്പോൾ കൊണ്ടുവന്ന സെറ്റിലുള്ളതായിരിക്കും. അതും എടുത്തുകൊണ്ട് ആദിയ അമ്മയുടെ മുറിയിൽ പോയി. അലമാര തുറന്നുകിടക്കുന്നു. ഒറ്റനോട്ടത്തിൽ താഴത്തെ തട്ടിൽ രണ്ടു മൂന്നു ലിപ്സ്റ്റിക്കുകൾ കിടക്കുന്നത് കണ്ടു. അതിന്റെ കവറും ബാക്കി സ്റ്റിക്കുകളും ഇല്ലായിരുന്നു.

'മിക്കവാറും ഇത് യുവി എടുത്തതായിരിക്കും. പക്ഷേ, എന്തിന്? അവൻ ഇതുകൊണ്ട് എന്തു പരിപാടിയാണ് ചെയ്തു കൊണ്ടിരിക്കുന്നത്? അവൻ എവിടെ?' ഇങ്ങനെയൊക്കെ ചിന്തിച്ച് ആദിയ മുകളിലത്തെ നിലയിലെ മുറികൾ ഒന്നോന്നായി കയറിയിറങ്ങി. സ്വന്തം മുറിയിൽ നേരത്തെ കുളിക്കാനായി കയറിയതായിരുന്നു എങ്കിലും ഒരിക്കൽകൂടി കയറി നോക്കി. യുവിയെ ഒരിടത്തും കാണാനില്ല. രണ്ടുമൂന്നു പൂച്ചകളും ആദിയയുടെ അന്വേഷണത്തിൽ പങ്കുചേർന്നു.

ഇനി ടെറസ്സിൽ മാത്രമേ നോക്കാൻ ബാക്കിയുള്ളൂ. സ്വർണ്ണനിറമുള്ള ആ ലിപ്സ്റ്റിക്കും പിടിച്ച് ആദിയ ശബ്ദമുണ്ടാക്കാതെ ചാരിയിരുന്ന വാതിൽ തുറന്ന് ടെറസ്സിൽ ഇറങ്ങി. യുവിയെ അവിടെയും കണ്ടില്ല. അപ്പോഴാണ് വാതിലിന്റെ പിടിയിൽ പറ്റിയിരിക്കുന്ന ചുവന്ന നിറം അവൾ ശ്രദ്ധിച്ചത്. അതിന് ലിപ്സ്റ്റിക്കിന്റെ മണമായിരുന്നു.

ശബ്ദമുണ്ടാക്കാതെ ഒരു കള്ളനെ പിടിക്കാനെന്നപോലെ ആദിയ ചെവി വട്ടം പിടിച്ചു. ചെറിയ ഒരനക്കം വാട്ടർ ടാങ്കിനടുത്ത് കേട്ടമാത്രേ, അവൾ അങ്ങോട്ട് ഓടി.

അവിടെ കണ്ട കാഴ്ചയിൽ ചിരിക്കണോ കരയണോ എന്ന് ആദിയയ്ക്ക് സംശയം വന്നു. ഒരു കൈ നീട്ടിപ്പിടിച്ച് ഇളിഭ്യച്ചിരിയോടെ യുവി നിൽക്കുന്നു, കയ്യിൽ ലില്ലിയും.

ഓടി അടുത്തെത്തിയപ്പോൾ മൃദുവായി, 'എന്നെ രക്ഷിക്കൂ' എന്ന് പറയുന്ന മട്ടിൽ ലില്ലി കരഞ്ഞു. അടുത്ത് എത്തിയപ്പോഴാണ് അവൾ ശ്രദ്ധിച്ചത്; ലില്ലിയുടെ വാല് ലിപ്സ്റ്റിക്ക് കൊണ്ട് ചുവപ്പുനിറം ആക്കി മാറ്റിയിരിക്കുന്നു. ഓരോ കാലിനും ഓറഞ്ച്, പച്ച, മഞ്ഞ, ഇളം ചുവപ്പ് എന്നീ നിറങ്ങൾ. ശരീരത്തിൽ ലോകഭൂപടം വരച്ചിരിക്കുന്നതു പോലെ പല നിറങ്ങൾ. ലില്ലിക്ക് ആകെ ഒരു 'റെയിൻബോ ലുക്ക്'.

കൈയിൽ ലില്ലിയുമായി
ഇളിഭ്യച്ചിരിയോടെ യുവി നിൽക്കുന്നു.

ഒരു നിമിഷം കൊണ്ട് ലില്ലിയെ റാഞ്ചി എടുത്ത് യുവിയെ തിരിഞ്ഞു പോലും നോക്കാതെ ആദിയ താഴത്തെ നിലയിലേക്ക് ഓടി. കലയെ കണ്ടമാത്രേ സങ്കടവും ദ്വേഷ്യവും എല്ലാം നിറഞ്ഞ സ്വരത്തിൽ അവൾ പറഞ്ഞു, ''കണ്ടോ കലച്ചേച്ചി, ലില്ലിയെ പെടുത്തിയിരിക്കുന്ന പാട്.''

അവരെ നോക്കി കല കുറേ നേരം ചിരിയോട് ചിരി. ഈ സമയം യുവി ഒരു കള്ളനെപ്പോലെ അവരുടെ അടുത്തേക്ക് വന്നു. 'ഞാൻ ക്ഷമിക്കാൻ പറ്റാത്ത തെറ്റാണ് ചെയ്തത്, എന്ത് ശിക്ഷയ്ക്കും തയ്യാർ' എന്ന് പറയുന്ന മട്ടിൽ അവൻ നിന്നു. അവനെ നോക്കിയപ്പോൾ തന്നെ ആദിയയുടെ ദേഷ്യം മാറി. അവൾ ലില്ലിയെ മാറോട് ചേർത്തു പിടിച്ച്, യുവിയുടെ തോളിൽ മൃദുവായി തൊട്ട്, കുളിമുറിയിലേക്ക് നടന്നു, ലില്ലിയെ കുളിപ്പിക്കാൻ.

കുളിമുറിയിൽ കയറി ലില്ലിയെ കുളിപ്പിക്കുന്നതിനുമുമ്പ്, പെട്ടെന്ന് തോന്നിയ ആശയത്തിന്റെ ഫലമായി അവൾ തന്റെ ഉറ്റസുഹൃത്തായ സൂസനെ ലാൻഡ് ഫോണിൽ നിന്നും വിളിച്ചു.

കൂട്ടുകാരിയുടെ പൂർണ്ണമായ പേര് സൂസൻ ആൻ ഈപ്പൻ എന്നാണ്. അവൾ സ്കൂൾ ബോർഡിംഗിലാണ് താമസം. ക്ലാസ്സിലെ ഏറ്റവും ബുദ്ധിമതിയായ കുട്ടി. അവളുടെ അച്ഛൻ ജനീവയിൽ യുഎന്നിലാണ്. അമ്മ ജർമ്മനിയിൽ നഴ്സ്. വിവാഹമോചനത്തിന്റെ വക്കിൽ നിൽക്കുന്ന അവർ കുട്ടിയെ രണ്ടുപേർക്കും വേണമെന്ന നിർബന്ധം കാരണം, ഇപ്പോൾ ആർക്കും ഇല്ല എന്ന കോംപ്രമൈസിൽ ബോർഡിംഗിൽ നിർത്തിയിരിക്കുകയാണ്. എല്ലാ കാര്യത്തിലും വിയോജിപ്പ് ഉണ്ടെങ്കിലും ഏത് ബോർഡിംഗ് സ്കൂൾ വേണം എന്ന കാര്യത്തിൽ രണ്ടുപേർക്കും തർക്കം ഇല്ലായിരുന്നു.

സൂസനോട് പറഞ്ഞപ്പോൾ അവളുടെ ഉപദേശം, ''എന്തായാലും ഇത്രേം ആയില്ലേ. ഈ പെയിന്റടിച്ചതുകൊണ്ട് പൂച്ചയ്ക്ക് വിഷമ മൊന്നും ഇല്ലാത്തതുകൊണ്ട് നീ അമ്മ വരുന്നതുവരെ കാക്ക്. ഇനി അരമണിക്കൂറല്ലേ ഉള്ളൂ. അമ്മയിത് കാണട്ടെ.''

'നല്ല ഉപദേശം. അല്ലെങ്കിലും ഈ സൂസന് എന്ത് ബുദ്ധിയാണ്' ആദിയ ഓർത്തു.

മറ്റു മൂന്നുപേർ ചേർന്നാൽ സ്കൂളിൽ അവർ ഒരു അയ്‌വർ സംഘമാണ്. സ്വയം തെരഞ്ഞെടുത്തതല്ല ഈ സംഘം. ഓരോ ക്ലാസ്സിലും അഞ്ചുപേരെ വച്ച് ടീച്ചർമാർ തന്നെ ഉണ്ടാക്കിയ ഗ്രൂപ്പാണ്. ആദിയയും സൂസനും അല്ലാതെ അബ്ദു, ശ്രീകാന്ത്, ധീര എന്നിവരാണ് മറ്റു മൂന്നുപേർ.

തന്റെ 'ബെസ്റ്റ് ഫ്രണ്ട്' ആയതുകൊണ്ട് ആദിയ എപ്പോഴും സൂസനോട് എല്ലാ കാര്യവും ആലോചിക്കും. സൗകര്യം കിട്ടുമെങ്കിൽ മറ്റു മൂന്നുപേരുടേയും അഭിപ്രായവും ആരായും.

അഞ്ചര കഴിഞ്ഞ് അമ്മ എത്തിയപ്പോൾ ആദിയ ലില്ലിയെ മടിയിൽ വച്ച് സ്വീകരണ മുറിയിൽ ഇരിക്കുകയായിരുന്നു. കുറ്റബോധമെല്ലാം മറന്ന് യുവി ചേച്ചിയുടെ കാലിനടുത്ത് താഴെ ഇരുന്ന് ലില്ലിയെ തടവിക്കൊണ്ടിരുന്നു.

''ഈ പ്രത്യേക ശ്രദ്ധയിൽ ആനന്ദിച്ചെന്നപോലെ ലില്ലി ചുരുണ്ടുകൂടി കിടന്നു. മിസ്റ്റർ ബട്ട്ലർ, ജിഞ്ചർ, ലൗ ത്രീ എന്നിവരും അടുത്തു തന്നെ കിടക്കുകയായിരുന്നു.

'അയ്യേ, ഇതെന്താ കാട്ടി വച്ചിരിക്കുന്നത്!' എന്നും പറഞ്ഞ് അമ്മ അവരുടെ അടുത്തേക്ക് വന്നു.

കലയാണ് സംസാരിച്ചത്, ''ഈ കുട്ടിയുടെ കാര്യമേ. കുറുമ്പ് ലേശം കൂടുന്നുണ്ട്. വൈകീട്ടുവരെ നല്ല കുട്ടി ആയിരുന്നു. നോക്കിക്കേ, പൂച്ചയെ പെടുത്തിയിരിക്കുന്ന പാട്.''

അമ്മയ്ക്ക് കാണത്തക്കവണ്ണം ലില്ലിയെ ആദിയ പൊക്കി പിടിച്ചു. ലില്ലിയുടെ രൂപം കണ്ട് ചിരിയടക്കാൻ പാടുപെട്ട ആദിയയുടെ അമ്മ കുട്ടികളുടെ അടുത്ത് സോഫയിൽ തന്നെ ഇരുന്നു. കൈ എത്തിച്ച് യുവിയെ വലിച്ചെടുത്ത് തന്റെ മടിയിൽ വച്ച് അവന്റെ കവിളിൽ ഒരു മുത്തം കൊടുത്തു. ''എന്തിനാണെന്നറിയാമോ, നീ നല്ലൊരു പെയിന്റർ ആവും.'' യുവി കാണാതെ ആദിയയെ നോക്കി കണ്ണിറുക്കികൊണ്ട് ആദിയയുടെ അമ്മ പറഞ്ഞു, ''എന്തായാലും ലില്ലിക്കൊന്നും പറ്റിയില്ലല്ലോ. നന്നായി. മോൻ ശ്രദ്ധിക്കണം. മിണ്ടാപ്രാണികളല്ലേ, അവയെ ദ്രോഹിക്കരുത്.''

'ദ്രോഹം' എന്ന വാക്കിന്റെ അർത്ഥം മനസ്സിലായില്ലെങ്കിലും അമ്മ തന്നെ വഴക്കുപറയുകയല്ല ഉപദേശിക്കുക മാത്രമേ ചെയ്യുന്നുള്ളൂ എന്ന് മനസ്സിലാക്കിയ യുവി നല്ലവണ്ണം തലകുലുക്കിക്കൊടുത്തു. വീട്ടിലെ 'ഡെന്നിസ് ദ മെനസ്' ആയ യുവേന്ദ്ര എന്ന യുവി സ്കൂളിൽ മര്യാദക്കാരന്റെ പര്യായമാണ്. വീട്ടിൽ ചേച്ചിയെ പ്രകോപിപ്പിക്കുക എന്നതാണ് അവന്റെ ഹോബി; ചേച്ചി അവനോട് വഴക്കിടില്ല എന്ന വിശ്വാസം കാരണം.

ബാ, നമുക്കിവളെ കുളിപ്പിക്കാം എന്ന് പറഞ്ഞ് താഴത്തെ നിലയിലെ ബാത്ത് ടബ്ബിൽ കിടത്തി യുവിയേയും ലില്ലിയേയും കുളിപ്പിച്ച് സ്വയം മേല്കഴുകി പുതുവസ്ത്രം ധരിച്ച ആദിയയുടെ അമ്മ അടുക്കളയിലെത്തി. അപ്പോഴേക്കും നാലുമണി പലഹാരവും ചൂടു ചായയും അടുക്കളമേശപ്പുറത്ത് വച്ച് കല വീട്ടിൽ പോകാനൊരുങ്ങി.

ആദി ലില്ലയുടെ മുടി ഹെയർ ഡ്രയർ ഉപയോഗിച്ച് നല്ലവണ്ണം ഉണക്കിയെടുത്തു. ചായകുടിയൊക്കെ കഴിഞ്ഞ് സ്വീകരണമുറിയിലിരുന്ന് യുവിയെ മടിയിൽ വച്ചുകൊണ്ട് ആദിയയുടെ അമ്മ ചോദിച്ചു,

''അപ്പോൾ, ഈ കുസൃതിക്കുട്ടിയുടെ വികൃതിയൊക്കെ നീ എങ്ങനെ കണ്ടുപിടിച്ചു?''

വളരെ വിദഗ്ധമായി ലിപ്സ്റ്റിക്ക് കണ്ടതുമുതൽ, അവരെ ടാങ്കിന്റെ പിറകിൽ നിന്നും പിടിക്കുന്നതുവരെ ഉള്ള കാര്യങ്ങൾ ആദിയ വിവരിച്ചു. അമ്മ പറഞ്ഞു, ''നമുക്ക് അച്ഛനെ വിളിച്ച് സംസാരിച്ചാലോ?''

''ഇപ്പോൾ ഖത്തറിൽ ഉച്ചകഴിഞ്ഞതല്ലേ ഉള്ളൂ. അച്ഛന് ശല്യമാവില്ലേ?'' ആദിയ ചോദിച്ചു.

ഇപ്പോൾ മൂന്നര ആയിട്ടുണ്ടാവും. വിളിച്ചുനോക്കാം. ബിസി ആണെങ്കിൽ എന്നത്തേയും സമയത്ത് വിളിക്കാം എന്നു പറഞ്ഞു കൊണ്ട് അവർ മൊബൈലിൽ നമ്പർ തിരഞ്ഞു.

അദ്ദേഹത്തിനപ്പോൾ സംസാരിക്കാനുള്ള മൂഡും സമയവും ഉണ്ടായിരുന്നിരിക്കാം. രണ്ട് മക്കളോടും കുറച്ച് നേരം സംസാരിച്ചിട്ട് ഭാര്യയോടായി അപ്പോൾ വിളിച്ചതിന്റെ കാരണം തിരക്കി. വിശദമായി ത്തന്നെ ആദിയയുടെ അമ്മ യുവിയുടെ പെയിന്റിംഗും ആദിയ അത് കണ്ടുപിടിച്ച വിധവും വിവരിച്ചു. ഹൃദ്യമായി ഏറെ നേരം ചിരിച്ച ശേഷം അദ്ദേഹം പറഞ്ഞു ''മിടുക്കിക്കുട്ടി.''

ആ അനുമോദനം തനിക്കുള്ളതാണെന്ന് ആദിയയ്ക്ക് മനസ്സിലായി. അവൾ അഭിമാനം കൊണ്ടപ്പോൾ അമ്മ അതിൽ കുറച്ച് വെള്ളമൊഴിച്ചു. ''അവളുടെ അപസർപ്പക ബുദ്ധി കാണിച്ചില്ലെങ്കിലും യുവിയെയും ലില്ലിയേയും കണ്ടുപിടിക്കുമായിരുന്നില്ലേ?''

ആദിയയുടെ അച്ഛന്റെ മറുപടി അവൾക്ക് നന്നേ ഇഷ്ടപ്പെട്ടു. ''ശരിയായിരിക്കാം, പക്ഷേ, ഇന്നവൾ അവളുടെ സ്വഭാവത്തിന്റെ സവിശേഷത കാട്ടിയില്ലേ. വെറുതെയല്ല സ്കൂളിൽ അവൾക്ക് ആ ഇരട്ടപ്പേര് കിട്ടിയത്. 'ഡിറ്റക്ടീവ് ആദിയ!' ''

രണ്ട്

ഒരപൂർവ്വ കാഴ്ച ആയിരുന്നു അത്; ഒരു ആരവത്തോടെ ആയിരുന്നു കുട്ടികൾ ബസ്സിറങ്ങി സ്കൂളിലേക്ക് ഓടി എത്തിയത്. സ്കൂളിലേക്ക് കുട്ടികൾ നടന്നും സ്കൂൾ വിട്ടാൽ വീട്ടിലേക്ക് ഓടിയുമാണ് സാധാരണ പോവുക. പക്ഷേ, ഇതൊരു അസാധാരണ സ്കൂൾ ആണല്ലോ.

വലിയ കമാനമുള്ള, മുൻവശത്തെ മതിൽ കഴിഞ്ഞാൽ വിശാലമായ മുറ്റം ആണ്. അതിനെ ചുറ്റി ഇരുനിലകൾ മാത്രമുള്ള പല കെട്ടിടങ്ങൾ. അതിനു പിറകെ പത്തു പതിനഞ്ചു ചെറിയ ഹാളുകളും ആയിരത്തോളം പേർക്കിരിക്കാവുന്ന വലിയൊരു ഹാളും. ഇതിനു പിറകിലാണ് കളിസ്ഥലങ്ങളും ഇൻഡോർ കോർട്ടുകളും. വലിയ മരങ്ങൾ ഇതിനൊക്കെ ഇടയ്ക്ക് തണലും കുട്ടികൾക്ക് ഔട്ട്ഡോർ ക്ലാസ്സ് എടുക്കാനുള്ള സൗകര്യവും ഉണ്ട്. ചുറ്റുമതിലിനുള്ളിൽ, കളിസ്ഥലത്തിന് പുറത്ത് കുട്ടികൾ കാട് എന്ന് വിളിക്കുന്ന മാവ്, പ്ലാവ്, പേര തുടങ്ങി തെങ്ങും ജാമ്പയും റംമ്പൂട്ടാനും വരെയുള്ള മരങ്ങൾ നട്ടുവളർത്തിയ പറമ്പ്. ഇതിനിടയിലായി പശുവിനെയും എരുമയെമൊക്കെ കെട്ടുന്ന തൊഴുത്തും.

യുവിയെ അവന്റെ ക്ലാസ് മുറിക്കുമുമ്പിൽ എത്തിച്ച് ആദിയ തന്റെ കൂട്ടുകാരെ തെരഞ്ഞു. ആദ്യം തന്നെ സൂസനെ പിടികിട്ടി.

ആദിയയുടെ ഉറ്റ സുഹൃത്തായിരുന്ന സൂസന് ബോർഡിങ്ങിലെ സ്നേഹിക്കാൻ മാത്രം അറിയാവുന്ന വാർഡനും, സന്തോഷകരമായ ഹോസ്റ്റൽ ജീവിത അന്തരീക്ഷവും, ആദിയയെപോലെയുള്ളവരുടെ കൂട്ടുകെട്ടും കാരണം അച്ഛനമ്മമാർ കൂടെ ഇല്ലാത്ത ദുഃഖമറിഞ്ഞില്ല.

രണ്ടുപേരും കളിച്ചുചിരിച്ച് കളിസ്ഥലങ്ങൾ ചുറ്റി സ്ഥിരം എത്തിച്ചേരാറുള്ള മാവിൻച്ചുവട്ടിൽ എത്തിയപ്പോൾ അബ്ദു അവരെ കാത്തുനിൽക്കുകയായിരുന്നു. നാട്ടിലെ വലിയ ഒരുബിസിനസ്സുകാരന്റെ ഒരേ ഒരു മകൻ. അവനെ വലിയ ഐഎഎസുകാരനാക്കാനാണ് അവന്റെ അച്ഛന്റെ ആഗ്രഹം. അമ്മയാണെങ്കിൽ സർക്കാരിലെ

ഒരു വലിയ ഉദ്യോഗസ്ഥന്റെ മകൾ. അവന് എങ്ങനെയോ കിട്ടിയ വിളിപ്പേരാണ് സുന്ദരക്കുട്ടൻ. മറ്റു ക്ലാസ്സിലെ കുട്ടികളും പലപ്പോഴും ടീച്ചർമാർ പോലും സുന്ദരക്കുട്ടാ എന്നേ അവനെ വിളിക്കൂ. ആദിയയും കൂട്ടരും അതിന് മുതിരാറില്ല.

''നീയെന്താ ഇന്ന് ഒറ്റയ്ക്ക്?'' സൂസൻ ചോദിച്ചു.

''ഇന്ന് വാപ്പയ്ക്ക് കടയിൽ നേരത്തെ പോകണമായിരുന്നു. അതുകൊണ്ട് ഞാനും നേരത്തെ എത്തി.''

''അതിരിക്കട്ടെ, നിങ്ങൾ ആ പ്രോജക്ടിനെക്കുറിച്ച് ചിന്തിച്ചോ?'' ആദിയ ചോദിച്ചു.

''എനിക്ക് ഒന്നും തോന്നുന്നില്ല.'' അവൻ മറുപടി പറഞ്ഞു.

സൂസൻ അറിയിച്ചു, ''ഇന്നലെ ഇക്കാര്യം ഞാൻ ഹോസ്റ്റലിലെ ചിലരുമായി ആലോചിച്ചിരുന്നു. ക്ലാസ്സിനിടയ്ക്ക് നമുക്ക് ഇക്കാര്യം സംസാരിക്കാം.''

അവർ ഇതു പറഞ്ഞിരിക്കുമ്പോൾ 'തടിയൻ' ധീര, ശ്രീജോടികളുമായി വന്നു. ശ്രീജോടികളെന്നാൽ ആദിയയുടെ ക്ലാസിൽ പഠിക്കുന്ന ശ്രീകാന്തും, എട്ടാം ക്ലാസിൽ പഠിക്കുന്ന ചേട്ടൻ ശ്രീകുട്ടനും. ചേട്ടനെപ്പോഴും അനിയന്റെ കൂട്ടുകാരുടെ കൂടെ ആണ് സമയം ചെലവഴിച്ചിരുന്നത്. ചേട്ടാനുജന്മാർ തമ്മിൽ ഇഴപിരിയാത്ത ബന്ധമായിരുന്നു. അവർ രണ്ടും തമ്മിൽ നാല് വയസ്സ് വ്യത്യാസമുണ്ടെങ്കിലും ഇരട്ടകളെപ്പോലെയാണ് പെരുമാറുന്നത്. ധീരയായിരുന്നു ക്ലാസ്സിലെ ഏറ്റവും ശക്തിമാൻ. അവന് ശരിക്കും പറഞ്ഞാൽ എട്ടിൽ പഠിക്കുന്ന ശ്രീക്കുട്ടനെക്കാളും വലിപ്പമുണ്ട്. തടിയുണ്ടെങ്കിലും അവനൊരു സാധുവാണ് എന്ന് എല്ലാവർക്കും അറിയാം. ഐഎസ്ആർഒയിലെ സീനിയർ ശാസ്ത്രജ്ഞർ ആയ അമ്മയുടെയും അച്ഛന്റെയും ഒറ്റമോൻ.

താമസിച്ചതിന് മറുപടി എന്നോണം ധീര പറഞ്ഞു, ''ഇങ്ങോട്ട് വരുമ്പോൾ ഇവരെ ഫുട്ബോൾ കളിക്കാരുടെ ഇടയിൽ നിന്നും പിടിച്ചോണ്ട് വരാൻ പാടുപെട്ടു.''

ശ്രീകാന്ത് പറഞ്ഞു ''ഞാൻ നിങ്ങളെ കാത്ത് അവിടെ കളി കണ്ടു നിൽക്കുമ്പോൾ അടുത്തു വന്ന പന്ത് വെറുതെ ഒന്ന് തട്ടിയതേ ഉള്ളൂ. അപ്പോഴാണ് ഈ തടിയന്റെ വരവ്,'' തെറ്റ് ചെയ്ത കുട്ടി ടീച്ചറിനോട് സമാധാനം പറയുന്ന മുഖഭാവമായിരുന്നു അവന്.

കൃത്രിമ ദേഷ്യത്തോടെ സൂസൻ പറഞ്ഞു, ''ഉം, ഇപ്പോഴത്തേക്ക് ക്ഷമിച്ചിരിക്കുന്നു.''

എല്ലാവരും ചിരിക്കുന്നതിനിടയിൽ ശ്രീകുട്ടൻ ചോദിച്ചു ''ഞാൻ കഴിഞ്ഞ ആഴ്ച എവിടായിരുന്നു എന്ന് നിങ്ങൾക്ക് അറിയണ്ടേ?''

ഐവർ സംഘം
സ്കൂളിലെ മാവിൻച്ചുവട്ടിൽ

''എനിക്കറിയാം. അങ്ങ് തിരുനെൽവേലിയിൽ.'' ശ്രീകാന്ത് ആ പറഞ്ഞത് കേട്ടയുടൻ എല്ലാവരും ചിരിച്ചു, ''ഞങ്ങൾക്കും അറിയാം.''

''പക്ഷേ, അവിടെ എന്തൊക്കെയാണ് നടന്നത്?'' ആദിയ ആണ് അത് ചോദിച്ചത്.

''അതാണ് ഞാൻ പറഞ്ഞത്, നിങ്ങൾക്ക് അറിയണ്ടേ എന്ന്'' ശ്രീകുട്ടൻ അനിയൻ ശ്രീകാന്തിന്റെ തോളിൽ കയ്യിട്ടുകൊണ്ട് സൂചിപ്പിച്ചു.

അച്ഛൻ അങ്ങ് ലണ്ടനിലാണ്. അമ്മയാണെങ്കിൽ സൊസൈറ്റി ലേഡി കളിച്ച് നാട്ടിൽ കഴിയുന്നു. അവർ 'പണക്കാർ' എന്ന വിഭാഗത്തിൽപ്പെട്ടവരാണ്. ഒരു ചേട്ടൻ കൂടിയുണ്ട്: ശ്രീപ്രകാശ്. അയാൾ പത്തുവരെ ഈ സ്കൂളിൽ തന്നെ പഠിച്ച് ഇപ്പോൾ ദൂരെയുള്ള മറ്റൊരു സ്കൂളിലാണ്.

''പറയണ്ടേ, പറയണ്ടേ എന്ന് പറയുന്നതല്ലാതെ ഇതുവരെ പറഞ്ഞില്ലല്ലോ ചേട്ടാ,'' എന്ന് അബ്ദു പറഞ്ഞപ്പോഴേക്കും സ്കൂൾ ബെല്ലടിച്ചു. അസംബ്ലിക്ക് സമയമായി.

ഇനിയിപ്പോൾ ഊണ് സമയത്താവട്ടെ ബാക്കി സംസാരം എന്ന് തീരുമാനിച്ച അവർ അവരുടെ 'യെല്ലോ' ഹൗസിനു മാത്രമായുള്ള ഹാളിലേക്ക് ഓടി. അരമണിക്കൂറുള്ള ഈ യോഗത്തിൽ അദ്ധ്യാപകരുണ്ടാവില്ല. ഏതെങ്കിലും കുട്ടികൾ, പ്രത്യേകിച്ചും മുതിർന്ന ക്ലാസിലുള്ളവർ, സ്വയമെന്നോണം ഓരോ ദിവസവും നേതൃത്വം ഏറ്റെടുക്കും.

അന്നത്തെ ചർച്ചാവിഷയമായി, വരാൻ പോകുന്ന പ്രധാന അസംബ്ലിക്കുള്ള തയ്യാറെടുപ്പിനെക്കുറിച്ച് സംസാരിക്കുന്നതിനിടയിൽ ഒരു കൊച്ചുകുട്ടി ഇടയ്ക്കിടയ്ക്ക് കൈ പൊക്കി സംസാരിക്കാൻ അനുവദിക്കണം എന്ന് ആവശ്യപ്പെടുന്നത് അന്നത്തെ അസംബ്ലി നിയന്ത്രിച്ച ഒമ്പതിലെ റ്റി.പി. രാഹുൽ കണ്ടു. അയാൾ ആവശ്യപ്പെട്ടതനുസരിച്ച് മൂന്നാം ക്ലാസ്സിൽ പഠിക്കുന്ന നൂർബിന റഷീദ സ്റ്റേജിലേക്ക് വന്നു. അവൾ രാഹുൽ ചേട്ടനോട് ചെവിയിൽ എന്തൊക്കെയോ പറഞ്ഞു. എല്ലാം കേട്ട് ആ കുട്ടിയുടെ തോളിൽ തട്ടിയിട്ട് അയാൾ ആ കുട്ടി കൊടുത്ത നോട്ടുപുസ്തകം കയ്യിൽ വാങ്ങിച്ചു.

മൈക്കിലൂടെ രാഹുൽ പറഞ്ഞു, ''കൂട്ടുകാരേ ഈ മിടുക്കി ഒരു കവിത എഴുതിയിരിക്കുന്നു. ഒന്നല്ല കുറേ ഏറെ. അവളുടെ വീട്ടിൽ 'കണ്ടുപിടിച്ചപ്പോൾ' അവളുടെ വാപ്പ സ്കൂളിലെ ടീച്ചറിനെ ഇത് കാണിക്കാൻ ആവശ്യപ്പെട്ടു. പക്ഷേ, അതിനുള്ള ധൈര്യം അവൾക്ക് ഇല്ലായിരുന്നു. ആദ്യം നമ്മളെ വായിച്ച് കേൾപ്പിക്കണം എന്നാണ് അവൾ ആഗ്രഹിക്കുന്നത്.''

എല്ലാവരും ഉറക്കെ കയ്യടിച്ചു. മിടുക്കിക്കുട്ടിയാണ് പക്ഷേ, എന്താണ് എഴുതി വച്ചിരിക്കുന്നത് എന്ന് അറിയുവാൻ നൂർബിനയുടെ ടീച്ചർ ഹാളിന്റെ പിറകിൽ ആകാംക്ഷയോടെ ഇരുന്നു. കുട്ടികൾക്ക് ആരുടെയും പ്രേരണയില്ലാതെ, ചിലവഴിക്കാനുള്ളതാണ് ഈ അരമണിക്കൂർ സമയമെങ്കിലും എല്ലാ ഹാളിലും ടീച്ചർമാർ ഉണ്ടാവും. നിരീക്ഷകരായി ഇരിക്കും.

''കവിത ഇംഗ്ലീഷിലാണ്.'' രാഹുൽ തുടർന്നു. ''ഞാനത് വായിക്കാം. എല്ലാവരും, പ്രത്യേകിച്ച് ജൂനിയർ ക്ലാസ്സിലുള്ളവർ, ശ്രദ്ധിച്ച് കേൾക്കണം. ചെറിയ കവിതയാണ്. ഒരു പേജേ ഉള്ളൂ.''

The shimmering lake is shining just for you
and the lovely music plays just for you
So, will you join me on the shore at midnight
under the shade of a tree?
If you say yes, you will see the lake and
if you look, you will see a reflection of your dream!

രാഹുൽ കവിത വായിച്ചു കഴിഞ്ഞപ്പോൾ ചില ഭാഗത്തുനിന്നും കയ്യടി ഉയർന്നു. പ്രത്യേകിച്ച് ചില മുതിർന്ന കുട്ടികളിൽ നിന്നും.

ഇത് ശ്രദ്ധിച്ച രാഹുൽ പറഞ്ഞു, ''പലർക്കും ഈ കവിത ശ്രദ്ധിച്ചു കേൾക്കാൻ സാധിച്ചില്ല എന്ന് തോന്നുന്നു. ഞാനിത് വീണ്ടും വായിക്കാം. ഒന്നുകൂടി ശ്രദ്ധിക്കൂ.''

അവൻ വീണ്ടും വായിച്ചു. ഫലം, നീണ്ട കയ്യടി ആയിരുന്നു.

അതിൽ സന്തോഷിച്ച് മൈക്കെടുത്ത് നൂർബിനയുടെ കയ്യിൽ കൊടുത്തിട്ട് രാഹുൽ ആവശ്യപ്പെട്ടു. ''മോൾ എഴുതിയതല്ലേ. മോൾ തന്നെ ഒന്ന് വായിക്കാൻ ശ്രമിക്കൂ. തെറ്റിയാലും സാരമില്ല.''

പരിഭ്രമിച്ചെങ്കിലും സഭാകമ്പത്തോടെ കുറച്ചുനേരം അങ്ങനെ നിന്ന് മാധുര്യമേറിയ സ്വരത്തിൽ അവൾ ആ കവിത പാടി. പാടേണ്ട രീതിയിൽ തന്നെ, നിർത്തി നിർത്തി, വാക്കുകളുടെ അർത്ഥം പൂർണ്ണമായും മനസ്സിലാക്കി, ശ്രവണ മനോഹരമായി.

ടീച്ചർമാർ ഉൾപ്പെടെ എല്ലാവരും എഴുന്നേറ്റു നിന്ന് കയ്യടിച്ചു പോയി, ഏറെ നേരം. നൂർബിനയുടെ ടീച്ചർ ഓടി സ്റ്റേജിലേക്ക് എത്തി കുട്ടിയെ വാരിയെടുത്ത് മുത്തം കൊടുത്തു.

അവർ പറഞ്ഞു, ''ഈ അസംബ്ലി സമയത്ത് ടീച്ചർമാർക്ക് സംസാരിക്കാൻ അവസരമില്ലാത്തതാണ്. എന്നാലും പറയാതെ വയ്യ. കുട്ടിയുടെ പ്രായം കണക്കാക്കുമ്പോൾ, ഈ കവിതയിൽ കാണുന്നത്

ഉദാത്തമായ ചിന്തയാണ്. ഈ കവിതയുടെ മൊഴിമാറ്റം ഏകദേശം ഇതു പോലാണ്.

‘ഈ രാത്രി, ഈ മരച്ചുവട്ടിൽ വന്നിരിക്കുവാൻ
നീയും എന്നോടൊപ്പം കൂടുമോ?
സമ്മതിച്ചാൽ നിനക്കീ തടാകം കാണാം...
അതിലേക്കുറ്റു നോക്കിയാൽ
നിന്റെ സ്വപ്നങ്ങളുടെ പ്രതിച്ഛായ കാണാം.’

എത്ര മനോഹരമായിരിക്കുന്നു എന്ന് നോക്കൂ ഈ കൊച്ചു മോളുടെ ഭാവന.''

ഒന്നുനിർത്തിയിട്ട് ടീച്ചർ എല്ലാവരെയും നോക്കി. ചെറിയ കുട്ടികൾക്ക് തീരെ മനസ്സിലായില്ല എന്ന് തോന്നി. അതിനാൽ കുഞ്ഞുങ്ങളെ വിടാം, മുതിർന്ന കുട്ടികളെ ലക്ഷ്യം വച്ച് സംസാരിക്കാം എന്ന് തീരുമാനിച്ചപോലെ പറഞ്ഞു, ''നമ്മുടെ കൊച്ചു കവയത്രി എന്താണ് ഉദ്ദേശിക്കുന്നത് എന്ന് നമുക്ക് വിശകലനം ചെയ്യാം. ‘നോക്കുന്നതൊക്കെ നാം കാണുന്നുണ്ടോ? കാണുക എന്നാൽ കണ്ടറിയുക എന്നാണ്. എത്രയോ പുഴകളുടെ... തടാകങ്ങളുടെ തീരത്തുകൂടി നാം കടന്നു പോയിരിക്കാം. അവയിൽ ഏതൊക്കെ നാം ശ്രദ്ധിച്ചു? ഏതേതു ജലപ്രതലങ്ങളിൽ നമ്മുടെ സ്വപ്നങ്ങളുടെ പ്രതിച്ഛായയ്ക്കായി നാം തിരഞ്ഞു? ശരിയല്ലേ? മനഃപൂർവം നോട്ടം കൊടുക്കാതെ നാം കാഴ്ചയിൽ നിന്നെന്തൊക്കെ ഒഴിവാക്കുന്നു? കാൺമതിൽ നിന്നോ? എന്തൊക്കെ കാണാതിരിക്കുന്നു? കാണുന്നതുപോലും ഒരുവേള നമ്മുടെ സ്വപ്നങ്ങളുടെ പ്രതിഫലനം മാത്രമാണ്. നമ്മുടെ തനതു സ്വപ്നങ്ങൾ ഉറങ്ങിക്കിടക്കുന്നത് എവിടെയാണ്? നമ്മുടെ ഉള്ളിൽ തന്നെയല്ലേ? നാം അവയെ കണ്ടെത്തേണ്ടതില്ലേ? ഈ കവിത നമ്മെ അത്തരമൊരു ആത്മാന്വേഷണത്തിനു പ്രേരിപ്പിക്കുന്നു. പ്രകൃതിയുമായി ഒന്നായിച്ചേരുന്ന പ്രശാന്തിയിലേക്ക് നമ്മെ നയിക്കുന്നു.''

ടീച്ചർ സംസാരിച്ച് നിർത്തിയ ഉടൻ കുട്ടികൾ ഒരുപാട് നേരം കയ്യടിച്ചു. മുതിർന്ന കുട്ടികൾ ടീച്ചർ പറഞ്ഞത് മനസ്സിലാക്കിയതിനാലും മറ്റുള്ളവർ എന്തോ വലിയ പ്രസംഗം കേട്ട ആഹ്ലാദത്തിലും. കവയത്രി ഓർത്തു; ‘എന്റെ റബ്ബേ, ഞാനെഴുതിയ വരികളിൽ ഇങ്ങനെയൊക്കെ അർത്ഥമുണ്ടോ?’

ടീച്ചർ പറഞ്ഞു, ''കുട്ടിയുടെ വീട്ടിൽ ഞാൻ നാളെ വരുന്നുണ്ട്. വാപ്പയോടും ഉമ്മയോടും സംസാരിക്കാൻ. മോളുടെ ഈ കഴിവ് നമുക്ക് ഇനിയും വളർത്തണം.''

കണ്ണിൽ നനവോടെ ആ കുട്ടി സ്റ്റേജിറങ്ങിയപ്പോൾ ടീച്ചർ മൈക്കിലൂടെ വീണ്ടും പറഞ്ഞു, ''നിങ്ങൾ ഇത്ര വലിയ കയ്യടി ആ കുട്ടി

കവിത വായിച്ചപ്പോൾ കൊടുത്തതാണ് നൂർബിനയ്ക്ക് കിട്ടാവുന്ന വലിയ പാരിതോഷികം. നിങ്ങൾ ഓർക്കുന്നോ, മറ്റൊരു മൂന്നാം ക്ലാസ്സുകാരിക്ക് സ്കൂൾ മെയിൻ അസംബ്ലിയിൽ ഇതുപോലെ സ്കൂളിലെ എല്ലാവരും എഴുന്നേറ്റ് നിന്ന് കയ്യടി കൊടുത്തത്! കഴിഞ്ഞ വർഷം.''

എല്ലാവരും അറിയാം എന്ന രീതിയിൽ ആദിയയുടെ നേരെ നോക്കി. അവൾ അഭിമാനംകൊണ്ടും നാണംകൊണ്ടും തല കുനിച്ചു.

ഒരു മിടുക്കൻ ഉറക്കെ പറഞ്ഞു, ''അങ്ങനെയല്ലേ കുട്ടിക്ക് 'ഡിക്ടറ്റീവ് ആദിയ' എന്ന വട്ടപ്പേര് കിട്ടിയത്.''

രാഹുൽ മൈക്കിലൂടെ പറഞ്ഞു, ''ശരി, ഇന്നത്തെ സമയം കഴിഞ്ഞു. ക്ലാസ്സുകളിലേക്ക് പോവുക. നാളെ അസംബ്ലി നിയന്ത്രിക്കുന്നത്, ഏഴ് ഡിയിലെ ജമീല സുന്ദർ ആണ്. എന്താണ് നാളത്തെ ചർച്ചാവിഷയം എന്ന് ആ കുട്ടി തീരുമാനിക്കും.''

മിക്കവാറും എല്ലാ ദിവസത്തെയും അസംബ്ലിയിൽ പഠനം തുടങ്ങുന്നതിനു മുന്നെ തന്നെ ഇത്തരത്തിൽ കുട്ടികളുടെ കഴിവുകൾ ചികഞ്ഞെടുത്ത് മറ്റുള്ളവരുടെ മുന്നിൽ അവതരിപ്പിക്കാനുള്ള അവസരം ആ സ്കൂളിലുണ്ട്. ഇത് കാരണം പഠനം തുടങ്ങുമ്പോഴേക്കും കുട്ടികൾ എല്ലാവരും ആഹ്ലാദത്തിലായിരിക്കും.

മൂന്ന്

അയ്യഞ്ച് കുട്ടികളെ ഒരു ഗ്രൂപ്പ് ആക്കുകയും ആ ഗ്രൂപ്പിലെ എല്ലാ കുട്ടികൾക്കും ഒരേ മാർക്ക് അല്ലെങ്കിൽ ഒരേ ഗ്രേഡ് എല്ലാ പ്രോജക്ടിനും കൊടുക്കുക എന്നത് ആ സ്കൂളിലെ ഒരു പരീക്ഷണം ആയിരുന്നു. സ്പോർട്സും കലാമത്സരങ്ങളും ഒഴിച്ച്, എല്ലാത്തിനും ഈ അഞ്ചു പേരെയും ഒരുമിച്ച് നിരീക്ഷിച്ചായിരിക്കും വിധി നിർണ്ണയിക്കുക. അതുകൊണ്ട് ഏറ്റവും ബുദ്ധിമതിയായ സൂസനും ശരാശരിക്ക് മുകളിലുള്ള അബ്ദുവും ആദിയയും കാരണം, സാധാരണഗതിയിൽ പിറകിൽ ആകേണ്ട ധീരയും ശ്രീകാന്തും മുൻനിരയിലേക്കെത്തി.

മാവിൻചുവട്ടിലെ കൂട്ടായ്മ കഴിഞ്ഞ് ഒരു ദിവസം ക്ലാസ്സിലേക്ക് നടക്കുമ്പോൾ, കഴിഞ്ഞ വർഷം നടന്ന കാര്യം ശ്രീകാന്ത് കൂട്ടുകാരെ ഓർമ്മിപ്പിച്ചു. ആദിയയെ പുകഴ്ത്താൻ കൂട്ടുകാർ പലപ്പോഴും പഴയ ഈ സംഭവം പറയാറുണ്ട്.

അന്ന് യുവി വീട്ടിനടുത്ത പ്ലേസ്കൂളിൽ പഠിക്കുന്ന സമയം. മൂന്നാം ക്ലാസ്സിൽ പഠിച്ചിരുന്ന ആദിയയും കൂട്ടുകാരും ബസ്സിറങ്ങി സ്കൂളിലേക്ക് ഓടിവരുമ്പോൾ, കമാനത്തിനു മുൻപിൽ കൂട്ടിയിട്ടിരിക്കുന്ന ഇഷ്ടികകളുടെ ഇടയിലേക്ക് അവളുടെ കണ്ണുകൾ പോയി. ഒരു നിമിഷം അവിടെ തന്നെ നിന്ന്, പിന്നെ കുത്തിയിരുന്ന്, അവൾ ഇഷ്ടികകൾക്കിടയിൽ ശ്രദ്ധയോടെ നോക്കി. പിന്നെ മൂക്കു വിടർത്തി മണത്തു നോക്കി. അവളുടെ ആ ഇരിപ്പുകണ്ട് എട്ടിൽ പഠിച്ചിരുന്ന തോമസൂട്ടി എന്ന് വിളിപ്പേരുള്ള തോമസ് ഫെൻ 'എന്താ ആദിയാ' എന്ന് ചോദിച്ച് ഇഷ്ടികക്കൂട്ടത്തിനടുത്തേക്ക് ചെന്ന് എന്താണെന്ന് നോക്കുവാൻ മുതിർന്നു.

''അയ്യോ ചേട്ടാ, വേണ്ട'' ആദിയ തോമസൂട്ടിയുടെ കൈപിടിച്ച് തടഞ്ഞു. എന്നിട്ട് അവനോട് പറഞ്ഞു, ''ചേട്ടാ, മറ്റ് കുട്ടികൾ ഇതിനടുത്ത് വരുന്നത് തടയണം. ഇവിടെ നിൽക്കൂ. ഞാൻ സെക്യൂരിറ്റിയെ വിളിച്ചുകൊണ്ട് വരാം.''

സെക്യൂരിറ്റിയെ കൊണ്ടു വരേണ്ട കാര്യം എന്താണ് എന്ന് ഓർത്ത് തോമസൂട്ടി രണ്ടടി പിറകോട്ട് ചാടി. ''എന്താ, എന്താ കുട്ടീ

കാര്യം'' എന്ന അവന്റെ ചോദ്യത്തിന് ''പിള്ളേര് അടുത്ത് വരാതെ നോക്കണേ'' എന്നു മാത്രം പറഞ്ഞ് അവൾ ഗേറ്റിനുള്ളിലേക്ക് ഓടി. സെക്യൂരിറ്റിയുമായി എത്താൻ ഒരു മിനിട്ടെടുത്തു. അപ്പോൾ തോമ സൂട്ടിയുടെ പരിഭ്രമവും കൈകൾ രണ്ടും വിടർത്തി കുട്ടികളെ തടയുന്ന രീതിയുമൊക്കെ കണ്ട് ചെറിയൊരു കൂട്ടം കുട്ടികൾ ഇഷ്ടികക്കൂട്ടത്തിനു ചുറ്റും കൂടി. സെക്യൂരിറ്റി ചന്ദ്രുവിന്റെ ആവശ്യപ്രകാരം പത്തടിയോളം ദൂരെ മുതിർന്ന കുട്ടികളുടെ ഒരു വലയം ഉണ്ടാക്കിയിട്ട് അയാളും ആദിയയും മെല്ലെമെല്ലെ ഇഷ്ടികകളുടെ അടുത്തേക്ക് നടന്നു.

''ഭൂതമാണെന്ന് തോന്നുന്നു'', ''അല്ലെടാ സാത്താനാണ്'', ''എനിക്ക് തോന്നുന്നത് കുട്ടിച്ചാത്തനാണ് എന്നാണ്'' എന്നൊക്കെ പാതി തമാശയായും പാതി കാര്യമായും പല കുട്ടികളും പറഞ്ഞുകൊണ്ടിരുന്നു. ഏറെ താമസിയാതെ അവിടെ കുട്ടികളുടെ വലിയ കൂട്ടമായി. 'ആദിയ കുട്ടിച്ചാത്തനെ പിടിക്കാൻ പോകുന്നു' എന്ന വാർത്ത കാട്ടുതീ പോലെ സ്കൂൾ മുഴുവൻ പടർന്നു. അതുകേട്ട് സൂസനും സംഘവും ഗേറ്റിനരികിൽ എത്തിയെങ്കിലും തിരക്ക് കാരണം ദൂരെ നിൽക്കാനേ സാധിച്ചുള്ളൂ.

ആദിയ ഉറക്കെ പറഞ്ഞു, ''ഇതിനകത്ത് പാമ്പാണ്. ആരും പരിഭ്രമിക്കരുത്. ഞാൻ കണ്ടു.'' എന്നിട്ട് സെക്യൂരിറ്റിയോടും വലയത്തിനുള്ളിൽ കയറാൻ സാധിച്ച കുഞ്ചെറിയ മാഷിനോടും പറഞ്ഞു, ''നമുക്ക് വാവ സുരേഷിനെ വിളിക്കാം.''

''അത് നല്ല ഐഡിയാ'' എന്ന് പറഞ്ഞ് കുഞ്ചെറിയ മാഷ് മൊബൈലിൽ സൂക്ഷിച്ച വാവയുടെ നമ്പർ തിരഞ്ഞു.

പ്രധാനാധ്യാപകൻ കുറച്ച് അധ്യാപകരുമായി വന്ന് കുട്ടികളെ അസംബ്ലിക്ക് പറഞ്ഞു വിട്ടു. ചുറ്റും വലയം തീർത്ത് നിന്ന എട്ട് മുതിർന്ന കുട്ടികളോടും ആദിയയോടും മാത്രം അവിടെ നിൽക്കാൻ ആവശ്യപ്പെട്ടു. ഇതിനിടയ്ക്ക് ചിലർ വലിയ വടികൾ കൊണ്ടുവന്ന് സെക്യൂരിറ്റിയുടെയും വലയം സൃഷ്ടിച്ച ചേട്ടന്മാരുടെയും കയ്യിൽ കൊടുത്തു.

ആദിയ, പക്ഷേ, അവരെ തടഞ്ഞു ''നിങ്ങൾ ഓർക്കുന്നില്ലേ വാവ സുരേഷ് ചേട്ടൻ കഴിഞ്ഞ വർഷം ഇവിടെ വന്ന് പ്രസംഗം നടത്തിയത്. നമുക്ക് പാമ്പിനോടുള്ളതിനേക്കാൾ പേടി അതിന് നമ്മോടുണ്ട്. നമ്മൾ അതിനെ ചവിട്ടുകയോ ഉപദ്രവിക്കുകയോ ചെയ്യാതിരുന്നാൽ അത് അതിന്റെ പാട്ടിന് പൊയ്ക്കൊള്ളും.''

''അപ്പോൾ നമ്മൾ ചുമ്മാതിരിക്കാനാണോ നീ പറയുന്നത്?' ഏഴാം ക്ലാസ്സിലെ ചേട്ടൻ ചോദിച്ചു.

''ശരിയാണ് ആദിയ പറയുന്നത്. വാവ വരുന്നതുവരെ അത് അവിടെ ഇരിക്കട്ടെ,'' ചാമ്പ്യൻ ഭാസ്കരൻ എന്ന ഡ്രിൽ സാർ പറഞ്ഞു

സ്കൂളിന്റെ അഭിമാനമായിരുന്ന അദ്ദേഹം സ്പോർട്സിലെ നല്ല ഒരു തലമുറയെ വാർത്തെടുക്കുന്നതിൽ താൽപ്പര്യം കാണിച്ചിരുന്നു. ''മിക്കവാറും വാവ വരുന്നതുവരെ പേടിച്ച് അത് ഇഷ്ടികയ്ക്കു ള്ളിൽ തന്നെ ഒളിച്ചിരിക്കും.''

താമസംവിനാ വാവ സുരേഷ് ഒരു കാറിൽ വലിയൊരു ടിവി ക്യാമറ പിടിച്ചിരുന്ന ആളുമായി എത്തി. ആദിയയും ചാമ്പ്യൻ ഭാസ്കരനും പറഞ്ഞതുപോലെ അതിനെ ശല്യപ്പെടുത്താതിരുന്ന തിനാൽ, പാമ്പ് പുറത്തേക്കിറങ്ങിയില്ല. അതു കാരണം വാവ സുരേ ഷിന് വളരെ എളുപ്പം ആ അണലിയെ പിടിക്കാൻ സാധിച്ചു.

''ടിവി ചിത്രീകരണം നടത്തിക്കോട്ടേ?'' എന്ന് അനുവാദം ചോദിച്ചപ്പോൾ ''ഇത്രയും നേരം നിങ്ങൾ അനുവാദമില്ലാതെ ചെയ്തില്ലേ,'' എന്ന മറുപടിയാണ് ചാമ്പ്യൻ ഭാസ്കരൻ പറഞ്ഞത്. അത് ഒരു തമാശയായി എടുത്ത പ്രധാനധ്യാപകന് പുതിയ ഒരു ആശയം തോന്നി.

''കുഞ്ചെറിയ മാഷ് പോയി പ്രധാന അസംബ്ലി കൂടാൻ പറ. കുട്ടികൾ എല്ലാം ആകാംക്ഷാഭരിതരായി ഇരിക്കുകയാവും. വാവ സിനിമയും പിടിക്കട്ടെ'', പോൾ കുന്നുങ്കൽ എന്ന പ്രധാന അദ്ധ്യാപകൻ പറഞ്ഞു. ശേഷം വാവയോടായി പറഞ്ഞു. ''ചിത്രങ്ങൾ എടുത്തോളൂ. ഇന്നത്തെ സംഭവത്തെക്കുറിച്ച് കുട്ടികളോട് സംസാരിക്കുകയും ചെയ്യണം.''

ആദിയയോട് സംസാരിച്ചുകൊണ്ട് നിന്ന വാവ പ്രധാനധ്യാപക നോടായി പറഞ്ഞു, ''ഇങ്ങനെ സ്കൂളിലും മറ്റും പോയി സംസാരി ക്കുന്നതുകൊണ്ട് എന്തെങ്കിലും ഗുണമുണ്ടോ എന്ന് എനിക്ക് സംശയമുണ്ടായിരുന്നു. പക്ഷേ, നോക്കൂ, കഴിഞ്ഞ വർഷം ഇവിടെ പാമ്പുകളെക്കൊണ്ടുവന്ന് ഞാൻ ഒരു ക്ലാസ്സ് എടുത്തതാണ്. അന്നു പറഞ്ഞ പല കാര്യങ്ങളും വെറും ഏഴെട്ട് വയസ്സുമാത്രമുള്ള ഈ കുട്ടി ഓർത്ത് പ്രയോജനപ്പെടുത്തിയിരിക്കുന്നു.''

ആദിയയുടെ തോളിലൂടെ കൈയിട്ട് വാവ പ്രധാനധ്യാപകനു മായി സ്കൂളിലെ വലിയ ഹാളിലേക്ക് നടന്നു. അതെല്ലാം വാ വയുടെ സുഹൃത്ത് 'സിനിമയ്ക്കു വേണ്ടി' ഷൂട്ടു ചെയ്തുകൊണ്ടി രുന്നു. പെട്ടെന്ന് വാവ കുഞ്ചെറിയ മാഷിനോട് ചോദിച്ചു, ''ഞാനീ കുട്ടിയുടെ ഒരു 'ബൈറ്റ്' ആ മരത്തിന്റെ കീഴിൽ വച്ച് എടുത്തോട്ടേ?''

'ഉവ്വ്' എന്ന് കേൾക്കേണ്ട താമസം ആദിയയും വാവയും സുഹൃ ത്തുമായി അങ്ങോട്ടോടി. വാവയുടെ ചോദ്യത്തിന് ഒരു ചിരപരി ചിതയെപ്പോലെ ക്യാമറയിൽ നോക്കി പാമ്പിനെ കണ്ടുപിടിച്ച രീതി അവൾ വിവരിച്ചു.

''ഈ വാവ അങ്കിൾ കഴിഞ്ഞ തവണ ഇവിടെ വന്നപ്പോൾ പറഞ്ഞി രുന്നു ഇഷ്ടിക, കരിയില എന്നിവ കൂടിക്കിടക്കുന്നിടത്തും ചെടി

വാവ സുരേഷും ക്യാമറാമേനും
ആദിയയുടെ സ്കൂളിലെത്തി.

ച്ചട്ടിക്കിടയിലും മറ്റുമാണ് പാമ്പ് ഒളിച്ചു കിടക്കുക എന്ന്. അത്തരം സ്ഥലങ്ങൾ കാണുമ്പോൾ പ്രത്യേകം ശ്രദ്ധിക്കണം എന്നു പറഞ്ഞിരുന്നു. സ്കൂൾ ഗേറ്റിന്റെ വെളിയിൽ ആ ഇഷ്ടികകൾ കൂട്ടിയിട്ടിട്ട് രണ്ട് ദിവസമേ ആയിരുന്നുള്ളൂ. സ്കൂളിൽ നിന്നും വരുമ്പോഴും പോകുമ്പോഴും ഞാനത് വെറുതെ ശ്രദ്ധിക്കുമായിരുന്നു. ഇന്ന് ചെറിയൊരു അനക്കം അതിനുള്ളിൽ തോന്നി. ഒരു നിമിഷം നിന്നപ്പോൾ സൂര്യപ്രകാശത്തിൽ ഒരു റിഫ്ളക്ഷൻ കണ്ടു. ഇദ്ദേഹം പറഞ്ഞിരുന്നതുപോലെ അടുത്തു പോകാതെ കുത്തിയിരുന്ന് മണത്തു നോക്കിയപ്പോൾ, എന്തോ പ്രത്യേകത തോന്നി. അപ്പോൾ ചേട്ടന്മാരും എത്തി. അങ്കിൾ പറഞ്ഞിരുന്നല്ലോ കുട്ടികളായ ഞങ്ങൾ ഒന്നും ചെയ്യരുത്, പ്രായമായവരെ അറിയിക്കണമെന്ന്. അങ്ങനെയാണ് ചന്ദ്രു അങ്കിളിനെ വിളിച്ചുകൊണ്ട് വന്നത്.'' അവൾ പറഞ്ഞു.

''നല്ല കുട്ടി.'' വാവ അവളെ അഭിനന്ദിച്ചു.

മരത്തിനു കീഴിലെ ഷൂട്ടിങ്ങ് കഴിഞ്ഞ് അവർ അസംബ്ലി ഹാളിൽ എത്തി. പ്രധാനധ്യാപകൻ പോൾ കുന്നുങ്കൽ കാര്യങ്ങൾ വിവരിച്ചശേഷം വാവ സുരേഷ് സംസാരിച്ചു. കാലവിളംബം കൂടാതെ തന്നെ വിളിച്ചതിൽ അധികൃതരെ അഭിനന്ദിച്ചു. എന്നിട്ട് അന്ന് പിടിച്ച അണലിയെ പൊക്കിക്കാണിച്ച് അതിന്റെ പ്രത്യേകതകളും അതിന്റെ കടി കിട്ടിയിരുന്നെങ്കിലുള്ള പ്രത്യാഘാതങ്ങളും ഇനിയെങ്ങാനും ആർക്കെങ്കിലും കടിയേറ്റാൽ എന്തൊക്കെയാണ് ചെയ്യേണ്ടത് എന്നും വിവരിച്ചു. ആദിയയുടെ സമചിത്തതയോടെയുള്ള പ്രവർത്തനം വാവ പ്രത്യേകം പ്രത്യേകം എടുത്തു പറയുകയും പ്രശംസിക്കുകയും ചെയ്തു.

അവസാനിപ്പിക്കുന്നതിനുമുമ്പ് അദ്ദേഹം പറഞ്ഞു, ''ആദിയ കാണിച്ചതുപോലുള്ള ഡിറ്റക്ടീവ് പണി നിങ്ങൾ എല്ലാവരും ചെയ്യണം. അഭിനന്ദനം ആദിയാ.'' അതിനുശേഷം അവൾക്ക് 'ഡിറ്റക്ടീവ് ആദിയ' എന്ന വിളിപ്പേർ വന്നു. അതിൽ അവൾ ആനന്ദിച്ചു.

* * *

ഇക്കഥകളെല്ലാം ഓർത്ത് അന്ന് ഉച്ചവരെ ആദിയയും സുഹൃത്തുക്കളും ക്ലാസ്സിൽ ടീച്ചർമാരുമായി ധാരാളം കാര്യങ്ങൾ ചർച്ച ചെയ്തു. ആ സ്കൂളിലെ പ്രത്യേകത അനുസരിച്ച് കുട്ടികളെ 'പഠിപ്പിക്കലില്ല'. പകരം ചോദ്യങ്ങൾ ചോദിക്കാനും ആ ചോദ്യങ്ങൾക്ക് കുട്ടികൾ ഗ്രൂപ്പുകളായി ഉത്തരം കണ്ടുപിടിക്കാനും ആണ് പരിശീലിപ്പിക്കുന്നത്.

അന്ന് ഉച്ചവരെ ഭാരത ചരിത്രമായിരുന്നു അവരുടെ ക്ലാസ്സിൽ. ഓരോ ചിത്രങ്ങൾ ടീച്ചർ അഞ്ച് ഗ്രൂപ്പുകൾക്കും കൊടുത്തു. ആദിയയുടെ ഗ്രൂപ്പിന് തലയിൽ തൊപ്പി വച്ച ഒരാളുടെ പടമാണ് കൊടുത്തത്.

അതാരാണെന്നും അയാൾക്ക് ചരിത്രത്തിലെ പങ്കെന്താണെന്നും കണ്ടുപിടിക്കുന്നതിനു പുറമെ അയാളുടെ പശ്ചാത്തലം, മറ്റു മഹാന്മാരുമായി അദ്ദേഹത്തിന്റെ ബന്ധം തുടങ്ങി അദ്ദേഹം ലോകത്തിനു നൽകിയ സംഭാവനകൾ എന്നിവയൊക്കെ ഉച്ചയ്ക്ക് മുമ്പ് കണ്ടുപിടിച്ച് ക്ലാസ്സിൽ അവതരിപ്പിക്കണം. ആ ചോദ്യങ്ങൾക്കുതകുന്ന പുസ്തകങ്ങൾ ക്ലാസ്സിൽ നേരത്തെതന്നെ എടുത്തു വച്ചിട്ടുണ്ടായിരുന്നു. ക്ലാസ്സിലുള്ള കമ്പ്യൂട്ടർ ഉപയോഗിച്ചും അദ്ധ്യാപകരോട് സംശയങ്ങൾ ചോദിച്ചും പ്രശ്ന പരിഹാരത്തിൽ കുട്ടികൾ മുഴുകി. ഇന്നത്തെ പ്രോജക്ട് താരതമ്യേന എളുപ്പപണി ആയി ആദിയയുടെ ഗ്രൂപ്പിന് തോന്നി. തങ്ങൾക്ക് കിട്ടിയ ചിത്രം താന്തിയാ തോപ്പിയുടേതാണെന്ന് കണ്ടുപിടിച്ച ആ ഗ്രൂപ്പ് അദ്ദേഹത്തെക്കുറിച്ച് മറ്റു കാര്യങ്ങൾകൂടി തെരഞ്ഞു.

ഇതുപോലെ മറ്റു നാല് ഗ്രൂപ്പുകൾക്ക് കുഞ്ഞാലിമരയ്ക്കാർ, വേലുത്തമ്പി ദളവ, വല്ലഭായി പട്ടേൽ, ചന്ദ്രശേഖർ ആസാദ് എന്നിവരുടെ പടങ്ങളാണ് കൊടുത്തത്. സ്വയം ഉത്തരങ്ങൾ കണ്ടുപിടിച്ചതുകൊണ്ടും 'റിസർച്ച്' ചെയ്ത് പഠിക്കാൻ സാധിച്ചതുകൊണ്ടും കുട്ടികൾക്കൊന്നും 'കാണാതെ' പഠിക്കേണ്ടി വന്നില്ല. എല്ലാം പൂർണതോതിൽ മനസ്സിലായി.

ഉച്ചയൂണു കഴിഞ്ഞ് വിശ്രമസമയത്ത് ശ്രീകുട്ടൻ രാവിലെ പറയാം എന്ന് പറഞ്ഞ യാത്രാവിശേഷം ചാരുതയോടെ അവതരിപ്പിച്ചു. അവന്റെ ജീവിതത്തിലെ ഏറ്റവും നല്ല ഒരാഴ്ച ആയിരുന്നത്രെ അത്. ശ്രീകാന്ത് അത് നേരത്തെ കേട്ടതിനാൽ പറഞ്ഞു, ''എങ്ങനെങ്കിലും എട്ടാം ക്ലാസ് ആയെങ്കിൽ'' എന്ന്. കാരണം എട്ടാം ക്ലാസുകാർ ആണ് ഗ്രാമീണ ജീവിതം നേരിട്ടനുഭവിക്കാനായി തെരഞ്ഞെടുത്ത കർഷകരുടെ വീട്ടിൽ ഓരോ ഗ്രൂപ്പായി ഒരു ടീച്ചറുമൊത്ത് ഒരാഴ്ച താമസിക്കേണ്ടത്. ആ കർഷകർ എഴുന്നേൽക്കുന്ന സമയത്ത് ഉണർന്ന്, അവരോടൊപ്പം പാടത്തോ കൃഷിസ്ഥലത്തോ തൊഴുത്തിലോ പോയി അവരുടെ ജീവിതം അനുഭവിക്കുക. എല്ലാ വർഷവും ഈ പരിപാടി കഴിഞ്ഞശേഷം ഇതേക്കുറിച്ച് സ്കൂൾ അസംബ്ലിയിൽ വിവരിക്കുമ്പോൾ, കുട്ടികൾ ഒരുപോലെ പറയുന്നു, ''ഇതാണ് ഈ സ്കൂൾ ജീവിതത്തിലെ ഏറ്റവും നല്ല ആഴ്ച.''

ശ്രീകുട്ടൻ വിസ്തരിച്ച് പറഞ്ഞു തീർന്നപ്പോൾ, എല്ലാ കുട്ടികളും പുതിയതായി പണിത കെട്ടിടത്തിനു മുന്നിൽ എത്തി. രണ്ടു മണിയോടെ സ്കൂളിലെ പുതിയൊരു കെട്ടിടത്തിന്റെ ഉദ്ഘാടനം ഉണ്ടെന്ന് എല്ലാ ക്ലാസിലും നോട്ടീസ് കൊടുത്തിരുന്നു. പ്രധാന അതിഥിയുടെ സൗകര്യത്തിനായി ഉച്ചയ്ക്കാണ് പരിപാടി വച്ചത്.

സമഗ്ര ശിക്ഷാ അഭിയാൻ എന്ന കേരള സർക്കാരിന്റെ സ്റ്റേറ്റ് പ്രോജക്ട് ഡയറക്ടർ ഡോ. കെ.ആർ. ശ്രീകലയായിരുന്നു അതിഥി.

കാഴ്ചയിൽ പഴയ സിനിമാനടി കവിയൂർ പൊന്നമ്മയുടെ മുഖ ശ്രീയും സംസാരത്തിൽ അസാധാരണമായ എളിമയുമുള്ള സ്ത്രീ. അവർ സംസാരിച്ചപ്പോൾ ഈ ആന്റി എന്നും നമ്മോടൊത്തുണ്ടാ യിരുന്നെങ്കിൽ എന്ന് ഓരോ കുട്ടിയും ഓർത്തു കാണും. അത്രയ്ക്ക് സ്നേഹവും മധുരവും നിറഞ്ഞതായിരുന്നു അവരുടെ സംസാര രീതി.

ഭിന്നശേഷിക്കാരായ കുട്ടികൾക്ക് ഉപയോഗിക്കാൻ മാത്രമായ സംവിധാനങ്ങളുള്ള കെട്ടിടത്തിന്റെ ഉദ്ഘാടനമാണ് ചടങ്ങ്. അവർ സംസാരിച്ചപ്പോൾ കേരള സർക്കാർ ഇക്കൂട്ടർക്ക് വേണ്ടി ചെയ്യുന്ന പ്രവർത്തനങ്ങൾ മധുരമായി വിവരിച്ചു. പരിമിതികളെ മറികടന്ന് സാധാരണ ജീവിതം നയിക്കാൻ ഈ കുട്ടികൾക്ക് വേണ്ടി പല ത്യാഗങ്ങൾ ചെയ്യണമെന്നും അവരിൽ ആത്മവിശ്വാസം വളർത്താൻ സുഹൃത്തുക്കളും അധ്യാപകരും ഉൾപ്പടെ ധാരാളം കാര്യങ്ങൾ ചെയ്യേണ്ടതുണ്ടെന്നും അവർ ചൂണ്ടിക്കാട്ടി. പുതിയ ആ കെട്ടിട ത്തിൽ ചികിത്സയ്ക്കുള്ളതും പഠനോപകാരപ്രദവുമായ ഉപകരണ ങ്ങളുടെ നല്ലൊരു ശേഖരം ചൂണ്ടിക്കാട്ടി സർക്കാരിന്റെ ഭാഗത്തു നിന്നും എന്തൊക്കെ സഹായങ്ങൾ ഉണ്ടാക്കിയെടുക്കാം എന്നും അവർ അറിയിച്ചു.

മറുപടി പ്രസംഗത്തിൽ പ്രധാനധ്യാപകൻ പോൾ കുന്നുങ്കൽ സ്കൂളിലെ പഠനരീതികൾ വിവരിച്ചു. ചെറുക്ലാസ്സുകളിൽ സാമൂ ഹികബോധം വളർത്താൻ ചെയ്യുന്ന കാര്യങ്ങൾ പറഞ്ഞിട്ട് കുട്ടികൾ ആചരിക്കേണ്ട ആപ്തവാക്യം തമാശ രൂപേണ പറഞ്ഞു, ''എല്ലാ കുട്ടികൾക്കും മുന്നിൽ കണ്ണും പിറകിൽ കയ്യും വശങ്ങളിൽ കാലും വേണം.'' എല്ലാ കുട്ടികൾക്കും അതിന്റെ അർത്ഥം അറിയാമെ ങ്കിലും അതിഥിക്കുവേണ്ടി, അദ്ദേഹം വിവരിച്ചു. ''മുമ്പിൽ കണ്ണ് എന്ന് പറഞ്ഞാൽ ദീർഘ വീക്ഷണം. ചെറുകാര്യം പോലും അതിന്റെ ഭവിഷ്യത്ത് ഓർത്തുവേണം സംസാരിക്കാൻ. പിറകിൽ കൈ എന്നാൽ എന്ത് ചെയ്താലും ഒരു തിരിഞ്ഞുനോട്ടവും ചെയ്തത് തെറ്റാണെങ്കിൽ തിരുത്താനുള്ള മനസ്സുമുണ്ടാവണം എന്നാണ്. തുറന്ന വാതിൽ അട യ്ക്കേണ്ടതുൾപ്പടെ. 'വശങ്ങളിൽ കാല്' എന്നാൽ എളിമ വേണ മെന്നാണ്, എതിർ ദിശയിൽ വരുന്ന ആളെ ഇടിച്ചിട്ട് പോവുകയല്ല വേണ്ടത് എന്നതു തൊട്ട് മറ്റുള്ളവരുടെ ആഗ്രഹങ്ങൾക്ക് മുൻതൂക്കം കൊടുക്കണം എന്നതുവരെ ഇതിനകത്ത് പെടും.''

ഇതൊക്കെ കേട്ട്, ''വെറുതെയല്ല സംസ്ഥാനത്തെ ഏറ്റവും നല്ല സ്കൂൾ നിങ്ങളുടേതാണെന്ന് പറയുന്നത്. എല്ലാവർക്കും എന്റെ അനുഗ്രഹം. ഞാൻ വീണ്ടും വരും,'' എന്നു പറഞ്ഞ് അവർ ഓരോ രുത്തർക്കും എന്നോണം ഓരോ പുഞ്ചിരിയും റ്റാറ്റായും പറഞ്ഞിട്ട് യാത്ര തിരിച്ചു.

അന്നത്തെ ദിവസത്തിന്റെ നല്ലൊരു ഭാഗം ഈ ഉദ്ഘാടനം കൊണ്ടുപോയതുകൊണ്ട് ആദിയയും ക്ലാസ്സിലെ ടീച്ചർമാരും ശേഷിച്ച ഒരു മണിക്കൂർ 'അയവിറക്കൽ' എന്ന പരിപാടിയിലേക്ക് കടന്നു. ഓരോ കുട്ടിയെക്കൊണ്ടും അന്നത്തെ ദിവസം നടന്ന കാര്യങ്ങൾ അവരുടെ കണ്ണിൽകൂടി എങ്ങനെയിരുന്നു എന്നു അദ്ധ്യാപകർ പറയിച്ചു.

സൂസൻ ചർച്ച തുടങ്ങി വച്ചു. അസംബ്ലി തുടങ്ങുന്നതിനുമുമ്പുള്ള കാര്യങ്ങൾ അവൾ പറഞ്ഞപ്പോൾ, അസംബ്ലിയിൽ സംഭവിച്ചതിനെ ക്കുറിച്ച് ലാവണ്യ, വൈശാലി എന്നിവർ സംസാരിച്ചു.

ടാഷി രണ്ടു വാചകത്തിൽ അന്നത്തെ ദിവസത്തെ സംഭവങ്ങളെ ക്രോഡീകരിച്ച് പറഞ്ഞു, ‘‘എല്ലാ ദിവസത്തെപ്പോലെ ഇന്നും സ്കൂളിലെ സംഭവങ്ങളെല്ലാം രസകരമായിരുന്നു. പഠിപ്പിക്കുന്നു എന്ന തോന്നൽ വരുത്താതെ എന്തെല്ലാം കാര്യങ്ങളാണ് പഠിപ്പിച്ചത്.’’

നാല്

ഒരു മാസമായി ആദിയ കാത്തിരുന്ന ആ ദിവസം എത്തി. മാസത്തിലെ മൂന്നാമത്തെ ശനിയാഴ്ച 'സ്ലീപ്പ്ഓവർ' ദിവസമാണ്. അതായത് സുഹൃത്തിന്റെ വീട്ടിൽ അന്ന് രാത്രി താമസിക്കാൻ സൗകര്യമുള്ള ദിവസം.

മൂന്നാം ക്ലാസുമുതൽ ഒമ്പതാം ക്ലാസ്സുവരെ ഉള്ള എല്ലാ കുട്ടികളും മൂന്നാം ശനിയാഴ്ചയ്ക്കായി കാത്തിരിക്കും.

ഒരേ ഗ്രൂപ്പിലെ അഞ്ചു കുട്ടികളുടെ വീട്ടിൽ മാറി മാറി ഇങ്ങനെ താമസിക്കണം; ഒരു വർഷം രണ്ട് തവണ ഓരോ വീട്ടിലും. കഴിഞ്ഞ മാസം ആദിയയുടെ വീട്ടിലായിരുന്നു. ആ ശനിയാഴ്ച അവളുടെ അമ്മ അവധി എടുത്ത് കുട്ടികൾക്ക് എല്ലാ സൗകര്യവും ചെയ്തു കൊടുത്തിരുന്നു.

സൂസനെപ്പോലെ കുറച്ചുപേർ ബോർഡിംഗിലുള്ളതിനാൽ അവരുടെ വീട് എന്നു പറയുന്നത് സ്കൂൾ ബോർഡിംഗ് തന്നെ. കുട്ടികൾക്ക് അവിടുത്തെ താമസം രസകരമായിരുന്നു.

സൂസന്റെ 'വീട്ടിൽ' പോവുക എന്നത് ആദിയയ്ക്കും കൂട്ടർക്കും വളരെ ഇഷ്ടമായിരുന്നു. കാരണം, വൈകീട്ടുവരെ സ്കൂളിനു പിറകിലെ കാട്ടിൽ ചുറ്റിത്തിരിയാം, ധാരാളം കായ്കനികൾ പറിച്ചു തിന്നാം, ബോർഡിംഗിലെ മറ്റു കുട്ടികളുമായി ആടിപ്പാടി നടക്കാം.

ഈ മാസം ആദിയയുടെ ഗ്രൂപ്പിന് ശ്രീകാന്തിന്റെ വീട്ടിലാണ് 'സ്ലീപ്പ്ഓവർ.' അന്ന് വാതിൽ ചാരി ഇറങ്ങാൻ നേരം അമ്മയുടെ കൂടെ യുവിയെ കണ്ട ആദിയ ചിണുങ്ങി, ''ഇത് എന്റെ 'സ്ലീപ്പ്ഓവറല്ലേ.' ഇവനെന്തിനാ വരുന്നത്.''

''മോളേ, അവനിവിടെ ഒറ്റയ്ക്കിരുന്ന് ബോറടിക്കില്ലേ. അവിടാകുമ്പോൾ നിന്റെ കൂട്ടുകാർ എല്ലാവരും ഉണ്ടല്ലോ.''

''അമ്മേ, ഇവിടെ കലച്ചേച്ചി ഉണ്ടല്ലോ.'' ആദിയ പിന്നേയും പറഞ്ഞു.

''മോളൂ ഞാനവനോട് പറഞ്ഞുപോയി. അടുത്ത മാസമാവട്ടെ നിന്നെ ഒറ്റയ്ക്ക് വിടാം. അല്ലെങ്കിൽ അവനും പഠിക്കട്ടെ മറ്റുള്ള വീട്ടിൽ എങ്ങനെ പെരുമാറണമെന്ന്.''

''അത് പഠിക്കാൻ ഇനിയും മൂന്ന് വർഷമുണ്ടല്ലോ.''

''സാരമില്ല, വാ പോകാം. കലേ, എല്ലാം നോക്കിക്കോണേ. വൈകീട്ട് കാണാം.'' അമ്മ യുവിയുടെ കൈയും പിടിച്ച് നടന്നു.

യുവി കൂടെ വരുന്നത് വലിയ പ്രശ്നമാക്കാതെ, ആദിയ മുന്നേ നടന്നു. ശ്രീകാന്തിന്റെ വീട്ടിൽ ഇന്നത്തെ പരിപാടികളെക്കുറിച്ച് ഓർത്ത് അവളുടെ നടത്തത്തിന്റെ വേഗത കൂടി.

ശ്രീകാന്തിന്റെ ചേട്ടൻ ശ്രീകുട്ടനായിരുന്നു അവരെ സ്വീകരിക്കാൻ ഗേറ്റിനടുത്ത് കാത്തു നിന്നിരുന്നത്. വെളുക്കെ ചിരിച്ചുകൊണ്ട് യുവിയെ ഇടുപ്പിലേറ്റി ആദിയയുടെ അമ്മയോട് ഉറക്കെ റ്റാറ്റാ പറഞ്ഞ് അവൻ ആദിയയുമായി വീട്ടിനുള്ളിലേക്ക് പോയി.

സാധാരണ എല്ലാവരും ഉച്ചയൂണുസമയത്തേ എത്താറുള്ളൂ. അമ്മയ്ക്ക് ഓഫീസിൽ പോകണമെന്നതുകൊണ്ട് ആദിയ മാത്രം രാവിലെ എത്തും. അങ്ങനെ ചെയ്യുന്നതിൽ ആദിയയ്ക്കും പോകുന്ന വീട്ടുകാർക്കും പരാതി ഇല്ലെങ്കിലും പലപ്പോഴും ആദിയയുടെ അമ്മ സ്കൂളിൽ, പിറ്റിഎ മീറ്റിംഗിൽ ഈ 'സ്ലീപ്പ്ഓവർ' മൂന്നാം ശനിയാഴ്ചയ്ക്ക് പകരം രണ്ടാം ശനിയാഴ്ച ആക്കാൻ ആവശ്യപ്പെടാറുണ്ട്. അതൊരു ആനക്കാര്യം അല്ലെന്ന് അറിയാമെങ്കിലും സ്കൂൾ അധികാരികൾ, കാരണം ഒന്നുമില്ലാതെ ഇതുവരെ മാറ്റം വരുത്തിയിട്ടില്ല.

സുമി എന്നു വിളിക്കുന്ന ജോലിക്കാരി സുമിത്ര മാത്രമാണ് ശ്രീകാന്തിന്റെ വീട്ടിൽ അപ്പോൾ ഉണ്ടായിരുന്നത്. അവരുടെ ജോലി സമയം രാവിലെ ഒമ്പതു മുതൽ വൈകിട്ട് നാലുവരെ; ആഹാരം പാചകം ചെയ്യുക, പാത്രം കഴുകുക, മുറി അടിച്ചുവാരി തുടയ്ക്കുക, തുണി അലക്കി എടുത്ത് ഉണക്കി മടക്കി വയ്ക്കുക എന്നീ ജോലി അവർക്കായിരുന്നു. മുറ്റം തൂക്കൽ തന്റെ ജോലി അല്ലെങ്കിൽപ്പോലും അവർ ചെയ്തിരുന്നു. ജോലിയോട് ആത്മാർത്ഥതയുള്ള അവർ ഓർത്തു, 'അല്ലെങ്കിൽ അത് അങ്ങനെ കിടക്കും, ഇവിടെ ആർക്കും ഒരു ശ്രദ്ധയുമില്ല.'

''ശ്രീകാന്ത് എവിടെ?'' യുവിയെ എടുത്ത് തോളിൽ വച്ച് ഓടി നടന്ന് കളിക്കുന്ന ശ്രീകുട്ടനോട് ആദിയ ചോദിച്ചു.

''അവൻ റിലയൻസ് ഫ്രഷിൽ പോയിരിക്കുന്നു. സാധനങ്ങൾ വാങ്ങാൻ'' ശ്രീകുട്ടൻ അറിയിച്ചു.

ശബ്ദം താഴ്ത്തി ആദിയ ചോദിച്ചു, ''അമ്മ ഉണർന്നില്ലേ?''

മറുപടി പറയാതെ, 'മുറിയിൽ ഉണ്ട്' എന്ന ആംഗ്യം കാണിച്ചിട്ട് അവൻ യുവിയെ വച്ച് സർക്കസ് കാണിക്കാൻ തുടങ്ങി.

ആദിയ പതുക്കെ ശ്രീകാന്തിന്റെ അമ്മയെ ചാരിയ വാതിലിനിടയിലൂടെ നോക്കി. ആ സ്ത്രീ കട്ടിലിൽ മലർന്നു കിടക്കുകയാണ്. 'തലേ ദിവസത്തെ വസ്ത്രം പോലും മാറിയിട്ടില്ലെന്ന് തോന്നുന്നു,' ആദിയ ഓർത്തു.

തിരിച്ച് വന്ന്, അവൾ ശ്രീകുട്ടനോട് വീണ്ടും ചോദിച്ചു, ''അപ്പോൾ നിന്റെ ചേട്ടനോ?''

ആ ചോദ്യത്തിനും അവൻ വേണ്ടവിധം ഉത്തരം കൊടുത്തില്ല. അടച്ചിരുന്ന മറ്റൊരു മുറിയിലേക്ക് അവൻ തലകൊണ്ട് ആംഗ്യം കാണിച്ചു. അവസാനത്തെ രണ്ട് ചോദ്യങ്ങൾക്കുമുള്ള ശ്രീകുട്ടന്റെ ഉത്തരം പറഞ്ഞ രീതി കണ്ടാൽ ഊഹിക്കാം അവനും അവരും തമ്മിലുള്ള ബന്ധം. പ്രത്യേകിച്ചൊന്നും ചെയ്യാനില്ലാത്തതിനാൽ ആദിയ സുമിചേച്ചിയുടെ അരികിൽ പോയി. അവർ കഴുകി വയ്ക്കുന്ന പാത്രങ്ങൾ തുണിയെടുത്തു തുടയ്ക്കാൻ ആരംഭിച്ചു.

അത് ഇഷ്ടപ്പെട്ടെങ്കിലും വെറുതെയെന്നാണം സുമിത്ര പറഞ്ഞു, ''ഞാനതൊക്കെ ചെയ്യാം. മോൾ കസേരയിൽ പോയിരി.''

അത് കേട്ടിട്ടും ആദിയ പണി തുടർന്നു, ''സ്റ്റെല്ലച്ചേച്ചി എപ്പോൾ പോയി?''' ഒരാവശ്യവുമില്ലാതെ, എന്തെങ്കിലും പറയാൻ വേണ്ടി മാത്രം ആദിയ ചോദിച്ചു.

''ഞാൻ വന്നിട്ടുതന്നെയാണ് പോയത്. അവൾക്കിവിടെ ഒരു ജോലിയുമില്ലല്ലോ. തിന്നുക, കുട്ടികളോട് കളിക്കുക, ഉറങ്ങുക.'' ദേഷ്യത്തോടെ സുമിത്ര പറഞ്ഞു.

ശരിയാണ്; സ്റ്റെല്ലാ മേരിയുടെ ഡ്യൂട്ടി വൈകിട്ട് നാലു മുതൽ രാവിലെ എട്ടുവരെ. പ്രത്യേകിച്ച് ജോലിയൊന്നുമില്ല. കുട്ടികളുടെ കാര്യങ്ങൾ നോക്കുക മാത്രം. മറ്റൊരു ജോലിക്കാരി എന്ന മട്ടിലാണ് സുമിത്ര അവളെ കാണുന്നത് എങ്കിലും സ്റ്റെല്ലയുടെ കണ്ണിൽ താൻ കാശ് കൊടുക്കേണ്ടാത്ത ഒരു 'പേയിംഗ് ഗസ്റ്റ്' ആണ്. അങ്ങ് ദൂരെ കൊച്ചിയിൽ ആണ് വീട്. നഗരത്തിലെ ഐടി കമ്പനിയിൽ ചെറിയൊരു ജോലി. രാത്രി തല ചായ്ക്കാൻ ഒരു കൂര എന്ന വിചാരം കാരണമാണ് സ്റ്റെല്ല ഇവിടെ കൂടാൻ ഒരു കാരണം. മറ്റൊരു കാരണം സുരക്ഷിതത്വമാണ്.

ഏറെ താമസിക്കാതെ ശ്രീകാന്ത് വലിയൊരു സഞ്ചിയുമായി അടുക്കളയിൽ എത്തി. ആദിയയുമായി ചേർന്ന് പച്ചക്കറിയും പഴവർഗ്ഗങ്ങളും ഫ്രിഡ്ജിൽ വച്ചിട്ട് മറ്റ് സാധനങ്ങൾ കബോർഡിൽ അതാത് വയ്ക്കേണ്ട സ്ഥാനത്ത് വച്ചു. ഒരു നിത്യത്തൊഴിലഭ്യാസിയെ പോലെ വിദഗ്ദ്ധമായാണ് ശ്രീകാന്ത് ആ പണി ചെയ്തത്.

സ്ലീപ്പോവറിന് ശ്രീകാന്തിന്റെ വീട്ടിൽ
ആദിയയും യുവിയും

മനസ്സിൽ അവനെ അഭിനന്ദിക്കാതിരിക്കാൻ ആദിയയ്ക്കായില്ല. അതിനുശേഷം രണ്ടുപേരുംകൂടി സുമിചേച്ചിയോട് കൊച്ചു വർത്തമാനം പറഞ്ഞ് പാത്രങ്ങളെല്ലാം തുടച്ച് വെയ്ക്കേണ്ട സ്ഥലത്ത് വച്ചിട്ടേ അവർ ശ്രീകുട്ടന്റെ അടുത്തേക്ക് പോയുള്ളൂ. കുറച്ചു സമയത്തിനുള്ളിൽ മൂന്നുപേർക്കും ആപ്പിൾ ജ്യൂസും യുവിക്ക് ഹോർലിക്സുമായി സുമി വന്നിട്ട് ഞാനിനി മുറികൾ തുടയ്ക്കട്ടെ എന്ന് പറഞ്ഞു.

ഇന്നിനിയെന്തു ചെയ്യാൻ എന്ന പ്രശ്നത്തിന് ശ്രീകുട്ടനാണ് പരിഹാരം കണ്ടത്. ''നമുക്ക് ടെറസ്സിൽ പോകാം. സുമിചേച്ചി അവരുടെ പണി ചെയ്യട്ടെ. അമ്മയിനി ഒരു മണിക്കൂറെങ്കിലും കഴിഞ്ഞേ എഴുന്നേൽക്കൂ.''

''അവിടെ പോയിട്ട് എന്തു ചെയ്യാൻ,'' ആദിയ ചോദിച്ചു.

''നമുക്ക് ചെസ്സ് കളിക്കാം,'' ശ്രീകാന്ത് പറഞ്ഞു.

''പോടാ, നമ്മൾ നാലുപേരില്ലേ. അതുമല്ല അത് ബോറൻ കളി.'' ശ്രീകുട്ടൻ അത് ഉടനെ തടഞ്ഞു.

യുവി പറഞ്ഞു, ''ഓടി തൊട്ട് കളിക്കാം.''

''അയ്യോ, അത് കൊച്ചുകുട്ടികളുടെ കളി,'' ശ്രീകുട്ടൻ വീണ്ടും അതിനെ ഖണ്ഡിച്ചു.

അങ്ങനെ തർക്കിച്ച് തർക്കിച്ച് അവസാനം 'സാറ്റ്' കളിയിൽ എത്തി. ഇതിനിടയ്ക്ക് അബ്ദുവും ധീരയും മുന്നിലും പിന്നിലുമായി എത്തി. അവർകൂടി ചേർന്ന് കളി പൊടിപൊടിച്ചുകൊണ്ടിരുന്നപ്പോൾ, സ്കൂൾ വണ്ടിയിൽ സൂസനും എത്തി. ഓരോരുത്തരും എത്തുമ്പോൾ ശ്രീകുട്ടനായിരുന്നു ഗൃഹനാഥന്റെ ഉത്തരവാദിത്തത്തോടെ അവരെ സ്വീകരിച്ച് ടെറസ്സിൽ എത്തിച്ചത്.

ഓടിയും ഒളിച്ചും വഴക്കിട്ടും വീണ്ടും ഓടിയും വിശ്രമിച്ചും വെള്ളം കുടിച്ചും യുവിയെയിട്ട് അമ്മാനമാടിയും സമയം നീങ്ങി. ഉച്ചയൂണിന്റെ സമയമായി. കുട്ടികൾ താഴെ, സ്വീകരണ മുറിയിൽ എത്തിയപ്പോൾ ശ്രീകാന്തിന്റെ അമ്മ അവിടെ ഇരിപ്പുണ്ട്.

''ഇന്നെന്താ സ്കൂളിൽ പോയില്ലേ,'' എന്തെങ്കിലും ചോദിക്കേണ്ടേ എന്ന രീതിയിൽ അവർ ആരോടെന്നില്ലാതെ ചോദിച്ചു. ആരും മറുപടി പറഞ്ഞില്ല, അവർ മറുപടി പ്രതീക്ഷിച്ചതുമില്ല.

''സുമിച്ചേച്ചീ വിശക്കുന്നൂ.'' ശ്രീകാന്ത് അറിയിച്ചു.

രുചികരമായ ഊണുകഴിച്ചിട്ട് എല്ലാവരും ശ്രീകാന്തിന്റെ അമ്മ കിടന്ന മുറിയിൽ പോയി വാതിൽ ചാരി ഉറങ്ങാൻ കിടന്നു. ഇതും അവരുടെ ഒരു പതിവാണ്.

അമ്മയെ പ്രകോപിക്കാനാണോ അതോ കൂട്ടത്തിൽ വലിയ ഏസി ഉള്ളതുകൊണ്ടാണോ എന്നറിയില്ല, ഉച്ചയുറക്കത്തിന് അമ്മ കിടന്ന മുറി തന്നെ അവർ തെരഞ്ഞെടുത്തത്.

ഉറക്കത്തിനുവേണ്ടി കാത്തു കിടക്കുന്നതിനിടയിൽ ആദിയ പ്രായത്തിൽ കവിഞ്ഞ പക്വതയോടെ ശ്രീകാന്തിനോട് ചോദിച്ചു, ''നിന്റെ അമ്മ എന്താണ് ഇങ്ങനെ? പ്രത്യേകിച്ച് സ്നേഹം ഒന്നുമില്ലാതെ?''

ശ്രീകാന്തിൽ നിന്നും മറുപടി ഒന്നും കിട്ടിയില്ല; അവനുറങ്ങിപ്പോയി. യുവിയെയും കെട്ടിപ്പിടിച്ച് തറയിൽ ഷീറ്റ് വിരിച്ച് കിടക്കുന്ന ശ്രീകുട്ടനെ ആദിയ നോക്കി, അവൻ മറുപടി പറയുന്നുണ്ടോ എന്ന്. അവിടുന്നും മറുപടി ഇല്ലെങ്കിലും ചെറിയ സ്വരത്തിൽ കരച്ചിൽ കേട്ടതുപോലെ ആദിയയ്ക്ക് തോന്നി.

എഴുന്നേറ്റ് അവൾ ശ്രീകുട്ടന്റെ മുമ്പിൽ മുട്ടുകുത്തിയിരുന്നു നോക്കി. അതെ, അവൻ കരയുകയായിരുന്നു. അവന്റെ തോളിൽ ആശ്വസിപ്പിക്കാനെന്നമട്ടിൽ കൈ വച്ചപ്പോൾ ചെറുകരച്ചിൽ ഏങ്ങലായി മാറി.

''അയ്യേ, എട്ടാം ക്ലാസ്സിൽ പഠിക്കുന്ന ചേട്ടനാണോ കരയുന്നത്. അതിന് കരയാൻവേണ്ടി ഞാൻ ഒന്നും ചോദിച്ചില്ലല്ലോ. ചേട്ടൻ ഉറങ്ങിക്കോ,'' ശ്രീകുട്ടന് ഒരു മുതിർന്ന ചേച്ചി ഉണ്ടായിരുന്നെങ്കിൽ അവൾ ഏകദേശം ഇതുപോലെ പറയുമായിരുന്നു.

ഒരു നിമിഷം മൗനമായി കിടന്നശേഷം അവൻ എഴുന്നേറ്റിരുന്ന് ആദിയയോട് പറഞ്ഞു, ''ആരോടും പറയല്ലേ. അമ്മ കുടിക്കും. വൈകീട്ട് ക്ലബ്ബിലെന്നുംപറഞ്ഞ് പോയി ബോധമില്ലാതെ വരും.'' കൂടുതൽ പറയാൻ ശേഷിയില്ലാത്തമട്ടിൽ അവൻ വിതുമ്പി.

അത് സാരമില്ല എന്നൊക്കെ പറഞ്ഞ് സാന്ത്വനപ്പെടുത്തണമെന്ന് ആദിയയ്ക്ക് ആഗ്രഹമുണ്ടായിരുന്നു. പക്ഷേ, എങ്ങനെയാണ് ഇക്കാര്യം സാരമില്ല എന്ന് പറയാൻ സാധിക്കുക. അവളുടെ കുഞ്ഞുമനസ്സിൽപോലും അത് ഒരു കടങ്കഥപോലെ കിടന്നു.

''നീ കിടന്നോളൂ, നമുക്ക് പിന്നെ സംസാരിക്കാം.'' ആദിയ സമാധാനിപ്പിക്കാൻ ശ്രമിച്ചു.

''സാരമില്ല. എനിക്ക് ഉറങ്ങണ്ട. ഉച്ചയുറക്കം ഒന്നും പതിവില്ല. ഞാൻ കൊച്ചുകുട്ടിയൊന്നുമല്ലല്ലോ. നീ ഉറങ്ങിക്കോ,'' ശ്രീകുട്ടൻ പ്രതിവചിച്ചു.

''എനിക്കും ഉറക്കം വരുന്നില്ല. ഇത്രയും നേരം ഓടിക്കളിച്ചതുകൊണ്ട് ക്ഷീണം. അത്രയേ ഉള്ളൂ.''

രണ്ടുപേരും അവിടെ ചമ്രം പടിഞ്ഞിരുന്ന്, ശ്രീകുട്ടന്റെ വീട്ടിലെ കാര്യങ്ങൾ സംസാരിച്ചു. അധികമൊന്നും പറയാനുണ്ടായിരുന്നില്ല. അവന്റെ അച്ഛൻ അങ്ങ് ലണ്ടനിലാണ്. എന്ത് തിരക്കാണെന്ന് അറിയില്ല, നാട്ടിൽ വന്നിട്ട് മൂന്നുവർഷത്തിലേറെ ആവുന്നു. അവന് ലണ്ടനൊക്കെ കാണാൻ വലിയ ആഗ്രഹമാണെങ്കിലും അമ്മ പോവുകയോ കുട്ടികളെക്കൂടി കൊണ്ടുപോവുകയോ ചെയ്യുന്നില്ല. ''ഒന്നുമില്ലെങ്കിലും അച്ഛന് ദിവസവും ഫോൺ ചെയ്യാമല്ലോ, വാട്സാപ്പിൽ കാശൊന്നും ചിലവാക്കാതെ വിളിക്കുകയും ചെയ്യാം. കഴിഞ്ഞ വർഷത്തിൽ ഒരു തവണയാണ് ഫോൺ ചെയ്തത്, അതും നിനക്കവിടെ സുഖമാണോ എന്ന ഒറ്റ ചോദ്യം മാത്രം.''

അമ്മയുടെ കാര്യം ഇതിലും കഷ്ടമെന്നാണ് ശ്രീകുട്ടന്റെ പക്ഷം. ''കെട്ടിപ്പിടിച്ചിട്ടില്ല, സ്നേഹത്തോടെ ഒരു വാക്കുപോലുമില്ല. എപ്പോഴും സീരിയസ്. ഒന്നു രണ്ടു വർഷമായി കുടിയും തുടങ്ങിയിട്ടുണ്ട്. ക്ലബ്ബിൽ പോക്കും ചീത്ത കൂട്ടുകെട്ടും. ഒരു മിസിസ് മേനോനും മിസ്റ്റർ ജോർജ്ജും ഒറ്റയ്ക്കും തെറ്റയ്ക്കുമായി വരും. അവരാണ് അമ്മയെ വഴി തെറ്റിക്കുന്നത്. അവർ പൈസ അടിച്ചുമാറ്റുന്നുണ്ടോ എന്നുപോലും സംശയം ഉണ്ട്,'' ശ്രീകുട്ടൻ പറഞ്ഞു.

''അപ്പോൾ നിന്റെ ചേട്ടൻ?'' ശ്രീകുട്ടന്റെ ചേട്ടൻ ഇക്കാര്യത്തിലൊക്കെ ഇടപെടുന്നുണ്ടോ എന്നായിരുന്നു ആദിയയുടെ ചോദ്യത്തിനർത്ഥം.

''ഓ, അതൊന്നും പറയാതിരിക്കുകയാണ് ഭേദം. ചേട്ടൻ ചേട്ടന്റെ ലോകത്തിലാണ്. ഇപ്പോൾ തന്നെ നോക്ക്. നിങ്ങൾ രാവിലെ വന്നതല്ലേ നിങ്ങളോട് ഒരു വാക്ക് മിണ്ടിയോ. അല്ല, ഒന്ന് കണ്ടതുപോലും ഇല്ലല്ലോ.'' ശ്രീകുട്ടൻ പരിതപിച്ചു.

''ശരിയാണല്ലോ. രാവിലെ ആഹാരം ഒന്നും കഴിച്ചു കാണില്ലേ?''

''നമ്മൾ മുകളിൽ കളിച്ചുകൊണ്ടിരുന്നപ്പോൾ, മിക്കവാറും രാവിലത്തെ കാപ്പി കുടിയും ഉച്ചയൂണും ഒക്കെക്കൂടെ ഒരുമിച്ച് കഴിച്ചു കാണും. അവധി ദിവസം ഇങ്ങനെയൊക്കെയാണ്. അമ്മ ഇതൊന്നും ശ്രദ്ധിക്കുന്നേ ഇല്ല.''

''നിനക്ക് നിന്റെ അച്ഛനെ വിളിച്ച് പറയാമല്ലോ, ഇല്ലേ.''

''അതാ ഇപ്പോ നന്നായത്. ഒരു വർഷത്തോളമായി അച്ഛൻ ഫോൺ പോലും ചെയ്തിട്ട് എന്ന് പറഞ്ഞില്ലേ?'' ശ്രീകുട്ടൻ അടക്കിവച്ചിരുന്ന കരച്ചിൽ വീണ്ടും പുറത്തെടുത്തു.

എങ്ങനെ ആശ്വസിപ്പിക്കണമെന്ന് ആദിയയ്ക്ക് അറിയില്ലായിരുന്നു. താൻ ഒരു കണക്കിന് ഭാഗ്യവതിതന്നെയാണ്. അടുത്തില്ലെങ്കിലും

എല്ലാ ദിവസവും രാത്രി എട്ടരയ്ക്ക് അച്ഛൻ വിളിച്ചിരിക്കും. യുവിയോടും തന്നോടും അമ്മയോടും അരമണിക്കൂറെങ്കിലും സംസാരിച്ചിട്ടേ ഫോൺ വയ്ക്കൂ. സ്കൂളിലെ വിശേഷമുൾപ്പെടെ എല്ലാം ചർച്ച ചെയ്യും.

സമയം പോയതറിഞ്ഞില്ല. സ്റ്റെല്ല മേരി എത്തിയപ്പോഴാണ് സമയം നാലാവാറായി എന്ന് എല്ലാവരും അറിഞ്ഞത്. സുമിത്ര എല്ലാവർക്കും ചായയും ഹോർലിക്സും നാരാങ്ങാവെള്ളവും ബിസ്ക്കറ്റിനൊപ്പം ഓരോരുത്തരുടെ ഇഷ്ടമനുസരിച്ച് കൊടുത്തിട്ട് അന്നത്തെ ജോലി മതിയാക്കി പോയിരുന്നു.

മിസിസ് മേനോൻ വന്ന് കുട്ടികളോട് നല്ലവാക്ക് സംസാരിച്ച് ശ്രീകാന്തിന്റെ അമ്മയുമായി വെളിയിൽ പോയി എന്നതായിരുന്നു ഒരു സംഭവം. പോകുന്ന വഴിക്ക് ‘‘ഞാൻ താമസിക്കും. മുൻവശത്തെ വാതിലടയ്ക്കാൻ മറക്കേണ്ട’’ എന്ന് പ്രത്യേകിച്ച് ആരോടുമില്ലാതെ പറയാൻ അവർ മറന്നില്ല. ശ്രീപ്രകാശ് ആറ് മണിയോടെ ‘‘ഞാനൊന്ന് വെളിയിൽ പോയി വരാം’’ എന്ന് സ്റ്റെല്ലയോട് പറഞ്ഞ് അനുവാദത്തിന് കാത്തുനിൽക്കാതെ പുറത്തുപോയി.

ഇനി നമ്മുടെ ലോകം എന്ന് ഉറക്കെ പറഞ്ഞ് ശ്രീകുട്ടൻ സ്റ്റെല്ലയുടെ കൈപിടിച്ച് തറയിലിരുത്തി അവരുടെ കളികളിൽ പങ്കു ചേർത്തു.

രാത്രി പത്തുമണിക്കുമുമ്പ് ശ്രീകാന്തിന്റെ അമ്മ എത്തി. സ്വീകരണ മുറിയിലിരുന്ന കുട്ടികളെ നോക്കി ‘‘അപ്പോൾ എല്ലാവരും ആഹാരം കഴിച്ചല്ലോ ഇല്ലേ. ഞാനും കഴിച്ചു’’ എന്ന് ഉറക്കെ പറഞ്ഞ് തന്റെ മുറിയിൽ കയറി വാതിലടച്ചു.

അധികം താമസിക്കാതെ ശ്രീപ്രകാശും എത്തി ഒരു ചിരി പോലും ആർക്കും കൊടുക്കാതെ സ്വന്തം മുറിയുടെ പൂട്ട് തുറന്ന് ഉള്ളിൽ കയറി, വാതിൽ കുറ്റിയിട്ടു.

അഞ്ച്

"**അ**മ്മ ഇന്ന് ഓഫീസിൽ പോകണ്ട," നെറ്റിയിൽ കൈ വച്ചുകൊണ്ട് അധികാര സ്വരത്തിൽ ആദിയ പറഞ്ഞു.

"പോകാതെ പറ്റില്ലല്ലോ. ഒരു ഫയൽ അത്യാവശ്യമായി എഴുതി തീർക്കാനുണ്ട്." ആത്മവിശ്വാസം തീരെ ഇല്ലാതെ, അപേക്ഷാസ്വരത്തിൽ അവർ പറഞ്ഞു.

"ഈ പനിയും വച്ച് പോകേണ്ട. അമ്മ ഇല്ലെങ്കിലും ആഫീസ് നടന്നുപോകും. രാവിലെ ഡോളോ കഴിച്ചതാണല്ലോ. ഇനി വിശ്രമിക്കൂ" എന്ന് അമ്മയോട് പറഞ്ഞിട്ട് കലയോട് ആദിയ പറഞ്ഞു. "ചേച്ചീ, ഉച്ചയ്ക്ക് രണ്ട് ഡോളോ കൊടുക്കണം. വൈകീട്ടോടെ പനി കുറവില്ലെങ്കിൽ ഡോ. സമ്പത്തിനെ കാണാം. ഉച്ചയ്ക്ക് കഞ്ഞി മതി." പിന്നെ യുവിയോടും പറഞ്ഞു, "മോൻ വാ, ഇപ്പോൾ ഇറങ്ങിയില്ലെങ്കിൽ സ്കൂൾ ബസ് പോകും."

ആദിയയുടെ അമ്മ അഭിമാനത്തോടെ മോളെ നോക്കി നിന്നു.

'ഉം? എന്താ ഇങ്ങനെ നോക്കി നിൽക്കുന്നത്' എന്ന ഭാവത്തിൽ അമ്മയെ നോക്കി യുവിയുടെ കൈ പിടിച്ച് ലില്ലിക്കും കൂട്ടർക്കും റ്റാറ്റാ പറഞ്ഞ് പുറത്തേക്കിറങ്ങി. "ചേച്ചീ, ഞാൻ പറഞ്ഞതൊക്കെ ഓർമ്മയുണ്ടല്ലോ" എന്ന് കലയോട് ഒരിക്കൽകൂടി ചോദിച്ച്, കൈ കുതറി പിടിവിടുവിച്ച് ഓടിയ യുവിയുടെ പുറകേ അവളും ഓടി.

സ്കൂളിലെത്തി യുവിയെ അവന്റെ ക്ലാസുമുറിയുടെ മുന്നിൽ വിട്ട് കൂട്ടുകാരെ അന്വേഷിച്ച് പതിവ് സ്ഥലത്തേക്ക് നടന്നു. സ്കൂൾ കെട്ടിടത്തിനും കളിസ്ഥലങ്ങളുടെയും പുറകിൽ മരങ്ങൾ തിങ്ങി നിറഞ്ഞിരിക്കുന്ന സ്ഥലത്ത് എത്തിയപ്പോഴേക്കും അവിടെ കൂട്ടുകാരിൽ ചിലർ ഇരിക്കുന്നതുകണ്ടു. സ്കൂൾ സമയത്തിന് അരമണിക്കൂർ എങ്കിലും നേരത്തെ അവളുടെ ബസ് എത്തുന്നതുകൊണ്ട് ആദിയയ്ക്ക് കൂട്ടുകാരുമായി ഒത്തുകൂടാൻ സാധിക്കുന്നു.

സൂസൻ, അബ്ദു എന്നിവർക്കൊപ്പം ആദിയ എത്തുമ്പോഴേക്കും കളിസ്ഥലത്തിനപ്പുറത്തുനിന്നും ശ്രീകാന്ത്, ശ്രീകുട്ടൻ ദ്വയങ്ങൾ

ഓടി വരുന്നത് കണ്ടു. എല്ലാവരുംചേർന്ന് ആദ്യ ബെല്ലടിക്കുന്നതു വരെ മാവിൽ കയറി കളിക്കുകയും അന്യോന്യം വിശേഷങ്ങൾ പങ്കു വയ്ക്കുകയും ചെയ്യുന്ന കൂട്ടത്തിൽ ആദിയ അമ്മയുടെ അസുഖ വിവരം അറിയിക്കുകയും ചെയ്തു.

അന്നത്തെ സ്കൂൾ അസംബ്ലി എല്ലാ കുട്ടികളും ഒരുമിച്ചുള്ളതായിരുന്നു. സാധാരണ മുക്കാൽ മണിക്കൂറാണ് അസംബ്ലി എങ്കിൽ അന്ന് ഒരു മണിക്കൂറാണ്. അന്ന് സ്റ്റേജിൽ ഹെഡ്മാസ്റ്ററോടൊപ്പം ഒരു കഷണ്ടിക്കാരനും ഇരിപ്പുണ്ടായിരുന്നു. ആദിയയും നാലാം ക്ലാസുകാരും മറ്റു ചെറിയ ക്ലാസ്സിലെ കുട്ടികൾക്കൊപ്പം ഹാളിന്റെ മുൻവശത്ത് ഇരുന്നു. ആറു മുതൽ ഒമ്പതുവരെയുള്ള കുട്ടികൾക്ക് പുറകിലാണ് സീറ്റ്. ടീച്ചർമാർ കുട്ടികളുടെ ഇടയിൽ അവിടവിടെയായി ഇരിപ്പുറപ്പിച്ചു.

പ്രധാന അദ്ധ്യാപകൻ പോൾ കുന്നുങ്കൽ ആമുഖമായി ഒരു സംസ്കൃതശ്ലോകം ചൊല്ലി. ഭഗവാൻ കൃഷ്ണൻ കർമ്മത്തെയും കർത്തവ്യത്തെയും കുറിച്ച് ഭഗവത്ഗീതയിൽ പറഞ്ഞത് കുട്ടികൾക്ക് മനസ്സിലാവുന്ന ഭാഷയിൽ വിവരിച്ചുകൊടുത്തു. ഇത്തരം അസംബ്ലിയിൽ അദ്ദേഹം ബൈബിളിൽ നിന്നും ഖുറാനിൽ നിന്നുമൊക്കെ മഹദ്‌വാക്യങ്ങൾ ലളിതമായി പറയാറുള്ളത് കേൾക്കാൻ കുട്ടികൾക്ക് വളരെ ഇഷ്ടമായിരുന്നു. അല്ലെങ്കിലും സ്നേഹിക്കാൻ മാത്രം അറിയാവുന്ന ആ വയോധികനെ, എല്ലാ കുട്ടികൾക്കും ഒരു അപ്പൂപ്പനോടെന്നപോലത്തെ വാത്സല്യവുമായിരുന്നു.

അദ്ദേഹം അറിയിച്ചു, ''ഇനി ഒരു മിടുക്കിയെ ഞാൻ സ്റ്റേജിലേക്ക് വിളിക്കുന്നു.'' പേര് പറയാതെ 'മിടുക്കി' എന്ന് പറഞ്ഞയുടൻ ഏഴാം ക്ലാസ്സിലെ കെ.എസ്. ആതിര എഴുന്നേറ്റ് സ്റ്റേജിലേക്ക് നടന്നത് എല്ലാവരിലും ചിരി പടർത്തി. ഇങ്ങനെ ഒരു പരിപാടി ഉണ്ടാവും എന്ന് ആ കുട്ടിയോട് നേരത്തെ പറഞ്ഞിരുന്നതുകൊണ്ടാവും പേരുപറയാതെതന്നെ ആ കുട്ടി എഴുന്നേറ്റത് എന്ന് ആദിയ ഊഹിച്ചു.

''എല്ലാവർക്കും ഈ മിടുക്കിയുടെ പേരറിയാമല്ലോ; ഏഴ് സിയിലെ കെ.എസ്. ആതിര'', ലളിതാംബിക ടീച്ചറിനോട് കുന്നുങ്കൽ മാഷ് കണ്ണു കാണിച്ചു. സംഗതി മനസ്സിലായ ടീച്ചർ ചെറുവാചകങ്ങളിൽ ആതിരയെ ഇന്ന് ആദരിക്കുന്നത് എന്തിനാണെന്ന് വിവരിച്ചു.

കഴിഞ്ഞ മാസം വീട്ടിലേക്ക് പോകുമ്പോൾ ആതിര റോഡിൽ ഒരു പട്ടിക്കുട്ടിയെ കണ്ടതും അത് ഓടി ബസ്സിനടിയിൽ പെട്ടുപോകുമെന്ന് തോന്നിയപ്പോൾ രക്ഷിച്ചെടുത്ത് വീട്ടിൽ കൊണ്ടുപോയതും പാലും ഭക്ഷണവും കൊടുത്ത് ഒരു മാസത്തോളം ശുശ്രൂഷിച്ചതും ആരോഗ്യം വീണ്ടെടുത്ത് കഴിഞ്ഞപ്പോൾ, അവനെ എസ്പിസിഎയിൽ ഏൽപ്പിച്ചതും ടീച്ചർ വിവരിച്ചു.

ജന്തുക്കളോടുള്ള കാരുണ്യവും അപകടത്തിൽപ്പെടാതെ രക്ഷിക്കുന്നതും അനുകമ്പ അർഹിക്കുന്നതിനെ ശുശ്രൂഷിക്കുന്നതും സ്വന്തം കാലിൽ നിൽക്കാൻ സഹായിച്ചു കഴിഞ്ഞാൽ സ്വതന്ത്രരാക്കുന്നതും സ്വതന്ത്രരാക്കാൻ കഴിഞ്ഞില്ലെങ്കിൽ സർക്കാർ നിയോഗിച്ചിരിക്കുന്നവർക്ക് കൈകാര്യം ചെയ്യാൻ സൗകര്യം ഒരുക്കുന്നതുമാണ് ഇതിൽ നിന്നും പഠിക്കേണ്ട പാഠം എന്ന് പോൾ കുന്നുങ്കൽ മാഷ് വിശദീകരിച്ചു. പിന്നെ ആ കുട്ടിക്ക് സമ്മാനം കൊടുക്കാൻ അതിഥിയെ ക്ഷണിച്ചു.

സർക്കാരിൽ എക്സൈസ് ഡിപ്പാർട്ടുമെന്റിലെ ഡോ. അശോക് ചന്ദ്ര പാണ്ഡ ഐപിഎസ് ആയിരുന്നു അതിഥി. ടീച്ചർമാർക്കും മുതിർന്ന ചില കുട്ടികൾക്കും ഒഴിച്ച് ഉദ്യോഗത്തിന്റെ പത്രാസ് ആർക്കും മനസ്സിലായില്ല; പ്രത്യേകിച്ചും സ്കൂളിലേക്ക് വരുന്നതുകൊണ്ട് പൊലീസ് യൂണിഫോം ധരിക്കാതെ അദ്ദേഹം വന്നതിനാൽ. മുണ്ടും ജൂബ്ബായും ധരിച്ച അദ്ദേഹം എഴുന്നേറ്റ് നിന്നപ്പോൾ, ഒരു സിനിമാ താരത്തെപ്പോലെ തിളങ്ങി.

ആതിരയ്ക്ക് കയ്യിൽ ഒരു മെമെന്റോയും നെറ്റിയിൽ ഒരു മുത്തവും കൊടുത്ത് അദ്ദേഹം മൈക്കിനടുത്തേക്ക് നടന്നു. ‘‘ബഹുമാനപ്പെട്ട, സ്കൂളിന്റെ ഹെഡ്മാസ്റ്റർ പോൾ കുന്നുങ്കൽ, ആദരവ് ഏറ്റുവാങ്ങിയ ആതിര, സ്കൂൾ അധ്യാപകരെ, എന്റെ കുഞ്ഞുസുഹൃത്തുക്കളേ’’ എന്ന് അദ്ദേഹം പറഞ്ഞതും ഹാളിലെ മുഴുവൻ കുട്ടികളും പരപ്രേരണ കൂടാതെ നീണ്ട കൈയടിച്ച് ആഹ്ലാദം പ്രകടിപ്പിച്ചു.

എല്ലാവരുടെയും മുഖത്ത് അത്ഭുതം. ‘‘അയ്യോ, ഇദ്ദേഹം മലയാളിയാണോ’’ എന്ന് ആദിയ അല്പം ഉറക്കെ പറഞ്ഞ കാര്യം തന്നെയായിരുന്നു എല്ലാവരുടേയും മനസ്സിലൂടെ കടന്നുപോയത്.

‘‘നന്ദി, നന്ദി.’’ അദ്ദേഹം ചിരിച്ചുകൊണ്ട് കൈ ഉയർത്തി കയ്യടി നിർത്താൻ ആവശ്യപ്പെട്ടു. ‘‘എന്റെ ആദ്യ നന്ദി നിങ്ങളുടെ കൈയടിക്ക്. രണ്ടാമത്തേത് എന്നെ ക്ഷണിച്ചതിന്. ഒരിക്കൽകൂടി നന്ദി.’’

പിന്നീട് അദ്ദേഹത്തിന്റെ ഡിപ്പാർട്ട്മെന്റിന്റെ പശ്ചാത്തലവും അവരുടെ ജോലിയുടെ രീതികളും അറിയിച്ചു. കുറേ നേരം, അന്നത്തെ ചർച്ചാവിഷയമായ മയക്കുമരുന്നുകളെക്കുറിച്ചും അതിന്റെ ഭവിഷ്യത്തിനെക്കുറിച്ചും ഓരോട്ടപ്രദക്ഷിണം നടത്തി.

‘‘നിങ്ങൾ പകുതിയോളം പേർ കുഞ്ഞുകുട്ടികളാണെന്ന് ഞാൻ കാണുന്നു. ഞാൻ പറഞ്ഞത്, പറയുന്നത്, പലതും അവർക്ക് മനസ്സിലാവാൻ ഇടയില്ല. അതിനാൽ ഞാൻ അധികം സംസാരിക്കുന്നില്ല. പകരം, നിങ്ങൾ ചോദിക്കൂ, ഞാൻ ഉത്തരം നൽകാം.’’

ഇത്തരം പരിപാടിക്ക് പോകുമ്പോൾ, എന്തിന്, മുസ്സൂറിയിലെ ട്രെയിനിംഗ് സെന്ററിൽ പോലും, ‘ചോദിക്കൂ’ എന്നു പറഞ്ഞാൽ ആദ്യത്തെ ചോദ്യം കിട്ടുന്നതിനുപോലും പലതവണ ആവശ്യപ്പെടേണ്ടി

വരാറുണ്ട് എന്ന അറിവിൽ, അദ്ദേഹം സ്വസ്ഥാനത്തിരിക്കാൻ ഒരുങ്ങി, തിരിഞ്ഞ് നോക്കുമ്പോൾ പത്തിരുപത് കൈ പൊങ്ങി നിൽക്കുന്നു. എല്ലാ മാസവും ഇതുപോലെ വിശിഷ്ട വ്യക്തികൾ വരുമ്പോൾ, ചോദ്യം ചോദിക്കാൻ അവസരമുണ്ട് എന്ന അറിവുള്ളതുകൊണ്ട് കുട്ടികൾക്ക് ഇക്കാര്യം ചിരപരിചിതം ആണെന്ന് അദ്ദേഹത്തിനറിയില്ലല്ലോ.

മൈക്കിനടുത്ത് തിരിച്ചെത്തി തമ്മിൽ ഏറ്റവും പ്രായം കുറഞ്ഞ കുട്ടിയെ കൈ ചൂണ്ടി അദ്ദേഹം ആവശ്യപ്പെട്ടു, ''മോൻ ചോദിക്കൂ. പക്ഷേ, പേര് പറയൂ ആദ്യം.''

അദ്ദേഹം പേര് പറയാൻ ആവശ്യപ്പെടേണ്ട കാര്യമില്ലായിരുന്നു. കുട്ടികൾക്കറിയാം, എല്ലാ ചോദ്യത്തിനും മുന്നേ പേരും ക്ലാസും വയസ്സും പറയണമെന്ന്.

''ഞാൻ റോബിൻ പീറ്റർ മൂന്ന് സിയിൽ പഠിക്കുന്നു, ഒമ്പത് വയസ്. എന്റെ സംശയം, അങ്ങ് എങ്ങനെയാണ് ഇത്ര നന്നായി മലയാളം പറയുന്നത്. മലയാളിയാണോ?''

മൂന്നാം ക്ലാസ്സിലെ ഒരു കുട്ടി അച്ചടിവടിവോടെ ഈ ചോദ്യം ചോദിച്ചതിൽ അഭിനന്ദനപൂർവ്വം ഹെഡ്മാസ്റ്ററെ നോക്കി അദ്ദേഹം പറഞ്ഞു. ''മിടുക്കൻ, നല്ല ചോദ്യം. മോന് ഒമ്പത് വയസ്സായി എന്ന് പറഞ്ഞില്ലേ; ആദ്യ രണ്ടു വയസ്സ് കഴിഞ്ഞാണ് മോൻ സംസാരി ക്കാൻ തുടങ്ങിയത്. അതായത് മോൻ ഏഴ് വർഷം കൊണ്ട് നല്ല മലയാളം സംസാരിക്കുന്നു, അല്ലേ. ഞാൻ കഴിഞ്ഞ 21 വർഷമായി കേരളത്തിലുണ്ട്. അപ്പോൾ ഞാനും നല്ല ഭാഷ സംസാരിക്കണ്ടേ?''

''ഞാൻ ഏവ പ്രദീപ്, എട്ട് എയിൽ പഠിക്കുന്നു. വയസ് പതി മ്മൂന്ന്. ചോദ്യം, സാർ ഇങ്ങനെ സ്കൂളുകളിൽ മുണ്ടൊക്കെ ഉടുത്ത് പഠിപ്പിക്കാൻ നടന്നാൽ സാറിന്റെ ജോലി ആര് ചെയ്യും?''

ആ ചോദ്യം കേട്ട് അതിലെ തമാശ ആസ്വദിക്കണോ അതിലെ ധ്വനി ഇഷ്ടപ്പെടാതെ ദേഷ്യം കാണിക്കണോ എന്ന് ഒരു നിമിഷം ശങ്കിച്ചപോലെ അദ്ദേഹം നിന്നു. പിന്നെ പറഞ്ഞു, ''ഒന്നാമത് ഞാനല്ല ഇത്തരം ക്ലാസുകളിൽ പോകുന്നത്. അതിന് ഒരു വലിയ ടീം തന്നെ ഉണ്ട്. ഒരു അനി കുമാർ, അസിസ്റ്റന്റ് എക്സൈസ് കമ്മീഷണർ ആണ് ഏകോപിപ്പിക്കുന്നത്. വളരെ ആത്മാർത്ഥതയുള്ള ഒരു ഉദ്യോഗസ്ഥൻ. ഞാനിവിടെ വരാൻ കാരണം; ഒരു മാറ്റത്തിനുവേണ്ടി മാത്രം. മുണ്ടു ടുത്ത്, മലയാളത്തിൽ സംസാരിക്കാൻ അധികം അവസരം കിട്ടാറില്ല. അതുമല്ല, ബുദ്ധിമതികളും ബുദ്ധിമാന്മാരും പഠിക്കുന്ന നഗരത്തിലെ ഏറ്റവും പേരുകേട്ട സ്കൂളല്ലേ ഇത്. മറ്റൊരു പ്രധാന കാര്യം ഇത്തരം ബോധവൽക്കരണവും ഞങ്ങളുടെ ജോലിയുടെ ഭാഗം തന്നെയാണ്.''

ഉത്തരം ഇഷ്ടപ്പെട്ടമട്ടിൽ, അതോ അദ്ദേഹത്തിന് തന്റെ ചോദ്യ ത്തിൽ നീരസം ഉണ്ടായിട്ടുണ്ടെങ്കിൽ മാറിക്കോട്ടെ എന്നു കരുതിയോ

ഏവ എഴുന്നേറ്റ് കൈ പൊക്കി കാണിച്ചു. അദ്ദേഹം ചിരിച്ചിട്ട് അടുത്ത ചോദ്യക്കാരനെ തേടി.

ആദിയയും എല്ലാ അവസരത്തിലും കൈ പൊക്കാറുണ്ടെങ്കിലും അദ്ദേഹം തെരഞ്ഞെടുക്കുന്നത് എപ്പോഴും വേറെ കുട്ടിയെ ആയിരുന്നു. ഇത്തവണയും ഒരു മുതിർന്ന കുട്ടിയുടെ നേരെ ആയിരുന്നു അദ്ദേഹം വിരൽ ചൂണ്ടിയത്.

''ഞാൻ തോമസ് ജോൺ. ഒൻപത് എയിൽ. വയസ് പതിന്നാല്. അങ്ങ് പറഞ്ഞല്ലോ, നല്ല കുട്ടികളും നല്ല സ്കൂളുമാണ് ഇതെന്ന്. എങ്കിൽ എന്തിനാണിവിടെ സംസാരിക്കാൻ വന്നത്. ഇവിടെ ഇത്തരം പ്രശ്നമൊന്നും ഇല്ലല്ലോ.''

ആ കുട്ടിയെ നോക്കി പുഞ്ചിരിച്ചിട്ട് പാണ്ഡജി പറഞ്ഞു, ''വളരെ വളരെ നല്ല ചോദ്യം. എനിക്കുറപ്പുണ്ട്, ഇന്നിവിടെ ചോദിച്ചതിലും ഇനി ചോദിക്കാനിരിക്കുന്നതിലും ഏറ്റവും നല്ല ചോദ്യം ഇതായിരിക്കും.''

അഭിമാനത്തോടെ തോമസ് ചുറ്റിനും നോക്കി. അവന്റെ ക്ലാസ് ടീച്ചർ അവനെ നോക്കി ശബ്ദമുണ്ടാക്കാതെ കയ്യടിച്ചു.

ധീര, തീരെ ശബ്ദം താഴ്ത്തി പറഞ്ഞു, ''ഇതു തന്നെയാണ് ഞാനും ചോദിക്കാനിരുന്നത്. നമ്മൊളൊക്കെ കൊച്ചു കുട്ടികൾ ആയിപ്പോയില്ലേ.'' എട്ടാം ക്ലാസ്സിൽ പഠിക്കുന്ന ശ്രീകുട്ടനേക്കാൾ തടിയുള്ള ധീര അപ്പറഞ്ഞത് കേട്ടപ്പോൾ ആദിയ മന്ദഹസിച്ചു.

''ഞാനീ പറയുന്നത് ഹെഡ്മാസ്റ്ററും ടീച്ചർമാരും പ്രത്യേകം ശ്രദ്ധിക്കണം. വലിയ വീട്ടിൽ ജനിച്ചതുകൊണ്ടോ വലിയ പേരുകേട്ട സ്കൂളിൽ പഠിക്കുന്നതു കൊണ്ടോ ഈ അപകടത്തിൽനിന്നും കുട്ടികൾ രക്ഷപ്പെടണമെന്നില്ല. ധാരാളം പണം ആവശ്യമുള്ളതാണ് ലഹരിയുടെ ഈ ഏർപ്പാട്. പണമുള്ള വീട്ടിലെ കുട്ടികൾക്ക് ഇത് കിട്ടാൻ താരതമ്യേന എളുപ്പമാണ്. വിൽക്കുന്നവർക്ക് പണം കിട്ടിയാൽ മതി, അതുകൊണ്ട് ധനമുള്ള വീട്ടിലെ കുട്ടികളെ വളയ്ക്കുന്നതാണ് അവർക്ക് എളുപ്പം. ഇവർ പഠിക്കുന്നതാണെങ്കിലോ, ഏറ്റവും കൂടുതൽ കാശു കൊടുത്ത്, ഏറ്റവും പേരുകേട്ട സ്കൂളിലും. ഇപ്പോൾ മനസ്സിലായില്ലേ, നിങ്ങളെയും അകറ്റി നിർത്താൻ സാധിക്കില്ലെന്ന്. വേറൊരു രീതിയിൽ പറഞ്ഞാൽ, പിണങ്ങരുതേ, നിങ്ങൾക്കൊക്കെയാണ് ഈ കുഴിയിൽ വീഴാൻ കൂടുതൽ സംഭവ്യത.''

'സംഭവ്യത' എന്ന് നല്ല സ്ഫുടതയോടെ ആ ഒഡീഷക്കാരൻ പറഞ്ഞതു കേട്ടപ്പോൾ, അദ്ദേഹം പറഞ്ഞതിന്റെ അന്തഃസത്തയെക്കാൾ അദ്ദേഹത്തിന്റെ സംസാരരീതിയിൽ പല അദ്ധ്യാപകരും ആകൃഷ്ടരായി. പക്ഷേ, ഇക്കാര്യത്തിൽ കൂടുതൽ വിശദീകരണം വേണമെന്ന് തീരുമാനിച്ച് 'ഇനി അടുത്ത ചോദ്യം ആര്' എന്ന് അതിഥി ചോദിച്ചപ്പോൾ, ഹെഡ്മാസ്റ്റർ കൈ പൊക്കി.

ഇത് ശ്രദ്ധിച്ച കമ്മീഷണർ ഹെഡ്മാസ്റ്ററോടു ചോദ്യം ചോദിക്കാൻ ആവശ്യപ്പെട്ടു. ''എങ്ങനെയാണ് ഇത്തരം കുട്ടികളെ കണ്ടു പിടിക്കുക? സ്കൂളിന്റെ ഉള്ളിൽ വച്ച് ഇത് ഉപയോഗിക്കാനോ, കൈമാറ്റം ചെയ്യാനോ സാധിക്കാതെ ഞങ്ങൾ നോക്കിക്കൊള്ളാം. ക്ലാസ് മോണിട്ടർമാരോടും ടീച്ചർമാരോടും ഇനി ഇക്കാര്യത്തിൽ പ്രത്യേകം ശ്രദ്ധ കൊടുക്കാൻ പറയാം. മാനേജരോട് പറഞ്ഞ് സിസിടിവി സ്ഥാപിക്കുന്ന കാര്യത്തെക്കുറിച്ച് ഞാൻ തീരുമാനിച്ചു കഴിഞ്ഞു. പക്ഷേ, വെളിയിൽ വച്ച്, അതായത് വീട്ടിലോ റോഡിലോ വച്ച് ഡ്രഗ്സ് ഉപയോഗം നടന്നാൽ സ്കൂളിന് എന്ത് ചെയ്യാൻ കഴിയും?''

ഹെഡ്മാസ്റ്ററെ നോക്കി ചെറുപുഞ്ചിരിയോടെ കമ്മീഷണർ പറഞ്ഞു, ''ഇന്നത്തെ രണ്ടാമത്തെ നല്ല ചോദ്യം. പല കാരണങ്ങൾ കൊണ്ടും കുട്ടികൾ സ്കൂളിൽ അസ്വസ്ഥരായി കാണും. എങ്കിലും കുട്ടികൾക്കുള്ള അസാധാരണ മാറ്റങ്ങൾ ശ്രദ്ധിക്കണം. എല്ലാ തലവേദനയും തലച്ചോറിലെ മുഴ കാരണമായിരിക്കണമെന്നില്ല. എങ്കിലും തലവേദനപോലും അവഗണിക്കാൻ പാടില്ല. അതുപോലെ, കുട്ടികളുടെ സ്വഭാവത്തിൽ പെട്ടെന്നുള്ള മാറ്റങ്ങൾ ടീച്ചർമാർ ശ്രദ്ധിക്കണം. ശാരീരികാസ്വാസ്ഥ്യം, പഠിക്കാനുള്ള താത്പര്യക്കുറവ്, ക്ലാസ്സിലെ ശ്രദ്ധക്കുറവ്, വസ്ത്രധാരണത്തിലെ അലസത, കള്ളം പറയുക, സ്കൂളിലെ പഴയ കൂട്ടുകാരുമായി അകൽച്ച, മറ്റു ക്ലാസിലെ മുതിർന്ന കുട്ടികളുമായി പുതിയ ബന്ധം എന്നിങ്ങനെ എന്തുമാവാം. ഇതൊക്കെ ഒന്നോ അതിൽ കൂടുതലോ ഒരു കുട്ടി കാണിക്കുന്നുണ്ടെങ്കിൽ, ലഹരിക്ക് അടിമപ്പെട്ടു എന്ന് കരുതണമെന്നില്ല. എന്നാലും ശ്രദ്ധിക്കേണ്ട സമയമായി എന്ന് മനസ്സിലാക്കുക. വീട്ടുകാരും പ്രത്യേകം ശ്രദ്ധിക്കേണ്ടിയിരിക്കുന്നു. നിങ്ങളുടെ പാരന്റ്സ്-ടീച്ചേഴ്സ് മീറ്റിംഗിൽ ഇതൊരു വിഷയമായി എടുത്ത് പലവുരു ചർച്ച ചെയ്യണം.''

ഹെഡ്മാസ്റ്റർ പറഞ്ഞു. ''ഞങ്ങളുടെ സ്കൂളിൽ വർഷം രണ്ടു തവണ എങ്കിലും ക്ലാസ് ടീച്ചർ എല്ലാ കുട്ടികളുടെയും വീട്ടിൽ പോകണം എന്നുണ്ട്. ഇനി ഇക്കാര്യങ്ങൾ കൂടി മനസ്സിൽ വച്ച് അദ്ധ്യാപകർ പരിശോധിക്കും. പിടിഎ മീറ്റിംഗിലെ പൊതുചർച്ചയിലും കുട്ടിയുമായി ചേർന്ന് അച്ഛനമ്മമാരോട് ചർച്ച ചെയ്യുമ്പോഴും ഇക്കാര്യങ്ങൾ ഉൾക്കൊള്ളിക്കാം.''

വാച്ചിൽ നോക്കിയിട്ട് കമ്മീഷണർ പറഞ്ഞു, ''ഇനി ഒരു ചോദ്യത്തിനുകൂടി സമയമുണ്ട്. ആർക്കുവേണം അത്?''

ഇത്തവണയും നറുക്ക് ആദിയയ്ക്ക് കിട്ടിയില്ല. പകരം ഒരു ടീച്ചർ ഭാഗ്യവതിയായി.

''സർ, ഞാൻ ദീപശ്രീ പ്രമോദ്. ഹൈസ്കൂളിൽ മലയാളം അദ്ധ്യാപികയാണ്. അങ്ങ് പറഞ്ഞതു പോലെ ഒരു പ്രശ്നമുള്ള കുട്ടിയെ

കാണുകയോ സംഭവം അറിയുകയോ ചെയ്താൽ, ഞങ്ങൾ എന്താണ് ചെയ്യേണ്ടത്. അതായത് ആരെ സമീപിക്കണം?''

അദ്ദേഹം പൊട്ടിച്ചിരിച്ചു. താൻ വല്ല അബദ്ധവുമാണോ ചോദിച്ചത് എന്ന് ചിന്തിച്ച ദീപ ടീച്ചർ ലജ്ജിച്ചു. കമ്മീഷണർ ചിരി നിർത്തി പറഞ്ഞു, ''ഏറ്റവും നല്ല ചോദ്യവും, രണ്ടാമത്തെ ചോദ്യവും ഞാൻ നേരത്തെ പ്രഖ്യാപിച്ചത് തെറ്റായല്ലോ എന്ന് ഓർത്ത് ചിരിച്ചതാണ്. എനിക്കിപ്പോൾ തോന്നുന്നു ഇതാണ് ഏറ്റവും നല്ല ചോദ്യം എന്ന്. ഞാനൊരു അഞ്ചക്ക നമ്പർ പറയാം. അത് എല്ലാവരും കുറിച്ചെടുക്കണം.'' പേപ്പറും പേനയും കയ്യിലില്ലല്ലോ എന്ന് വിചാരിച്ച് അങ്ങോട്ടുമിങ്ങോട്ടും എല്ലാവരും നോക്കിയപ്പോൾ അദ്ദേഹം തന്റെ നെഞ്ചിൽ കൈ തൊട്ടുകൊണ്ട് പറഞ്ഞു, ''കുറിക്കേണ്ടത് ഇവിടെയാണ്, നെഞ്ചിൽ. അതിന് സാധിക്കാത്തവർ.'' തലയിൽ തൊട്ടുകൊണ്ട്, ''ഇവിടെ, തലയിൽ.''

എല്ലാവരും ആ മാജിക് നമ്പറിനായി കാത്തു. '14405'. എന്നിട്ട് ഉറച്ച സ്വരത്തിൽ പറഞ്ഞു, ''എല്ലാവരും ഉറക്കെ പറയൂ.'' ശബ്ദം താഴ്ത്തി പലരും '14405' എന്ന് പറഞ്ഞു. ''പോരാ, എനിക്ക് കേൾക്കാൻ വയ്യ.'' ഉറക്കെ എല്ലാവരും പറഞ്ഞു. ''പോരാ, ഈ കെട്ടിടം കിടുങ്ങണം. ഇനിയുമിനിയും ഉറക്കെ.'' ഉച്ചത്തിൽ രസകരമായ ഒരു മത്സരത്തിന്റെ പരിസമാപ്തിപോലെ എല്ലാവരും തൊണ്ട പൊട്ടുമാറ് വിളിച്ചു, '14405.'

''കൊള്ളാം, പക്ഷേ, ചില ടീച്ചർമാർ പറഞ്ഞില്ലല്ലോ. ചുണ്ടനക്കുന്നതുപോലും കണ്ടില്ല. ഹെഡ്മാസ്റ്റർ ഉൾപ്പെടെ, ഞാൻ കൈ പൊക്കുമ്പോൾ, എല്ലാവരും, എല്ലാവരും ചേർന്ന് ഒരിക്കൽക്കൂടി ഉറക്കെപ്പറയൂ.''

ഇടിവെട്ടുന്നസ്വരത്തിൽ ആ സ്കൂൾ പരിസരമാകെ '14405' എന്ന നമ്പർ കറങ്ങി നടന്നു.

''ഇനി എന്താണീ നമ്പർ? ലഹരിയെക്കുറിച്ച് എന്തു കാര്യത്തിനും ഉപകരിക്കുന്ന ടോൾ ഫ്രീ നമ്പരാണ്. 14405 എന്നത്. ലഹരിയുടെ ഉപയോഗം കണ്ടാലോ ആരെയെങ്കിലും ലഹരിയുടെ അടിമത്തത്തിൽ നിന്നും രക്ഷിക്കണമെങ്കിലോ ആരെയെങ്കിലും കുടുക്കണമെങ്കിലോ എന്തെങ്കിലും കാര്യം കൂടുതൽ അറിയണമെങ്കിലോ എല്ലാറ്റിനുമായി ഈ ഒറ്റ നമ്പർ ഓർത്താൽ മതി. നമ്മെ നേർവഴി കാണിക്കും.''

അദ്ദേഹം ഹെഡ്മാസ്റ്ററിനും സ്കൂളിനും നന്ദി അറിയിച്ചു. ഒമ്പതിൽ പഠിക്കുന്ന മീനാക്ഷി കൃഷ്ണയ്ക്ക് കമ്മീഷണറെ ആദരിക്കാനും മെമെന്റോ കൊടുക്കാനുമുള്ള അവസരം കിട്ടി.

ആദിയ അമ്മയുടെ അസുഖവിവരം കലച്ചേച്ചിയോട് ചോദിക്കുന്നു.
ഈ സമയം യുവി പൂച്ചക്കുട്ടികളെ ഓടിപ്പിച്ചു കളിക്കുന്നു

മീറ്റിംഗ് കഴിഞ്ഞയുടൻ ആദിയ സ്കൂളിലെ ഓഫീസ് മുറിയിലേക്ക് ഓടി. അവൾക്ക് നല്ല പരിചയമുണ്ടായിരുന്ന ഓഫീസർ ആനി തോമസിനോട് കാര്യം പറഞ്ഞപ്പോൾ ആദിയ കൊടുത്ത നമ്പർ ഡയൽ ചെയ്ത് ലാൻഡ് ഫോൺ റിസീവർ കയ്യിൽ കൊടുത്തു. ''കലച്ചേച്ചിയാണോ അത്...അല്ല, അമ്മയോ? എന്താ വിശ്രമിക്കാൻ പറഞ്ഞിട്ട് മൊബൈലൊക്കെ? പനി കുറഞ്ഞെന്നോ? ചായ കുടിച്ചോ? ഇനി മിണ്ടാതെ കിടന്നോളൂ. പനി കുറഞ്ഞെന്നൊന്നും കണക്കാക്കണ്ട, ഉച്ചയ്ക്ക് പൊടിയരിക്കഞ്ഞി കുടിച്ചാൽ മതി. കലച്ചേച്ചിക്ക് ഫോൺ കൊടുത്തോളൂ. ശരി, വേണ്ടെങ്കിൽ വേണ്ട, ഞാൻ വയ്ക്കട്ടെ, ക്ലാസ്സിൽ പോവാറായി.''

ഉച്ചയ്ക്കുശേഷം ഒരിക്കൽക്കൂടി വിളിച്ചപ്പോൾ കലയെ കിട്ടി സംസാരിച്ചപ്പോഴാണ്. ആദിയയ്ക്ക് സമാധാനം കിട്ടിയത്. 'ഈ അമ്മമാരുടെ കാര്യം' എന്ന് ഓർത്ത് അവൾ കളിക്കളത്തിലേക്ക് ഓടി.

അന്ന് വൈകീട്ട് സ്കൂൾ വിടുന്നതുവരെ ആദിയയ്ക്കും സ്കൂളിലെ മറ്റു കുട്ടികൾക്കും സംസാരവിഷയം മയക്കുമരുന്നല്ലാതെ മറ്റൊന്നുമായിരുന്നില്ല. മിക്കവാറും എല്ലാക്ലാസ്സിലെ കുട്ടികളും അടുത്ത ദിവസം മുതൽ ശ്രദ്ധിക്കേണ്ട കാര്യങ്ങൾ തീരുമാനിച്ചുറച്ചു. ഒരു മണിക്കൂർ നേരം ക്ലാസ്സിലെ കുട്ടികളെ ശ്രദ്ധിക്കാൻ മോണിറ്ററിനെ ഏൽപിച്ചിട്ട് ടീച്ചർമാരുടെ യോഗം ഹെഡ്മാസ്റ്റർ നടത്തി. അതിലെ ഒരു തീരുമാനം 14405 എന്ന നമ്പർ എല്ലാ ക്ലാസ്സിലെയും വൈറ്റ് ബോർഡിന്റെ മേൽമൂലയിൽ ക്ലാസ് മോണിറ്റർ സ്ഥിരമായി എഴുതി ഇടണം എന്നതായിരുന്നു.

വൈകീട്ട് യുവിയുമായി വാതിൽ തുറന്ന് വീട്ടിൽ കയറിയ ഉടനെ, ലില്ലിയും ഓമനക്കുട്ടനും ഓടി വന്ന് അവരെ സ്വീകരിച്ചു. ലില്ലിയെ കോരിയെടുത്ത് ആദിയ അമ്മയെ അന്വേഷിച്ച് കിടപ്പുമുറിയിൽ പോയി. അമ്മ മൂടിപ്പുതച്ച് കിടക്കുകയായിരുന്നു. അമ്മ കള്ളം പറയുകയായിരുന്നോ, അസുഖം യഥാർത്ഥത്തിൽ കൂടുതൽ ആയിരുന്നോ, ഡോക്ടറെ കാണിക്കാൻ ടാക്സി പിടിക്കണോ എന്നൊക്കെ പരിഭ്രമത്തോടെ ഓർത്ത് പുതപ്പ് മാറ്റി നെറ്റിയിൽ തൊടാൻ നോക്കിയപ്പോൾ അമ്മ തിരിഞ്ഞ് അവളെ കെട്ടിപ്പിടിച്ച് കട്ടിലിൽ മറിച്ചിട്ടു. എന്നിട്ട് പൊട്ടിച്ചിരിച്ചു. വെളുത്ത ചിരിയോടെ കലച്ചേച്ചി പറഞ്ഞു, ''അസുഖമെല്ലാം പോയി മോളൂ. സ്കൂൾ ബസ് വന്നപ്പോൾ മോളെ കളിപ്പിക്കാൻ കേറി കിടന്നതാണ്.''

കളിക്ക് അമ്മയ്ക്ക് രണ്ടടി കൊടുത്തിട്ട് പറഞ്ഞു ''ഞാൻ മേല് കഴുകി വസ്ത്രം മാറി വരട്ടെ, എന്നിട്ടാണ് ബാക്കി അടി രണ്ടു പേർക്കും.''

യുവി ഈ സമയം പൂച്ചക്കുട്ടികളെ ഓടിച്ച് സോഫയ്ക്കടിയിൽ കയറ്റി അവയെ കുത്തി പുറത്തേക്കിടാൻ നോക്കുകയായിരുന്നു.

ആറ്

അത്തവണത്തെ ദുഃഖവെള്ളിയാഴ്ചയുടെ തൊട്ട് തലേ ദിവസമായാണ് വിഷു വന്നത്. അടുത്ത ദിവസം രണ്ടാം ശനിയാഴ്ചയും. സർക്കാരുദ്യോഗസ്ഥന്മാർക്ക് ആഹ്ലാദിക്കാനിനി വേറെന്തു വേണം. നേരത്തെ ആലോചിച്ചുറപ്പിച്ചതനുസരിച്ച് ആദിയയുടെ അമ്മ തിങ്കൾ, ചൊവ്വ, ബുധൻ ദിവസങ്ങൾ അവധി എടുത്ത് വച്ചിരുന്നു.

ആ ഒരാഴ്ച അവർ കടുംകുട്ടിയിലുള്ള അമ്മയുടെ തറവാട്ടിലേക്ക് പോയി. അവധിയെടുത്ത് അച്ഛനും കൂടേണ്ടതായിരുന്നു. അവസാന നിമിഷം അത് റദ്ദ് ചെയ്യേണ്ടി വന്നതിനാൽ, കുട്ടികൾക്ക് ദുഃഖം തോന്നി. എങ്കിലും പെട്ടെന്ന് തന്നെ അതിനെ അവർ മറികടന്നു.

അവർ താമസിക്കുന്ന പട്ടണത്തിൽ നിന്നും ബസിന് നാലുമണിക്കൂർ യാത്രയുണ്ട് കടുംകുട്ടിക്ക്. ആദിയയ്ക്കും യുവിക്കും ഏറ്റവും സന്തോഷമുണ്ടാക്കുന്ന സ്ഥലം. അമ്മയുടെ കുടുംബ വീട്. അപ്പൂപ്പനും ചെറിയമ്മയും ചെറിയച്ഛനും മാത്രം അവിടെ താമസം. വലിയമ്മയും വലിയച്ഛനും കുട്ടികളുമായി അമേരിക്കയിൽ ആണ്.

കടുംകുട്ടിയിൽ വരുമ്പോൾ, അപ്പൂപ്പനുമായാണ് അവർ കൂടുതൽ സമയം ചിലവഴിക്കുന്നത്. ഇത്തവണയും പതിവ് തെറ്റിച്ചില്ല. അപ്പൂപ്പന്റെ ചുമലിൽ കയറി നീണ്ട തലമുടിയിലും താഴ്ന്ന് കിടക്കുന്ന മേൽ മീശയിലും പിടിച്ചു വച്ച് പറമ്പു മുഴുവൻ നടത്തിക്കാനാണ് യുവിക്ക് ഇഷ്ടം.

തനി നാട്ടിൻപുറം. പത്തുപതിനഞ്ചേക്കർ സ്ഥലം അവർക്ക് ഉണ്ട്. കുറേ ജോലിക്കാരും പാടവും നോക്കെത്താദൂരത്തെ പച്ചപ്പും കിളികളും നായ്ക്കളും. എല്ലാംകൊണ്ടും പട്ടണത്തിലെ കുടുസ്സായ സ്ഥലത്തെ ജീവിതത്തിൽനിന്ന് കുട്ടികൾക്ക് വലിയൊരു മാറ്റമാണിത്.

ഇത്തവണ അവർ സ്കൂളിൽ നിന്നും പ്രത്യേകം അനുവാദം വാങ്ങി സൂസനെക്കൂടെ കൂട്ടി. ഒരാഴ്ച അവർ പറമ്പിൽ അടിച്ചു പൊളിച്ച് സമയം ചിലവഴിച്ചു. ആഹാരം കഴിക്കാനും ഉറങ്ങാനും മാത്രം

വീട്ടിൽ എന്ന അവസ്ഥ. പൊതുവെ വെളിയിൽ പോകാൻ മടിയുള്ള യുവി, പക്ഷേ, എപ്പോഴും അപ്പൂപ്പന്റെ ചുമലിലിരുന്ന് ഉഴവുകാളകളെ നിയന്ത്രിക്കുന്ന മട്ടിൽ, പറമ്പ് മുഴുവൻ നടത്തിച്ചു.

പലപ്പോഴും ആദിയയുടെ ചെറിയച്ഛനും അവരോട് കളിക്കാൻ കൂടി. അദ്ദേഹം അടുത്ത പട്ടണത്തിൽ ഒരു ഡിപ്പാർട്ട്മെന്റ് സ്റ്റോറിന്റെ ഉടമ ആയിരുന്നതിനാൽ, സമയം അദ്ദേഹത്തിന്റെ വരുതിയിലായിരുന്നു. സർക്കാർ ഉദ്യോഗസ്ഥരെപ്പോലെ ആരുടെയും അനുവാദത്തിന് കാത്ത് നിൽക്കേണ്ട; ഇനി അത് ഒന്നുരണ്ടു ദിവസം കടയിൽ പോകാതിരിക്കാനാണെങ്കിലും.

സൂസനും ഈ ഒരാഴ്ച സ്വർഗ്ഗതുല്യമായിരുന്നു. പലപ്പോഴും ആദിയയുടെ അമ്മയുടെ നാട്ടിൽ പോകുമ്പോൾ, തന്നെയും കൂടെ കൊണ്ട് പോകണമെന്ന് ആവശ്യപ്പെടാൻ അവൾ ആഗ്രഹിച്ചതാണ്. ഇത്തവണ, പക്ഷേ, ആദിയ തന്നെ മുൻകൈ എടുത്തു.

ചെറിയച്ഛനും അപ്പൂപ്പനും അവരെ പല നാടൻ കളികളും പഠിപ്പിച്ചു. പാണ്ടികളി, കൊന്നിക്കളി, അക്കുത്തിക്കുത്ത് മുതലായവ കഴിഞ്ഞ തവണ വന്നപ്പോൾ കളിക്കണമെന്നുണ്ടായിരുന്നെങ്കിലും പറ്റിയ കമ്പനി ഇല്ലാതിരുന്നതിനാൽ സാധിച്ചില്ല. ഇത്തവണ, എല്ലാത്തിനും തയ്യാറെന്നമട്ടിൽ സൂസൻ ഉണ്ടായിരുന്നതുകൊണ്ട് ആദിയയ്ക്ക് വളരെ സന്തോഷമായി. ഇനി ഇങ്ങോട്ട് വരുമ്പോഴൊക്കെ സൂസനെക്കൂടി കൊണ്ടുവരണമെന്ന് ആദിയയും തീരുമാനിച്ചു.

യുവിക്ക് ഏറ്റവും ഇഷ്ടം പറമ്പിനുള്ളിൽകൂടെ പോകുന്ന ചെറുഅരുവിയിലെ കുളിയാണ്. അതിനുമുമ്പ് ഒരു മണിക്കൂറോളമുള്ള മീൻപിടിത്തം അവനെ ഏറെ ആകർഷിച്ചിരുന്നു. മാനത്തുകണ്ണിയെപ്പോലെ ചെറുമീനുകളെ മാത്രമേ കിട്ടിയിരുന്നുള്ളൂ എങ്കിലും തോർത്ത് വിരിച്ച് അവയെ പിടിക്കുമ്പോഴുള്ള അവന്റെ ആഹ്ലാദം പറഞ്ഞറിയിക്കാൻ വയ്യ. യുവിയുടെ സന്തോഷം കണ്ട് ആദിയയുടെയും മനം കുളിർത്തു. യുവി പിടിച്ച മീനുകളെ, ചാവുന്നതിനുമുമ്പ് അരുവിയിലെ വേറൊരു ഭാഗത്ത് സ്വതന്ത്രരാക്കി വിടുന്ന ജോലി അപ്പൂപ്പന്റെ നിർദ്ദേശപ്രകാരം സൂസൻ ഏറ്റെടുത്തു.

നാടൻ പലഹാരങ്ങളും വാഴക്കൂമ്പ്, വാഴപ്പിണ്ടി, കൊത്തൻ ചക്ക, ചേമ്പ്, ചേന, മുരിങ്ങയില എന്നിവയൊക്കെ ചേർത്ത കറികളും ആദിയയ്ക്കും സൂസനും വളരെ ഇഷ്ടമായി. ഇറച്ചിയും മീനുമില്ലാത്ത ഊണാണ് എന്ന കാര്യം സൂസൻ ഓർത്തതേ ഇല്ല.

അങ്ങനെയിരിക്കെ ചെറിയച്ഛൻ എന്തോ നഷ്ടപ്പെട്ട കാര്യം പറയുന്നത് ആദിയ ശ്രദ്ധിച്ചു. പ്രാതൽ സമയത്തെ സംസാരത്തിനിടയിലാണ് പേഴ്സിൽ നിന്നും കാശ് പോകുന്നോ എന്ന സംശയം

ആദിയയുടെ അമ്മവീടായ കടുംകുട്ടിയിലെ അപ്പൂപ്പനും
ചെറിയച്ഛനും സൂസനും യുവിയും

അദ്ദേഹം പ്രകടിപ്പിച്ചത്. ആദിയയും മറ്റും എത്തിയതിന്റെ രണ്ടാം ദിനമായിരുന്നു അത്.

''പൈസയെപ്പറ്റി ഒരു ശ്രദ്ധയുമില്ല, അതാണ്,'' എന്ന് ചെറിയമ്മയും ''നീ അലമാരയിലൊക്കെ ഒന്നുകൂടി നോക്ക്'' എന്ന് അപ്പൂപ്പനും ആവശ്യപ്പെട്ടതോടെ അവരുടെ ജോലി കഴിഞ്ഞു. ആദിയയുടെ മനസ്സിൽ നിന്നും പക്ഷേ, ഈ സംഭവം പോയില്ല. കടയിലേക്ക് പോകാൻ നേരം അവൾ ചെറിയച്ഛനോട് ചോദിച്ചു, ''പണം എന്നും കാണാതെ പോകാറുണ്ട് എന്ന് പറഞ്ഞത് ശരിയാണോ?''

''എന്നുമില്ല, മിക്ക ദിവസങ്ങളിലും.''

''പേഴ്സിലെ പൈസ എപ്പോഴാണ് കാണാതാവുന്നത്?''

''അത് ഞാൻ നോക്കിയില്ല. അല്ല പെണ്ണേ, അങ്ങനെ സമയമറിയാമായിരുന്നു എങ്കിൽ ഞാൻ കള്ളനെ അപ്പോഴേ പൊക്കില്ലേ! അതുമല്ല, എല്ലാ പണവും പോകാറില്ല. അഞ്ഞൂറിന്റെ ഒന്നല്ലെങ്കിൽ രണ്ട് നോട്ട് മാത്രം.''

പ്രശ്നത്തിന് ഉത്തരം കിട്ടിയപോലെ ഒരു ചെറു പുഞ്ചിരി ആദിയുടെ മുഖത്ത് മിന്നി മറഞ്ഞു. അവൾ ചെറിയച്ഛനോട് പറഞ്ഞു, ''ഇനിത്തൊട്ട് പേഴ്സിന്റെ ഉള്ളിൽ പൈസ എണ്ണി മാത്രമേ വയ്ക്കാവൂ. അഞ്ഞൂറു രൂപ നോട്ട് മാത്രം. വീട്ടിൽ വച്ചും കടയിൽ വച്ചും കൃത്യം ഓരോ മണിക്കൂർ വച്ച് എല്ലാ കാശുമുണ്ടോ എന്ന് പരിശോധിക്കണം.''

അപ്പറഞ്ഞത് ഒരു കുട്ടിയുടെ ജല്പനമായി കണക്കാക്കി അഭിപ്രായത്തിന് വലിയ പ്രാധാന്യം കൊടുക്കാതെ അയാൾ പുറത്തേക്ക് പോയി. ചെറിയച്ഛന് കൊടുത്ത നിർദ്ദേശം മറ്റാരോടും പറയാതെ വൈകീട്ട് അയാൾ വീട്ടിലെത്തിയപ്പോൾ ആദിയ ചോദിച്ചു, ''എല്ലാ മണിക്കൂറിലും നോക്കിയോ?''

ഓ, ഇതാണോ വലിയ കാര്യം എന്ന മട്ടിൽ അയാൾ ഇല്ലെന്ന് ആംഗ്യം കാണിച്ചു. ചെറിയമ്മ അപ്പോൾ അതുവഴി വന്നതിനാൽ ആദിയ വിഷയം അവിടെ വിട്ടു.

അദ്ദേഹം മേലുകഴുകി വേഷം മാറിവന്നപ്പോൾ, മറ്റാരും അടുത്തില്ല എന്ന് ഉറപ്പ് വരുത്തി അവൾ ചെറിയച്ഛനോട് ചോദിച്ചു, ''കള്ളനെ കണ്ടുപിടിക്കണ്ടേ?''

ആദിയ ഈ പ്രശ്നം വിടാതെ പിൻതുടരുന്നതിൽ രസം തോന്നിയ ചെറിയച്ഛൻ ആദിയയുടെ പിന്നിൽ ഉറച്ച് നിൽക്കുന്നതായി അഭിനയിക്കാൻ തീരുമാനിച്ചു, അവളുടെ കളി എവിടംവരെ പോകുമെന്ന് നോക്കാമല്ലോ എന്ന മട്ടിൽ. ''ഉവ്വ്, വേണം,'' അയാൾ ചാരുകസേരയിൽ അമർന്നിരുന്ന് പറഞ്ഞു.

അയാളുടെ മടിയിൽ ചാടിക്കേറി ഇരുന്ന് ചെവിക്കരികെ ചുണ്ടു ചേർത്തുവച്ച് അവൾ വലിയ രഹസ്യമെന്തോ പറയുന്ന മട്ടിൽ സ്വരം താഴ്ത്തി പറഞ്ഞു, ''എങ്കിൽ ഇക്കാര്യം പരമരഹസ്യമായിരിക്കണം. നമ്മൾ രണ്ടുപേരും മാത്രമേ ഈ കള്ളം കണ്ടുപിടിക്കാൻ ശ്രമിക്കുന്നുള്ളൂ എന്ന കാര്യം ചെറിയച്ഛൻ ഓർക്കണം.'' വലിയ തത്ത്വജ്ഞാനം പറയുന്ന മട്ടിൽ അവൾ കൂട്ടിച്ചേർത്തു, ''ആരെയും വിശ്വസിക്കാൻ പാടില്ല. ആരും കള്ളനാവാം; ഞാനും ചെറിയച്ഛനും ഒഴിച്ച്.''

''അതിന് ഇവിടുള്ളവരാണോ എടുക്കുന്നത് എന്നറിയില്ലല്ലോ. മിക്കവാറും ആ ജോലിക്കാരി കാർത്തു ആവും. അവളെ പിടിച്ച് രണ്ടു കുടകുടഞ്ഞാൽ മണി മണിപോലെ സത്യം പറയും.'' വെറും അഞ്ഞൂറോ ആയിരമോ രൂപ വല്ലപ്പോഴും പോകുന്നു എന്ന സംശയം മാത്രം ഉള്ളപ്പോൾ, ഇതിന് പിന്നിലൂടെ സഞ്ചരിക്കാൻ അയാൾക്ക് വലിയ താല്പര്യം ഇല്ലായിരുന്നു എന്നതാണ് സത്യം. സംസാരിക്കാൻ മറ്റു വിഷയമൊന്നും ഇല്ലാത്തതുകൊണ്ട്, ഒരിക്കൽ പ്രാതൽ സമയത്ത് അങ്ങ് പറഞ്ഞുപോയെന്നേ ഉള്ളൂ.

അദ്ദേഹത്തിന്റെ മനസ്സ് വായിച്ചെടുത്ത മട്ടിൽ ആദിയ പറഞ്ഞു, ''എത്ര പണം പോയി എന്നതല്ല പ്രധാനം. ഇപ്പോൾ അഞ്ഞൂറ്. ഇങ്ങനെ ധൈര്യം കാട്ടി ഒരിക്കൽ ഇത് അഞ്ച് ലക്ഷമായാൽ? ഇങ്ങനെ അഞ്ഞൂറു വച്ച് നൂറു തവണ പോയാൽ എത്രയായി നഷ്ടം?''

സത്യത്തിൽ ആദിയയ്ക്ക് ആ കണക്ക് ശരിക്കറിയില്ലായിരുന്നു. അമ്പതിനായിരമോ അഞ്ച് ലക്ഷമോ എന്ന സംശയം ഉണ്ടായതുകൊണ്ട് അവൾ തുക പറഞ്ഞില്ല.

ആദിയ പറയുന്നതിൽ കാര്യമുണ്ടെന്ന് അയാൾക്ക് സമ്മതിക്കേണ്ടി വന്നു. ആദിയ തുടർന്നു, ''മാത്രമല്ല ചെറിയച്ഛാ, നമ്മൾ ശ്രദ്ധിക്കാത്ത സമയം ഇവിടെ എത്ര പുറംജോലിക്കാരുണ്ട്, അവരാരെങ്കിലും അകത്തു കയറി എടുക്കുന്നതാണെങ്കിലോ. ഇടയ്ക്കിടെ കാശ് പോകുന്നതുകൊണ്ടാണ്, അടുത്ത തവണ മോഷ്ടിക്കുമ്പോൾതന്നെ കയ്യോടെ പിടിക്കാൻ മോഷണം നടക്കുന്ന സമയം കണ്ടുപിടിക്കണം എന്നു പറഞ്ഞത്.''

ആദിയ പറയുന്നത് യുക്തിയുക്തം ആണന്ന് അദ്ദേഹത്തിന് തോന്നി. അത് സമ്മതിച്ചുകൊടുക്കാൻ അയാൾക്ക് വിഷമമുണ്ടായിരുന്നുമില്ല.

''അതിരിക്കട്ടെ, ചെറിയച്ഛാ. വീട്ടിൽ വന്നതിനുശേഷം തന്നെയാണ് കാശ് പോകുന്നത് എന്ന് ഉറപ്പുണ്ടോ?''

''ഉറപ്പില്ല. ഇന്നുമുതൽ നോക്കാം''

''ചെറിയച്ഛൻ ഒരു കാര്യം ചെയ്യൂ. അതിലെ പൈസ എല്ലാം മാറ്റി, അഞ്ഞൂറു രൂപയുടെ നാലു നോട്ട് മാത്രം വയ്ക്കൂ. അപ്പോൾ

കണക്ക് നോക്കാൻ എളുപ്പമാവും.'' ആദിയ ആ പറഞ്ഞതിൽ കാര്യമുണ്ടെന്ന് തോന്നി അയാൾ മുറിക്കുള്ളിൽ പോയി അപ്രകാരം ചെയ്ത് തിരിച്ചു വന്നപ്പോഴേക്കും ആദിയ കൂട്ടുകാരിയോടൊത്ത് കളിക്കാൻ മുറ്റത്തേക്കിറങ്ങി. ഇനിയും തന്നെ കണ്ടില്ലെങ്കിൽ സംശയം ഉണ്ടാവും എന്ന് തോന്നിയതിനാലാണ് അവൾ അങ്ങനെ ചെയ്തത്.

അടുത്ത ദിവസം പ്രാതൽ സമയത്ത് ചെറിയമ്മ ചോദിച്ചു, ''ഇന്ന് കാശൊന്നും പോയില്ലേ?''

ആദിയയെ ഒന്ന് നോക്കിയിട്ട് അയാൾ പറഞ്ഞു, ''ഇന്നും പോയി. അഞ്ഞൂറു രൂപ മാത്രം.''

ആദിയയുടെ അപ്പൂപ്പൻ വഴക്കിന്റെ സ്വരത്തിൽ പറഞ്ഞു, ''നിനക്ക് പണത്തിന്റെ കാര്യത്തിൽ കൂടുതൽ ശ്രദ്ധ വേണം. ഇങ്ങനാണെങ്കിൽ കടയിൽ ബിസിനസ്സ് ചെയ്ത് എത്ര കാശ് കളഞ്ഞു കാണും.'' താനീ നാട്ടുകാരിയേ അല്ല എന്ന മട്ടിൽ ആദിയ ആഹാരം കഴിക്കുന്നതിൽ പൂർണ്ണ ശ്രദ്ധ കൊടുത്തു.

അപ്പോഴേക്കും അപ്പൂപ്പൻ ആ ബോംബിട്ടു; ''ഞാൻ ഉച്ചയ്ക്ക് ആ എസ്ഐ സുഗുണനോട് കാര്യം പറയാൻ പോവുകയാണ്. ഈ വീട്ടിൽ വച്ച് മോഷണം, എന്റെ കൺമുന്നിൽ. ഇത് നടത്താൻ സമ്മതിക്കില്ല.''

ആദിയ ഞെട്ടി. തന്റെ ആശയം തകരാൻ പോകുന്നു. എന്തെങ്കിലും പറയണം എന്ന് വിചാരിച്ചപ്പോഴേക്കും ചെറിയച്ഛൻ രക്ഷയ്ക്കെത്തി, ''ഇപ്പോൾ വേണ്ട. ഞാൻ ഒന്നുകൂടി നോക്കട്ടെ. ഡിപ്പാർട്ട്മെന്റ് സ്റ്റോറിലോ വഴിക്ക് വച്ചോ മറ്റോ ആണോ എന്ന് നോക്കട്ടെ. ഇനി ഇക്കാര്യക്കുറിച്ച് ഇവിടെ ചർച്ച വേണ്ട.''

രണ്ടു മൂന്നു ദിവസം കളിയും ചിരിയും തമാശയുമൊക്കെയായി പെട്ടെന്ന് കടന്നുപോയി. ഇതിനിടെ യുവി ഒരു ചെറുമരത്തിൽ അള്ളിപ്പിടിച്ചു കയറിയപ്പോൾ വീണ് കാൽമുട്ടിലെ തൊലി പൊട്ടിയതും, വീട്ടിലെ റൂബി എന്ന പട്ടി സൂസനെ ഓടിച്ചതും, അപ്പൂപ്പന്റെ പുറത്ത് യുവി ഇരിക്കെ ആദിയയും സൂസനും കൂടി കയറാൻ ശ്രമിച്ചപ്പോൾ എല്ലാവരുംകൂടി വീണതും, പറമ്പിന്റെ അതിരിൽ ഇരുന്നൂറോളം തേക്കിൻ തൈ നടാൻ കുട്ടികൾ എല്ലാവരും ചേർന്ന് സഹായിച്ചതും പാടത്ത് വെറുതെ കിടന്ന ഒരു കണ്ടത്തിൽ ചെറിയച്ഛന്റെ നേതൃത്വത്തിൽ എല്ലാവരും കൂടി ചാടി തലവരെ ചെളിയാക്കി ചെറിയമ്മയുടെ വഴക്ക് വയറ് നിറയെ കിട്ടിയതും ചില ചെറിയ സംഭവങ്ങൾ മാത്രം.

ഇനി രണ്ടു ദിവസമേ ഉള്ളൂ തിരിച്ചുപോകാൻ. ആരോ അത്താഴം കഴിക്കുന്ന സമയത്ത് ഓർമ്മിപ്പിച്ചപ്പോൾ മുതൽ അപ്പൂപ്പനുൾപ്പടെ എല്ലാവർക്കും ദുഃഖമായി.

അവർ തമ്മിലെ രഹസ്യധാരണയ്ക്ക് ശേഷം രണ്ടു തവണ കൂടി ചെറിയച്ഛന്റെ പേഴ്സിൽ നിന്നും പണം പോയി. ആദിയയുടെ ഉപദേശപ്രകാരം നിരീക്ഷിച്ചതിനാൽ, വീട്ടിൽ നിന്നു തന്നെയാണ് കാശ് പോകുന്നത് എന്നും, ആഴ്ചയിൽ മൂന്നുദിവസംവരെ ഇങ്ങനെ പോകുന്നുണ്ട് എന്നും, ചെറിയച്ഛൻ രാവിലെ കുളിക്കാൻ പോകുന്ന സമയത്തിനടുപ്പിച്ചാണ് കാശ് പോകുന്നത് എന്നും ഇതിനിടയ്ക്ക് ആദിയ മനസ്സിലാക്കി എടുത്തു.

അവൾ അതിനനുസരിച്ചുള്ള ഒരു പദ്ധതി തയ്യാറാക്കി. അക്കാര്യം ചെറിയച്ഛനോടുപോലും പറഞ്ഞില്ല. ആരെയും നമ്പാൻ കൊള്ളില്ല എന്നതിൽ ചെറിയച്ഛനും പെടുമല്ലോ എന്നതായിരുന്നു അവളുടെ വിചാരം. തന്റെ എല്ലാമെല്ലാമായ സൂസനോടുപോലും പറയാത്ത രഹസ്യം എന്തിന് ചെറിയച്ഛനോട് പറയണം. ഇനി പണം പോകുന്നില്ലെങ്കിലോ?

''മറ്റന്നാൾ തിരിച്ച് പോകണം എന്നുള്ളതുകൊണ്ട് നാളെ ഒരു ദിവസം മാത്രമേ കുറ്റവാളിയെ കയ്യോടെ പിടിക്കാൻ സമയമുള്ളൂ. ഇന്ന് പണം പോകാത്ത സ്ഥിതിക്ക് നാളെ നടക്കും.'' ആദിയ കണക്ക് കൂട്ടി.

അന്ന് വൈകീട്ടോടെ അവൾ ജോലിക്കാരിക്ക് വിശ്രമിക്കാൻ കൊടുത്തിരിക്കുന്ന മുറിയിൽ കടന്ന് ചുവരിൽ തൂക്കിയിട്ടിരുന്ന ചെറിയ മുഖക്കണ്ണാടി എടുത്ത് താൻ കിടക്കുന്ന കട്ടിലിലെ മെത്തയുടെ അടിയിൽ ഒളിച്ചുവച്ചു. പറഞ്ഞപ്പോൾ എളുപ്പമാണെങ്കിലും ആരും കാണാതെ ഒരു കള്ളിയെപ്പോലെ, (ഒരു കള്ളനെ പിടിക്കാനുള്ള ഉദ്യമത്തിനാണെങ്കിൽ പോലും) രണ്ടുമുറിക്ക് അപ്പുറത്തു നിന്ന് കണ്ണാടി സ്വന്തം മുറിയിൽ എത്തിക്കുക എന്നത് ആദിയയ്ക്ക് ശ്രമകരമായ കാര്യമായിരുന്നു. പ്രത്യേകിച്ചും ഒന്നുകിൽ യുവി അല്ലെങ്കിൽ സൂസൻ അവളെ വിടാതെ പിടികൂടിയിരുന്ന അവസരത്തിൽ.

ജോലിക്കാരി വീട്ടിൽപോയ ഉടൻ തുടങ്ങിയ ഉദ്യമം ഒരു മണിക്കൂറെടുത്ത് ആദിയ വിജയിപ്പിച്ചു. 'നാളെ അവർ വരുമ്പോഴേക്കും മുറിയിൽ എത്തിക്കാൻ സാധിക്കില്ലെങ്കിലും ഉച്ചയൂണു സമയത്ത് എപ്പോഴെങ്കിലും ആ മുഖക്കണ്ണാടി തിരികെ കൊണ്ടിടണം,' ആദിയ ഓർത്തു.

അടുത്ത ദിവസം രാവിലെ ചെറിയമ്മ ഉണർന്ന് അടുക്കളയിൽ പോവുകയും ചെറിയച്ഛൻ മുറ്റത്ത് ചെടികളെ ശുശ്രൂഷിക്കാൻ ഇറങ്ങുകയും ചെയ്ത സമയത്ത് ആദിയ അവരുടെ മുറിയിൽ കടന്ന് ആ മുറിയുടെയും പുറത്തെ ഹാളിന്റെയും ഇടയിലുള്ള ചുവരിലെ ജനാല കുറ്റിയെടുത്ത് ലേശം തുറന്നിട്ടു. പിന്നെ അവൾ പുറത്തു വന്ന് ജനാല ലേശം കൂടി തുറന്നിട്ട് ജോലിക്കാരിയുടെ മുഖക്കണ്ണാടി

ജനാലയുടെ കട്ടിളയിൽ ചാരി വച്ചു. എന്നിട്ട് ഹാളിലെ സോഫയിൽ അവൾ നേരത്തെ നിശ്ചയിച്ച സ്ഥലത്ത് വന്നിരുന്ന് കണ്ണാടിയിലൂടെ മുറിക്കുള്ളിൽ കാണാമോ എന്ന് പരിശോധിച്ചു. പത്തോളം തവണ തിരിച്ചും ചെരിച്ചും വച്ചപ്പോൾ കണ്ണാടിയുടെ കൃത്യമായ സ്ഥാനം അവൾക്ക് കിട്ടി. ചെറിയച്ഛന്റെ മുറിയിൽ ലൈറ്റ് ഇടുമെങ്കിൽ സോഫയിൽ നിശ്ചയിച്ച സ്ഥലത്തിരുന്നാൽ, വ്യക്തമായി ഉൾവശം അവൾക്ക് കാണാം; പ്രത്യേകിച്ചും, പേഴ്സ് വച്ചിരുന്ന ഷെൽഫ്.

ആദിയ ഓർത്തു: ചെറിയച്ഛൻ കുളിക്കുമ്പോഴാണ് അല്ലെങ്കിൽ വീട്ടിൽ വന്ന ശേഷമാണ് പൈസ പോകുന്നത് എന്നറിയാമെന്നതിനാൽ, ആ പേഴ്സ് അലമാരിക്കുള്ളിൽ വച്ച് പൂട്ടി താക്കോൽ ചെറിയച്ഛനോ ചെറിയമ്മയോ വച്ചാൽ പ്രശ്നം തീരേണ്ടതാണ്. പക്ഷേ, ആദിയയുടെ ആഗ്രഹത്തിൽ മോഷണം കയ്യോടെ തന്നെ പിടിക്കണം എന്നാണ്. പണം നഷ്ടപ്പെടാതിരിക്കുക എന്നതിനെക്കാളും പ്രധാനം വീട്ടിനുള്ളിൽ കയറി മോഷ്ടിക്കുന്ന ആ കള്ളനെ പിടിക്കുക എന്നതല്ലേ. ഇതിനൊക്കെ പുറമേ ഒരു പ്രശ്നം തെളിയിക്കുമ്പോൾ കിട്ടുന്ന സുഖം, അതൊന്നു വേറെ തന്നെയാണ്.

ലോകത്തിന്നുവരെ ഒരു പ്രശ്ന പരിഹാരവും ആലോചിച്ച് ഉറപ്പിച്ച രീതിയിൽ നടന്നിട്ടില്ല എന്നതിന് ഉത്തമ ഉദാഹരണമാണ് അവിടെയും നടന്നത്. 'ഞാനിതാ കുളിക്കാൻ പോകുന്നു' എന്ന് ആവശ്യത്തിലധികം ഉച്ചത്തിൽ ചെറിയച്ഛൻ വിളിച്ച് പറഞ്ഞയുടൻ ആദിയ 'തന്റെ' സ്ഥലത്തിരിക്കാൻ ഓടി വന്നപ്പോൾ അതാ സോഫയിൽ അതേ സ്ഥലത്ത് യുവി. എത്ര പറഞ്ഞിട്ടും അവന് മാറാനുദ്ദേശ്യമില്ല. ചേച്ചിയുടെ രഹസ്യം ഞാൻ പൊളിക്കും എന്ന് പ്രതിജ്ഞയെടുത്ത മട്ടിൽ അവനവിടെ ഇരുന്നു. ആദിയയ്ക്ക് വെപ്രാളമായി. സമയം പോകുന്നു. രണ്ടു ദിവസത്തെ തന്റെ തയ്യാറെടുപ്പ് മുഴുവൻ വെള്ളത്തിലാകാൻ പോകുന്നു. ഇപ്പോൾ തന്നെ താമസിച്ചു പോയിക്കാണും, കുറ്റകൃത്യം നടന്നു കാണും.

ഭാഗ്യം, പക്ഷേ, ധൈര്യവതിയുടെ കൂടെയാണല്ലോ; ഇന്നിപ്പോൾ ആദിയയുടെ കൂടെ. ആ സമയം സൂസൻ അതുവഴി വന്നപ്പോൾ, ആദിയ അവളോട് എന്തെങ്കിലും സൂത്രം പ്രയോഗിച്ച് യുവിയെ പുറത്തു കൊണ്ടുപോകാൻ ആവശ്യപ്പെട്ടു. അപ്പോൾ കിട്ടിയ ബുദ്ധിയിൽ സൂസൻ യുവിയോട് പറഞ്ഞു, ''നീ വരുന്നോ ഇന്നലെ നിന്റെ ചെറിയച്ഛൻ കുറേ കോഴിക്കുഞ്ഞുങ്ങളെ കൊണ്ടുവന്നു.'' കൈ കൊണ്ട് ആംഗ്യം കാട്ടിയിട്ട് അവൾ ആദിയയോട് പറഞ്ഞു ''ഇത്രയേ ഉള്ളൂ.''

സ്പ്രിംഗ് പോലെ ചാടി എഴുന്നേറ്റ് യുവി പുറത്തേക്ക് ഓടുകയും ആദിയ മിടിക്കുന്ന ചങ്കോടെ ആ സ്ഥാനത്ത് ചാടിയിരിക്കുകയും

ചെയ്തു. ഇതു കണ്ട സൂസൻ തിരിച്ച് വന്നു, ''നീയെന്താ ഇവിടെ ഇരിക്കുന്നത്? കോഴിക്കുഞ്ഞിനെ കാണണ്ടേ?''

''അതൊരു രഹസ്യമാണ്. ഞാൻ സ്കൂളിൽ ചെന്നിട്ട് പറയാം. സത്യം! ഇപ്പോൾ അവനെ ഒന്ന് ഒഴിവാക്കി താ.''

ആദിയയെ പൂർണ്ണമായും വിശ്വസിക്കാതെ കുറച്ച് നിമിഷം അവളെ നോക്കി നിന്നശേഷം, തീരുമാനിച്ചുറച്ച മട്ടിൽ സൂസൻ യുവിയുടെ പിറകെ പോയി.

ആ നിമിഷം തന്നെ കണ്ണാടിയിലൂടെ ആദിയ ആ കൃത്യം കണ്ടു. ഒരാൾ ഷെൽഫിലെ പേഴ്സ് തുറക്കുന്നതും പണമെടുക്കുന്നതും തിരിച്ച് അതേ സ്ഥലത്ത് വയ്ക്കുന്നതും. മുറിയിൽ ലൈറ്റ് ഇടാത്ത തിനാൽ, ആരാണ് ചെയ്തത് എന്ന്, പക്ഷേ, കാണാൻ സാധിച്ചില്ല. സാരിയുടുത്ത ഒരാളാണ്. അതായത് കള്ളി, കള്ളനല്ല.

അവൾ ഓടി ചെറിയച്ഛന്റെ മുറിയിൽനിന്നും ഭക്ഷണം കഴിക്കുന്ന മുറിയുടെ വാതിൽക്കലേക്ക് എത്തിയതും, 'കള്ളി' മുറിക്കുള്ളിൽ നിന്നും പുറത്തേക്കിറങ്ങിയതും ഒരുമിച്ചായിരുന്നു.

ഒന്നും സംഭവിക്കാത്ത മട്ടിൽ രണ്ടുപേരും മുന്നോട്ട് നടന്നു. ആദിയ ചെറിയച്ഛന്റെ മുറിയിൽ കയറി അദ്ദേഹം കുളിച്ച് പുറത്തേ ക്കിറങ്ങുന്നതിന് കാത്തു നിന്നു. അയാൾ എത്തിയയുടൻ അവൾ താമസംവിനാ പറഞ്ഞു, ''കള്ളനല്ല, കള്ളിയാണ്. ഇപ്പോൾ ആരെന്ന് പറയാൻ സാധിക്കില്ല. രാത്രിക്ക് മുമ്പ് എന്നെ കാണൂ. ആരുമില്ലാ ത്തപ്പോൾ.''

അയാൾക്ക് ആ അനിശ്ചിതത്വം ഇഷ്ടപ്പെട്ടില്ല. കള്ളിയാണെ ങ്കിൽ ഇപ്പോൾ തന്നെ വിളിച്ച് വിരട്ടി ജോലിയിൽ നിന്നും പറഞ്ഞു വിടുകയോ പൊലീസിൽ ഏൽപ്പിക്കുകയോ ചെയ്യേണ്ടതല്ലേ. അയാൾ ക്കത് ഇഷ്ടപ്പെട്ടില്ല എന്ന് മനസ്സിലാക്കിയ ആദിയ പറഞ്ഞു, ''ചെറിയ ച്ഛൻ ധൃതിപിടിച്ച് ഒന്നും ചെയ്യരുത്. നമ്മുടെ ഈ രഹസ്യം കുറച്ച് നേരംകൂടി സൂക്ഷിക്കുക. രാത്രി ആഹാരത്തിനുമുമ്പ് നമുക്ക് സംസാ രിക്കണം. ഓർക്കണം, ആരോടും മിണ്ടരുത്.''

ഇത് കേട്ടാണ് ചെറിയമ്മ മുറിക്കുള്ളിൽ എത്തിയത്, ''എന്താ ണിത്ര രഹസ്യം?''

ഒരു നിമിഷം പരിഭ്രമിച്ചെങ്കിലും സമചിത്തത പെട്ടെന്ന് വീണ്ടെ ടുത്ത് ചെറിയച്ഛൻ പറഞ്ഞു, ''ഓ, ഒന്നുമില്ല. പിള്ളാരുടെ ഓരോ തമാശ. ഡിപ്പാർട്ട്മെന്റ് സ്റ്റോറിൽ നിന്നും നിനക്ക് തരാൻ രഹസ്യ മായി ഒരു സമ്മാനം വാങ്ങി വരാൻ പറഞ്ഞതാണ്.''

കൃത്രിമ ദേഷ്യത്തോടെ, എന്നാൽ ചെറിയച്ഛന്റെ സമയോചിത മായ കള്ളത്തിൽ സന്തോഷിച്ച്, അയാളുടെ വയറ്റിൽ രണ്ടിടി

കൊടുത്തിട്ട് ആദിയ പറഞ്ഞു, ''രഹസ്യം പൊളിച്ചു.'' പിന്നെ മുറിയിൽ നിന്നും ഓടി.

അന്ന് കളികളിൽ പങ്കെടുത്ത ആദിയയ്ക്ക് പക്ഷേ, ചിന്തകളുടെ ആധിക്യത്താൽ അധികം ആഹ്ലാദിക്കാൻ സാധിച്ചില്ല. പിറകേ നടന്ന സൂസന് ആ 'രഹസ്യം,' അതായത് എന്തിനാണ് സോഫയിൽ യുവി ഇരുന്ന സ്ഥലത്തുതന്നെ ഇരിക്കണമെന്ന് വാശിപിടിച്ചത് എന്ന് അറിയണം. സൂസൻ പറഞ്ഞു, ''ഞാനൊരിക്കൽ അവിടെ പോയി ഇരുന്നു. എനിക്ക് ഒന്നും കാണാൻ സാധിച്ചില്ല.''

ജോലിക്കാരിയുടെ കണ്ണാടി അതിനു മുമ്പേ ജനാലയിൽ നിന്നും മാറ്റി തന്റെ മെത്തക്കടിയിൽ വച്ചിരുന്നതിനാൽ സൂസന് ഒന്നും കാണാൻ സാധിക്കാത്തതിൽ ആദിയയ്ക്ക് അത്ഭുതം തോന്നിയില്ല.

''ശരി. ഞാനൊരു കാര്യം പറഞ്ഞാൽ ചെയ്തു തരുമെങ്കിൽ, ഞാൻ എന്തിനാണ് അവിടെ ഇരുന്നത് എന്ന് പറയാം. പക്ഷേ, അത് നാളെ നാട്ടിൽ എത്തിയശേഷം മാത്രം.'' ആദിയ ആ പറഞ്ഞത് മനസ്സില്ലാമനസ്സോടെ സൂസന് സമ്മതിക്കേണ്ടി വന്നു.

ആദിയ സ്വന്തം മുറിയിലെ, മെത്തയ്ക്കടിയിൽ നിന്നും മുഖക്കണ്ണാടി എടുത്ത് സൂസന്റെ കയ്യിൽ കൊടുത്തിട്ട് പറഞ്ഞു, ''ഇത് ആരും കാണാതെ ജോലിക്കാരിയുടെ മുറിയിൽ കൊണ്ടുവയ്ക്കണം. ആരെങ്കിലും കണ്ടാലും സാരമില്ല. എവിടെ വച്ചാണോ നിന്നെ കണ്ടത് അവിടെ തറയിൽ കിടന്നതാണെന്ന് പറയണം.''

''എന്തോ, എനിക്കിതൊന്നും പിടിക്കുന്നില്ല. എന്തോ കൂടുതൽ ചീഞ്ഞു നാറുന്നു.'' മനസ്സില്ലാമനസ്സോടെ സൂസൻ മുഖക്കണ്ണാടി വാങ്ങി. 'കണ്ണാടി മുറിയിൽ എത്തിച്ചു' എന്ന് വൈകീട്ടത്തെ ചായയുടെ സമയമായപ്പോൾ അവൾ അറിയിച്ചു. കൃത്യം മുറിയിൽ കടന്നപ്പോഴേക്കും ജോലിക്കാരി കണ്ടുപിടിക്കുകയും ചോദ്യം ചെയ്യുകയും ചെയ്തു. 'ഇതാ ഇപ്പോ നന്നായത്. തറയിൽ കിടന്ന കണ്ണാടി ചവിട്ടി പൊട്ടിക്കാതെ നിങ്ങളെ ഏൽപ്പിച്ചതാണോ കുറ്റം' എന്ന സൂസന്റെ ചോദ്യത്തിൽ അവർ ചൂളിപ്പോയി.

''ഇനി പറ, എന്തായിരുന്നു ഈ നാടകം?'' സൂസൻ ആവശ്യപ്പെട്ടു.

''നോ, നോ, നോ. നാളെക്കഴിഞ്ഞ്. അവിടെ എത്തിയിട്ട്. ഈ ആദിയ ഒരു കാര്യം ഏറ്റാൽ അത് ചെയ്തിരിക്കും.''

ഇനി ആദിയയിൽ നിന്നും ഒന്നും കിട്ടില്ലെന്ന് ഉറപ്പായതുകൊണ്ട് സൂസൻ അവളെയും വിളിച്ച് കളികളിൽ മുഴുകി.

വൈകീട്ട് ചെറിയച്ഛൻ എത്തിയശേഷം അദ്ദേഹവും ആദിയയും നല്ല മുഹൂർത്തം നോക്കി നടന്നു, കാര്യങ്ങൾ ചർച്ച ചെയ്യാൻ.

ഒന്നുകിൽ യുവി അല്ലെങ്കിൽ സൂസൻ ആദിയയെ ചുറ്റിപ്പറ്റി നടന്നു. ചെറിയമ്മയ്ക്ക് ഓരോ സഹായങ്ങൾ ചെയ്തുകൊടുക്കേണ്ടി വന്നതിനാൽ ചെറിയച്ഛന് സ്വതന്ത്രമാവാനേ സാധിച്ചില്ല.

അവസാനം, ഏകദേശം ഏഴുമണി ആയപ്പോൾ ആദിയ സൂസന്റെ സഹായം ആവശ്യപ്പെട്ടു. ''ഇന്ന് രാവിലെ ഞാൻ മുഖക്കണ്ണാടിയുടെയും സോഫയിലെ എന്റെ ഇരിപ്പിന്റെയും കാര്യം നാട്ടിൽ ചെന്നിട്ട് പറയാമെന്ന് അറിയിച്ചിരുന്നില്ലേ. അത് നടക്കണമെങ്കിൽ എനിക്ക് ചെറിയച്ഛനോട് സ്വകാര്യമായി ഒരു കാര്യം പറയണം. എങ്കിലേ എന്റെ പ്രോജക്ട് വിജയിച്ചു എന്ന് പറയാൻ സാധിക്കൂ.''

''അതിന് ഞാൻ എന്താണ് ചെയ്യേണ്ടത്?''

''നീയും യുവിയും എന്നെ കുറച്ചുനേരത്തേക്ക് ശല്യപ്പെടുത്തരുത്. ഞാനൊരു നാടകം കളിക്കാൻ പോകുന്നു.'' ആദിയ അറിയിച്ചു.

അവൾ നേരെ ചെറിയച്ഛനും ചെറിയമ്മയും ഇരുന്നിടത്തേക്ക് ചെന്ന് തമാശയെന്നോണം ചെറിയച്ഛന്റെ വയറിൽ കുറേ ഇടിച്ചു. ''എന്താണപ്പാ എന്റെ ഭർത്താവിനെ ഇടിച്ച് കൊല്ലുന്നോ?'' എന്ന് ചെറിയമ്മ ദേഷ്യം അഭിനയിച്ച് പറഞ്ഞു.

''ഈ മനുഷ്യൻ പറഞ്ഞു പറ്റിക്കുകയാണ്. രാവിലെ അല്ലേ, ചെറിയമ്മയ്ക്ക് തരാൻ സമ്മാനം കൊണ്ടുവരാം എന്ന് പറഞ്ഞത്. എന്നിട്ട് മറന്നു. ഞാൻ ഓർമ്മിപ്പിക്കുകയും കൂടി ചെയ്തതാണ്.'' ഇതും പറഞ്ഞ് ആദിയ കരച്ചിൽ അഭിനയിച്ചു.

''എനിക്കിപ്പം സമ്മാനം വേണം.'' അവൾ ചിണുങ്ങി. സമ്മാനം തനിക്കാണെന്ന അറിവിൽ ചെറിയമ്മ ആദിയയുടെ പക്ഷം പിടിച്ചു.

''നിങ്ങൾ ഒരു കാര്യം ചെയ്യ്. കടയിൽ ഫോൺ വിളിച്ച് പറ എന്തോന്നാണെങ്കിലും വാങ്ങി കൊടുത്തയയ്ക്കാൻ.'' ചെറിയമ്മ പറഞ്ഞു.

''എന്തെങ്കിലും പോരാ, എനിക്ക് തെരഞ്ഞെടുക്കണം. ചെറിയച്ഛൻ കൂടെ വാ. നമുക്ക് പെട്ടെന്ന് പോയി വരാം. അത്താഴത്തിനുമുമ്പ് എത്താം.'' ആദിയ നിർബന്ധം പിടിച്ചു.

''വേണ്ട മോളേ, നാളെ ഞാൻ വാങ്ങി തരാം.'' ചെറിയച്ഛൻ ഗുട്ടൻസ് മനസ്സിലാക്കാതെ മടിപിടിച്ചു.

അയാളെ നോക്കി, ചെറിയമ്മ കാണാതെ, കണ്ണിറുക്കിക്കാണിച്ച് ആദിയ പറഞ്ഞു, ''നാളെ രാവിലെ ഞങ്ങൾ പോവുകയല്ലേ. എനിക്ക് ഇന്നുതന്നെ ചെറിയമ്മയ്ക്ക് കൊടുക്കണം.''

കാര്യം മനസ്സിലാക്കിയ ചെറിയച്ഛൻ വേഷം മാറാൻ പോയി.

ആ തക്കത്തിൽ ചെറിയമ്മ പറഞ്ഞു, ‘‘നല്ല വളമതി മോളേ. കാശ് അദ്ദേഹം കൊടുത്തോളും.’’

കൊച്ചു കള്ളീ എന്ന് ആദിയ ഓർത്തു.

സൂസന്റെ ചുമതലയായിരുന്നു യുവി അറിയാതെ ആദിയയ്ക്ക് ചെറിയച്ഛന്റെ കൂടെ കാറിൽ രക്ഷപ്പെടാനുള്ള സൗകര്യം ഒരുക്കൽ.

യാത്രയുടെ തുടക്കത്തിൽ തന്നെ ആദിയ ആ രഹസ്യം പൊട്ടിച്ചു, ‘‘പണമെടുക്കുന്നത് മറ്റാരുമല്ല, ചെറിയമ്മ തന്നെ.’’

പെട്ടെന്ന് വണ്ടി ബ്രേക്കിട്ട് നിർത്തി അയാൾ ചോദിച്ചു, ‘‘ശരിയാണോ കുട്ടീ ഇത്?’’

‘‘ഞാനെന്റെ കണ്ണുകൊണ്ട് കണ്ടതല്ലേ. ചെറിയമ്മ ‘മോഷ്ടിക്കുന്നത്’ എന്ന രീതിയിലാവില്ല എടുക്കുന്നത്. ‘തന്റെ ഭർത്താവിന്റെ കാശ്, തനിക്ക് അവകാശപ്പെട്ട കാശ്, താൻ എടുക്കുന്നു.’ അതുകൊണ്ട് നമുക്ക് ഇത് വിട്ടുകളയാം.’’

‘‘അതെങ്ങനെ ശരിയാവും. എന്റെ അറിവില്ലാതെ, കള്ളിയെപ്പോലെ പാത്തുവന്ന്..... ഒട്ടും ശരിയല്ല. ചോദിച്ചിട്ടുതന്നെ കാര്യം. ഞാൻ ആരെയൊക്കെ സംശയിച്ചു എന്നോ. നിന്റെ കൂട്ടുകാരി സൂസനെപ്പോലും,’’ വിഷമത്തോടെ ചെറിയച്ഛൻ പറഞ്ഞു.

സൂസനെയും സംശയിച്ചു എന്നു പറഞ്ഞപ്പോൾ ആദിയയ്ക്ക് വിഷമം തോന്നി. പക്ഷേ, സൂസനെ തനിക്ക് മാത്രമല്ലേ അടുത്തറിയൂ. അവൾ ചെറിയച്ഛന്റെ മേൽ കൈ വച്ചിട്ട് ഉപദേശിച്ചു, ‘‘അതു വേണ്ട ചെറിയച്ഛാ. ആകെ മോശമാവും. എല്ലാവർക്കും. കള്ളം കണ്ടുപിടിച്ചത് മാത്രമല്ല, അത് ചോദ്യം ചെയ്തു എന്നതും ചെറിയമ്മ സഹിക്കില്ല.’’

വെറും പത്തു വയസ്സുമാത്രമുള്ള ഒരു കുട്ടിയാണ് തന്നെ ഉപദേശിക്കുന്നത് എന്ന് അപ്പോൾ അയാൾ ഓർത്തില്ല. സ്വന്തം ചേച്ചിയുമായി സംസാരിക്കുന്ന അതേ ഭാവത്തിൽ അയാൾ പറഞ്ഞു, ‘‘നീ പറഞ്ഞതിലും കാര്യമുണ്ട്. പക്ഷേ, ഞാനറിഞ്ഞു എന്ന് അവളറിയണം.’’

‘‘അതിനൊരു വഴിയുണ്ട്. അതു പറയാനുമാണ് സ്വകാര്യമായി കാണണം എന്ന് പറഞ്ഞത്. നാളെതൊട്ട് കുറച്ച് ദിവസത്തേക്ക് കുളിക്കാൻ പോകുമ്പോൾ പേഴ്സ് കുളിമുറിയിൽ കൊണ്ടു പോവുക.’’ ആദിയ പറഞ്ഞു.

‘‘അതുകൊണ്ട് എന്ത് മെച്ചം? അവൾ, ഞാനുറങ്ങിക്കിടക്കുമ്പോൾ എടുക്കും.’’ അയാൾ പറഞ്ഞു.

‘‘ഇല്ല, ചെറിയച്ഛാ. ആദ്യത്തെ തവണ തന്നെ കുളിക്കാൻ ചെറിയച്ഛൻ കയറി വാതിലടച്ചശേഷം പഴ്സ് എടുക്കാൻ ചെറിയമ്മ വരുമ്പോൾ അതവിടെ കാണാത്തതിനാൽ, കാര്യം മനസ്സിലാവും.

അവർക്ക് ചോദിക്കാൻ പറ്റില്ലല്ലോ, എവിടെ പേഴ്സ് എന്ന്. അപ്പോൾ കള്ളി വെളിച്ചത്താവും. ചെറിയച്ഛൻ കുളിക്കാൻ പോകുമ്പോഴാണ് കാശ് പോകുന്നത് എന്ന് കണ്ടുപിടിച്ച കാര്യം നമുക്ക് രണ്ടുപേർക്ക് മാത്രമേ അറിയൂ.''

''എടീ മിടുക്കീ. അത് ശരിയാണല്ലോ.'' അവളെ ചേർത്ത് പിടിച്ച് അയാൾ നെറ്റിയിൽ ഒരു മുത്തം കൊടുത്തു.

''തീർന്നില്ല. ചെറിയച്ഛൻ ഒരു കാര്യം കൂടെ ചെയ്യണം. ഒന്നു രണ്ടു ദിവസം കഴിഞ്ഞ് നിങ്ങൾ കിടക്കുന്ന സമയത്ത്, അവസരോ ചിതമായി സംശയം ഒന്നും തോന്നാത്ത രീതിയിൽ, 'നിനക്ക് ആഴ്ച തോറും ആയിരം രൂപ വെറുതെ തരാൻ പോവുന്നു.' അത് ഏതെങ്കിലും ഒരു സ്ഥലം പറഞ്ഞിട്ട്, അവിടെ വയ്ക്കും എന്ന് പറയണം. ചെറിയമ്മയ്ക്ക് ജോലിയൊന്നുമില്ലല്ലോ, അപ്പോൾ സ്വന്ത മായി വരുമാനമൊന്നും ഇല്ല. ചെറിയ ചെറിയ സ്വകാര്യ ആവശ്യ ത്തിന് പണം ചെറിയച്ഛൻ കൊടുത്തില്ലെങ്കിൽ എവിടുന്നു കിട്ടും?''

ഒരിക്കൽ കൂടി അവളെചേർത്തു പിടിച്ചിട്ട് അയാൾ പറഞ്ഞു, ''മോൾ പറഞ്ഞത് എത്ര വലിയ കാര്യം. ഞാനിത്രയ്ക്കൊന്നും ഓർ ത്തതേ ഇല്ല. അവൾക്ക് ഒരു സംശയവും തോന്നാതിരിക്കാൻ ഈ ആഴ്ച തന്നെ കോ-ഓപ്പറേറ്റീവ് ബാങ്കിൽ അവളുടെ പേരിൽ അക്കൗണ്ട് തുടങ്ങാൻ പോകുന്നു. ഡെബിറ്റ് കാർഡും, ഗൂഗിൾ പേയും ഒക്കെ പഠിപ്പിക്കാനെന്ന വ്യാജേന ഇതിൽ ഞാൻ ഇടയ്ക്കിടെ പണമിട്ട് കൊടുക്കും. മാനേജരോട് പറയും എപ്പോൾ ആ അക്കൗ ണ്ടിൽ 5000 രൂപയിൽ താഴെ ബാലൻസ് പോകുന്നോ അപ്പോൾ എന്റെ അക്കൗണ്ടിൽ നിന്നും പണം അങ്ങോട്ട് മാറ്റാൻ.''

''എനിക്കിതൊന്നും മനസ്സിലായില്ല. ചെറിയച്ഛന്റെ ഇഷ്ടംപോലെ ചെയ്യുക. നാം, പക്ഷേ, ചെറിയമ്മയുടെ മുഖം രക്ഷിക്കാൻ ആരോടും ഇക്കാര്യം പറയാൻ പാടില്ല. പ്രത്യേകിച്ചും ചെറിയമ്മയും അപ്പൂപ്പനും എന്റെ അമ്മയും ഇതറിയരുത്.'' ആദിയ പറഞ്ഞു നിർത്തിയ ഉടൻ പൂർണ്ണസമ്മതം എന്ന മട്ടിൽ അയാൾ ആദിയയ്ക്ക് ഒരു 'ഹൈ ഫൈവ്' കൊടുത്തു.

''അപ്പോൾ മടങ്ങാം, എല്ലാം ശുഭമായല്ലോ.'' ചെറിയച്ഛൻ കാർ തിരിക്കാൻ തുടങ്ങി.

''അപ്പോൾ ചെറിയമ്മയ്ക്കുള്ള സമ്മാനമോ? അത് വാങ്ങാനല്ലേ നാം വന്നത്. എന്താണ് വേണ്ടത് എന്ന് ചെറിയമ്മ പറഞ്ഞതെന്ന റിയാമോ, ഒരു സ്വർണ്ണവള.''

''അതാ ഇപ്പോ നന്നായത്. കള്ളിയുടെ കള്ളത്തരം കണ്ടുപിടി ച്ചതുകൊണ്ട് മാത്രം ഒരു സമ്മാനം.'' ചെറിയച്ഛൻ അത് പറഞ്ഞ് കാറ് മുന്നോട്ട് എടുത്തപ്പോഴും ആദിയയ്ക്ക് ചിരി നിർത്താനായില്ല.

ഏഴ്

അമ്മയുടെ നാടായ കടുംകുട്ടിയിൽ നിന്നും തിരിച്ചെത്തിയശേഷം ആദിയ വലിയ ഉത്സാഹത്തിലായിരുന്നു. ചെറിയച്ഛന്റെ പ്രശ്നത്തിന് ഒരു പരിഹാരമാവാൻ ഹേതുവായതിൽ അവൾക്ക് അഭിമാനം തോന്നി. എന്തൊക്കെയോ നേടിയ പ്രതീതി.

യുവിയും അമ്മയും പോലും തിരിച്ചെത്തിയശേഷം നല്ല സന്തോഷത്തിലായിരുന്നു.

തിങ്കളാഴ്ച സ്കൂളിൽ എത്തിയ ഉടൻതന്നെ സൂസൻ ആദിയയുടെ പിറകെ കൂടി, ആ രഹസ്യമറിയാൻ. മറ്റാരോടും പറയില്ലെന്ന് ആയിരം വട്ടം സത്യം ചെയ്യിച്ചിട്ട് സ്കൂൾ അസംബ്ലി തുടങ്ങുന്നതിനുമുമ്പു തന്നെ വിശദമായി ആദിയ ആ കഥ പറഞ്ഞു. മറു ചോദ്യമൊന്നും ചോദിക്കാതെ നല്ല ഒരു ശ്രോതാവിന്റെ മട്ടിൽ സൂസൻ മുഴുവനും കേട്ടു. എന്നും അവർ ഇരിക്കുന്ന മാവിൻചുവട്ടിൽ നിന്നും ദൂരെ മാറിയിരുന്നായിരുന്നു സംസാരം.

ആദിയയുടെ വിവരണം മുഴുവൻ കേട്ടുകഴിഞ്ഞപ്പോൾ, സൂസൻ ഒന്നും മിണ്ടിയില്ല. അവളോട് ആദ്യമേ പറയാത്തതിന്റെ ദേഷ്യമാവും കാരണം എന്ന് ആദിയ ഊഹിച്ചു. പക്ഷേ, പെട്ടെന്ന് സൂസൻ ആദിയയുടെ തോളിൽ കയ്യിട്ട് അവളെ ചേർത്ത് നിർത്തിയിട്ട് പറഞ്ഞു, ''ഇത് എന്റെ മനസ്സിൽ ഭദ്രമായിരിക്കും, വാക്ക് തരുന്നു. ആരോടും നീയിക്കാര്യം പറയാത്തതിന്റെ കാരണം ഇപ്പോൾ എനിക്ക് മനസ്സിലായി. നിന്റെ അപ്പൂപ്പനോ അമ്മയോ അറിഞ്ഞാൽ പ്രശ്നം ആവുമായിരുന്നു. മിടുക്കി. വാ, ഇനി അസംബ്ലിക്ക് പോകാം.''

ഇതുകൂടി കേട്ടുകഴിഞ്ഞപ്പോൾ ആദിയക്ക് സന്തോഷം ഇരട്ടിയായി. അന്ന് അസംബ്ലിയിലും ക്ലാസ്സിലുമൊന്നും അധികം ശ്രദ്ധ കൊടുക്കാൻ ആദിയയ്ക്കായില്ല.

പക്ഷേ, വൈകീട്ട് വീട്ടിലെത്തിയപ്പോൾ, പുതിയ ഒരു പ്രശ്നം അവളെ കാത്തു കിടക്കുകയായിരുന്നു. കലച്ചേച്ചി അവളോട് അമ്മ ഇന്ന് കുറച്ച് താമസിച്ചേ വരൂ എന്ന് അറിയിച്ചു. ''കാര്യം എനിക്കറിയില്ല. പേടിക്കണ്ട. അമ്മ വന്നിട്ടേ ഞാൻ പോവൂ.''

പതിവുപോലെ കുളി കഴിഞ്ഞ് ലില്ലിയും ഓമനക്കുട്ടനുമായി സ്വീകരണമുറിയിൽ അവൾ അമ്മയെ കാത്തിരുന്നു. പണിയൊക്കെ കഴിഞ്ഞതിനാൽ കലച്ചേച്ചിയും അവളോടൊപ്പം കൂടി. മോൾ അമ്മയുടെ നാട്ടിലെ വിശേഷം പറ എന്നു പറഞ്ഞ് അവളെ സംസാരിപ്പിക്കാൻ പ്രേരിപ്പിച്ചു. ഒരാഴ്ച പൂച്ചകളെ ശല്യപ്പെടുത്താൻ കിട്ടാത്തതിന്റെ പ്രായ ശ്ചിത്തമെന്നോണം യുവി ലൗഒണിനേയും മിസ്റ്റർ ബട്ട്ലറിനേയും ജിഞ്ചറിനേയും മുറിയിലൊക്കെ ഓടിച്ചുകൊണ്ടിരുന്നു. പാവം, ലൗ ടൂവും മിക്സിയും കലയുടെ കാലിനടിയിൽ ഒളിച്ചിരുന്നത് അവൻ കണ്ടില്ല. ബാക്കിയുള്ളവരൊക്കെ മറ്റെവിടെയോ പോയി ഒളിച്ചിരുന്നു.

ആദിയ തന്റെ ഡിറ്റക്ടീവ് പണി ഒഴിച്ച് ബാക്കിയൊക്കെ കല ച്ചേച്ചിയോട് തന്മയത്വമായി പറഞ്ഞവതരിപ്പിച്ചു. ഇതൊക്കെ കേട്ടി ട്ടെന്നോണം ലില്ലി അവളുടെ മടിയിലിരുന്ന് കയ്യിൽ നക്കിക്കൊടുത്തു. ഓമനക്കുട്ടൻ സോഫയിൽ തൊട്ടടുത്ത് കിടന്ന് കുറുകിക്കൊണ്ടിരുന്നു.

അമ്മ എത്തിയപ്പോൾ മണി ഏഴു കഴിഞ്ഞു. അല്പം ക്ഷീണി തയായി തോന്നി. അമ്മയ്ക്ക് പഴയ പനി വീണ്ടും വന്നതാണോ? ഡോക്ടറെ കാണാൻ പോയതാണോ എന്നൊക്കെ ചോദിച്ച് ആദിയ അടുത്ത് കൂടി. വാതിൽ തുറന്നുകൊടുത്ത കലയും എന്താണ് കാരണ മെന്നറിയാൻ ആകാംക്ഷയോടെ കാത്തിരുന്നു.

''ഒന്നുമില്ലെന്നേ. ഒരു കൂട്ടുകാരിയുടെ വീട്ടിൽ പോയിരുന്നു.'' ആദിയയുടെ മുഖത്തെ ഭാവം കണ്ടിട്ട് അമ്മ കൂട്ടിച്ചേർത്തു, ''സത്യം. കല പൊയ്ക്കോളൂ. ഇപ്പോഴേ ഒരുപാട് താമസിച്ചു. ഒരു ഓട്ടോ പിടിച്ച് പോകൂ.''

കല പോയിക്കഴിഞ്ഞ്, അമ്മയും മോനും കൂടി മേലൊക്കെ കഴുകി, അത്താഴം കഴിഞ്ഞശേഷം, ആദിയയോട് അമ്മ പറഞ്ഞു, ''ഞാൻ നിന്റെ ശ്രീകാന്തിന്റെ വീട്ടിൽ പോയതാണ്. അവന്റെ അമ്മ എന്നെ ഓഫീസിൽ ഫോൺ ചെയ്തിരുന്നു, അങ്ങോട്ട് ചെല്ലാൻ.''

ആദിയയുടെ ആകാംക്ഷ ഇരട്ടിച്ചു, ''അമ്മ വട്ടം ചുറ്റി പറയാതെ, എന്തിനാണ് പോയതെന്ന് പറയ്.''

''ശ്രീകാന്തിന്റെ മൂത്ത ചേട്ടൻ ശ്രീപ്രകാശിന്റെ കാര്യത്തിനാണ് അവർ വിളിപ്പിച്ചത്. അവന്റെ സ്വഭാവം കൂടുതൽ വഷളാവുന്നു എന്നായിരുന്നു അവരുടെ പരാതി. എപ്പോഴും മുറിയിൽ കയറി അട ച്ചിരിപ്പാണത്രെ. ആകെ ആ സ്റ്റെല്ലയോട് മാത്രം കുറച്ച് മിണ്ടും. ആഹാരത്തിന് ഒരു ക്രമവുമില്ലെന്ന് പകൽ ജോലിക്കാരി പറയുന്നു. ഇക്കാര്യമൊക്കെ സംസാരിക്കാൻ അവർക്ക് ആരുമില്ല. അവളുടെ കൂട്ടുകാർ എന്നു പറയുന്നവരെ ഒന്നും വിശ്വാസമില്ല, സഹായിക്കു ന്നതിനു പകരം അപവാദങ്ങൾ പറഞ്ഞു പരത്തും. ശ്രീകുട്ടനാണു എന്റെ നമ്പർ അവർക്ക് കൊടുത്തത്.''

‘‘കഷ്ടം, എന്തൊരമ്മയാണ് ഇത്. മക്കളുടെ അടുത്ത കൂട്ടുകാർ ആരെന്നുപോലും അറിയില്ല. ഇവിടെ അമ്മയ്ക്കാണെങ്കിൽ അബ്ദുവിന്റെയും ധീരയുടെയും അച്ഛനമ്മമാരുടെയും അമ്മാവന്മാരുടെയും വരെ മൊബൈൽ നമ്പർ അറിയാം. ശരി, എന്നിട്ട്? അമ്മ പറ.’’

‘‘എന്നിട്ടെന്താ. മോൾ പറയുന്നത് ശരിയാണെന്ന് തോന്നുന്നു. മൂന്നു മക്കളെക്കുറിച്ചും അവരേക്കാൾ കൂടുതൽ സ്റ്റെല്ലയ്ക്കും ആ ജോലിക്കാരിക്കും അറിയാമെന്ന് തോന്നുന്നു. എനിക്കാ സ്റ്റെല്ലയെ അത്ര പിടിക്കുന്നില്ല, അവൾ ആ കുടുംബത്തിൽ ആവശ്യത്തിൽ കൂടുതൽ ഇടപെടുന്നപോലെ.’’

‘‘ഇല്ലമ്മാ, സ്റ്റെല്ല ചേച്ചി വളരെ നല്ലവരാണ്. ആ കുടുംബത്തിലെ ഒരു അംഗമായാണ് കരുതുന്നത്. അതല്ല അമ്മേ കഷ്ടം, എത്ര വർഷമായി അവന്റെ അച്ഛൻ നാട്ടിൽ വന്നിട്ട്. ഫോണിലെങ്കിലും ഒന്നു സംസാരിക്കാത്തതെന്താണ്? ലണ്ടൻ അങ്ങ് ദൂരെയായിരിക്കും, പക്ഷേ, വാട്ട്സാപ്പിൽ കണ്ട് സംസാരിക്കാമല്ലോ.’’

‘‘എനിക്കൊന്നും അറിയില്ല, കുട്ടീ. എന്ത് ചെയ്യണമെന്നും അറിയില്ല. എന്തെങ്കിലും ചെയ്യണോ എന്നും. വല്ലവരുടെയും കുടുംബ കാര്യത്തിൽ കൊണ്ട് തലയിടണോ?’’

ഉറക്കം തൂങ്ങിയിരുന്ന യുവിയെ കട്ടിലിൽ കൊണ്ട് കിടത്തി, വാതിലൊക്കെ അടച്ച്, കിടപ്പുമുറിയിലെ ലൈറ്റ് ഒഴിച്ച് ബാക്കിയൊക്കെ കെടുത്തിയിട്ട് ആദിയയുടെ അമ്മ പറഞ്ഞു, ‘‘നീയിന്ന് ഇവിടെ ഞങ്ങളുടെ കൂടെ കിടക്ക്.’’

‘‘അപ്പോൾ ലില്ലിയോ?’’

അങ്ങനെ ലില്ലിയും ഓമനക്കുട്ടനും ജിഞ്ചറും ആദിയയും യുവിയും അമ്മയുമായി കട്ടിലിൽ കിടന്നു. ആദിയയ്ക്കും അമ്മയ്ക്കും മാത്രം ഉറക്കം വന്നില്ല. അവസാനം അവൾ ചോദിച്ചു, ‘‘അമ്മ ഉറങ്ങിയോ?’’

‘‘ഇല്ല മോളേ, എന്താ? നീ ഉറങ്ങ്. നാളെ സ്കൂളിൽ പോകേണ്ടതല്ലേ.’’

‘‘നമുക്കിത് വെറുതെ വിടണ്ട. ഒന്നാമത് എന്റെ കൂട്ടുകാർ ശ്രീകാന്തിന്റെയും ശ്രീകുട്ടന്റെയും ചേട്ടന്റെ പ്രശ്നമാണ്. രണ്ടാമത്, നമ്മൾ വലിഞ്ഞുകയറി അവരുടെ കുടുംബകാര്യത്തിൽ ഇടപെടുന്നതല്ലല്ലോ, അവരുടെ അമ്മ നമ്മെ വിളിച്ചിട്ടല്ലേ.’’

‘‘നീയുറങ്ങ്, ഞാൻ ആലോചിക്കട്ടെ’’ എന്ന് അമ്മ പറഞ്ഞ് എത്രയോ നേരം കഴിഞ്ഞാണ് ആദിയയ്ക്ക് ഉറങ്ങാൻ സാധിച്ചത്.

അടുത്ത ദിവസം പുലർച്ചെ അമ്മ ഉണർന്നയുടൻ, രാത്രി ഉറങ്ങാതെ കിടന്ന് അമ്മയോട് പറയാൻ കാത്തിരുന്നതുപോലെ, ആദിയ പറഞ്ഞു, ‘‘അമ്മ ശ്രീകാന്തിന്റെ വീട്ടിൽ വിളിക്ക്. ഈ ശനിയാഴ്ച

അങ്ങോട്ട് വരാം എന്ന് പറ. ഞങ്ങൾക്ക് സ്കൂളില്ല, അമ്മ അവധി എടുക്ക്.''

ശരി നോക്കട്ടെ എന്ന് പറഞ്ഞതിൽനിന്നും അമ്മ ഇതൊന്നും ഗൗരവമായി എടുത്തിട്ടില്ല എന്ന് അവൾക്ക് മനസ്സിലായി.

അന്ന് വൈകീട്ട് ആദിയയ്ക്ക് നല്ല വാർത്ത കിട്ടി. ശ്രീകാന്തിന്റെ വീട്ടിൽ അമ്മ ഫോൺ ചെയ്തപ്പോൾ, അവൻ ഏറെ മെച്ചപ്പെട്ടതായി അവന്റെ അമ്മ അറിയിച്ചു. സ്കൂളിൽ ശ്രീകാന്തിനോടും ശ്രീകുട്ടനോടും ഏറെ നേരം സംസാരിച്ചതിൽ നിന്നും ആദിയയുടെ അമ്മയെ വിളിച്ചു വരുത്തത്തക്ക പ്രശ്നമൊന്നും വീട്ടിലില്ലായിരുന്നു എന്ന് ആദിയ മനസ്സിലാക്കി. എങ്കിലും ചേട്ടന്റെ സ്വഭാവത്തിൽ എന്തോ ചില മോശ മായ മാറ്റങ്ങൾ രണ്ടുപേരും കുറച്ചുകാലമായി ശ്രദ്ധിക്കുന്നുമുണ്ട്.

അത്താഴത്തിനുശേഷം ആദിയയുടെ പ്രേരണയാൽ, സ്റ്റെല്ലയെ അമ്മ ഫോൺ ചെയ്തു, ശ്രീപ്രകാശിന്റെ അമ്മയോട് സംസാരിച്ച തിൽ കൂടുതൽ ഒന്നും, സ്റ്റെല്ലയോടുള്ള നീരസം കാരണം, ചർച്ച ചെയ്യാനില്ലെന്ന് അവർ തീരുമാനിച്ചു. ''ഞാൻ അവളോട് സംസാ രിക്കുന്നില്ല. ഇന്നാ, നീ ചോദിക്ക്.''

സ്റ്റെല്ലയ്ക്ക് ആദിയയോട് പുതുതായി ഒന്നും പറയാനില്ലായിരുന്നു. പക്ഷേ, ശ്രീപ്രകാശ് പൂർണ്ണമായും സാധാരണനിലയിലായില്ല എന്ന് സ്റ്റെല്ലയുടെ സംസാരരീതിയിൽ നിന്ന് ആദിയ പിടിച്ചെടുത്തു. ഞങ്ങൾ അങ്ങോട്ട് വരണോ എന്ന ആദിയയുടെ ചോദ്യത്തിന് വേണമെന്നോ വേണ്ടെന്നോ ഉള്ള വ്യക്തമായ ഉത്തരം കിട്ടിയില്ല. രണ്ടുമിനിട്ട് ഇത്തരം സംസാരത്തിനുശേഷം സ്റ്റെല്ലയുടെ കയ്യിൽ നിന്നും ഫോൺ തട്ടി പ്പറിച്ച് സംസാരിക്കുന്നു എന്ന രീതിയിൽ ശ്രീകുട്ടൻ പറഞ്ഞു, ''ആദിയ, എനിക്കെന്തോ പേടി തോന്നുന്നു. ചേട്ടന്റെ കാര്യത്തിൽ. അമ്മ ഇക്കാര്യം ഒന്നും ശ്രദ്ധിക്കുന്നില്ല. സ്റ്റെല്ലച്ചേച്ചിയാണെങ്കിൽ എല്ലാം നിസ്സാരമായി കാണുന്നു. ഇപ്പോൾ ഒന്നും സംസാരിക്കണ്ട. നാളെ സ്കൂളിൽ വച്ച് ആവട്ടെ.''

അടുത്ത ദിവസം അസംബ്ലിക്ക് മുന്നേതന്നെ മാവിൻചുവട്ടിലുള്ള പൊതു സംഗമ വേദിവിട്ട് നാലാം ക്ലാസ്സിലെ ആ അഞ്ചുപേരും ശ്രീകുട്ടനുമായി പുതിയൊരു സ്ഥലം തേടി. ശ്രീപ്രകാശിന്റെ പ്രശ്നം എങ്ങനെ കൈകാര്യം ചെയ്യണം എന്ന കാര്യത്തെക്കുറിച്ച് ഗൂഢാ ലോചന നടത്തി. അതിൻ പ്രകാരം ഈ കൂട്ടുകാർ ശനിയാഴ്ച ഒരിക്കൽകൂടി ശ്രീകാന്തിന്റെ വീട്ടിൽ പോകാം എന്ന് തീരുമാനിച്ചു. ''പക്ഷേ, എന്റെ കാര്യം? നിങ്ങളുടെ ഡ്യൂട്ടിയാണ് ബോർഡിംഗ് വാർഡന്റെ അനുവാദം വാങ്ങുക എന്നത്'' സൂസൻ പറഞ്ഞു.

''അത് ഞാൻ ഏറ്റു. പക്ഷേ, നിന്റെ കാര്യം നടന്നാലും ഇവരുടെ വീട്ടുകാരോട് എന്തു പറഞ്ഞാണ് ശ്രീകാന്തിന്റെ വീട്ടിൽ വീണ്ടും

പോവുക. ഒരു രാത്രികൂടി അവിടെ തങ്ങാൻ അബ്ദുവിന്റെയും ധീരയുടെയും വീട്ടിൽനിന്നും അനുവാദം കിട്ടുമോ?'' ആദിയ യഥാർത്ഥ പ്രശ്നം അവതരിപ്പിച്ചു.

''ഇക്കാര്യം പറഞ്ഞാൽ പിന്നെ ആരായാലും സമ്മതിക്കും.'' ധീരയ്ക്ക് ശുഭാപ്തിവിശ്വാസം ആയിരുന്നു.

''മണ്ടാ, അത് പാടില്ല. ശ്രീപ്രകാശ് ചേട്ടന്റെ പ്രശ്നം ഒരു സീക്രട്ട് അല്ലേ. ആരോടും പറയാൻ പാടില്ല.'' അബ്ദു തന്റെ ബുദ്ധി മുഴുവനും പുറത്തെടുത്തു.

അപ്പറഞ്ഞതിനോട് എല്ലാവരും യോജിച്ചു. ശ്രീകുട്ടന്റെ നിർദ്ദേശ പ്രകാരം ശ്രീപ്രകാശിന്റെ പ്രശ്നം ആരെയും അറിയിക്കില്ലെന്ന് എല്ലാവരും കൈ ചേർത്ത് സത്യം ചെയ്തു.

അപ്പോൾ ഇനിയെന്ത് എന്ന ആരും ചോദിക്കാത്ത, എന്നാൽ എല്ലാവരുടേയും മനസ്സിലുണ്ടായിരുന്ന പ്രശ്നത്തിന് ആദിയ പ്രതിവിധിയായി പറഞ്ഞു, ''എന്റെ വീട്ടിൽ സമ്മതമാവും. കാരണം അമ്മയ്ക്കും ഇതിൽ ഒരു പങ്കുണ്ടല്ലോ. ശ്രീകാന്തും ഓകെ. സൂസനെ, എന്റെ അമ്മ ഗാരന്റി ചെയ്താൽ വിടും. ആകെ പ്രശ്നം അബ്ദുവും ധീരയും ആണ്. നിങ്ങൾ ശ്രമിക്കൂ, സമ്മതം കിട്ടിയില്ലെങ്കിൽ വരേണ്ട. നമ്മുടെ രഹസ്യം പൊളിച്ച് നിങ്ങൾ അനുവാദം വാങ്ങുന്നതിനേക്കാൾ നല്ലതാണ് വരാത്തത്.''

ധീരയ്ക്കും അബ്ദുവിനും വിഷമം തോന്നിയെങ്കിലും വേറെ ഉപായമൊന്നുമില്ലാത്തതിനാൽ അങ്ങനെ ചെയ്യാമെന്ന് സമ്മതിച്ചു.

ശ്രീകുട്ടൻ അറിയിച്ചു, ''വീട്ടിലുള്ളപ്പോൾ ചേട്ടൻ എന്തൊക്കെയാണ് ചെയ്യുന്നത് എന്ന് സമയം വച്ച് ഞാൻ ഇന്നലെ മുതൽ എഴുതി തുടങ്ങിയ ഡയറി കൊണ്ടുവരാൻ മറന്നു. പക്ഷേ, ഏകദേശം ഇതുപോലെയാണ്. രാവിലെ എട്ടു മണി ഞാൻ സ്കൂളിൽ പോകാൻ ഇറങ്ങി, ചേട്ടൻ ഉണർന്നില്ല. വൈകീട്ട് അഞ്ച് മണി വീട്ടിലെത്തി സ്റ്റെല്ലച്ചേച്ചി പറഞ്ഞു ചേട്ടൻ വെളിയിൽ പോയിട്ട് വന്നില്ല. രാത്രി ഒമ്പതു മണി ആടിയാടി വന്നു നേരെ മുറിയിൽ കയറി ലൈറ്റണച്ചു. ആഹാരം കഴിച്ചില്ല, എന്നോട് ഹായ് പറഞ്ഞില്ല.''

''ഗുഡ് ബോയ്'' സൂസൻ അഭിനന്ദിച്ചു.

''ഞങ്ങൾ ശനിയാഴ്ച വരുന്നതുവരെ ഇങ്ങനെ എഴുത്. വേറൊരു പേജിൽ നിന്റെ അമ്മയുടെ കാര്യവും എഴുത്. നമുക്ക് പ്രയോജനപ്പെടും.'' ആദിയ അഭിപ്രായപ്പെട്ടു.

അടുത്ത രണ്ടു ദിവസത്തിനുള്ളിൽ എല്ലാവരുടെ വീട്ടിൽ നിന്നും ശ്രീകാന്തിന്റെ വീട്ടിലെ 'സ്ലീപ്പ്ഓവറിന്' അനുവാദം കിട്ടി. സൂസന്റെ വാർഡൻ ആയിരുന്നു ഏറ്റവും എളുപ്പം സമ്മതിച്ചത്. പാവം കുട്ടി

അച്ഛനുമമ്മയും ഉണ്ടായിട്ടും അനാഥയെപ്പോലെ ഇവിടെ കഴിയുകയല്ലേ. നല്ലൊരു വീട്ടിൽ ഒരു രാത്രിയെങ്കിലും കഴിയാൻ സൗകര്യം കിട്ടുന്നത് നല്ലതല്ലേ എന്നായിരിക്കും ആ വാർഡന്റെ മനസ്സിലൂടെ പോയത്.

ആ ശനിയാഴ്ച വന്നെത്തി. ഉച്ചയോടുകൂടി എല്ലാവരും ശ്രീകാന്തിന്റെ സ്വീകരണമുറിയിൽ ഒത്തുകൂടി. ധീരയ്ക്ക് മാത്രം വരാൻ സാധിച്ചില്ല. അവന്റെ അച്ഛൻ വാക്ക് മാറി. അവനെ അയയ്ക്കാമെന്ന് അമ്മ പറഞ്ഞത് അച്ഛനോട് ആലോചിക്കാതെയാണത്രേ.

ശ്രീപ്രകാശ് മുറിയിൽ അടച്ചിരിപ്പാണ്. പതിനൊന്നു മണിയോടെ മുറിയിലേക്ക് ബ്രഡ് വരുത്തി കഴിച്ചിരുന്നു. ആ സമയം ആദിയ എത്തിനോക്കിയപ്പോൾ, മുറി ആകെ അലങ്കോലമായി കിടക്കുന്നതാണ് കണ്ടത്. രാവിലെ തന്നെ എത്തിയ ആദിയയും സൂസനും ഉച്ചവരെ ഈ വീട്ടിലെ കാര്യങ്ങൾ സംസാരിക്കാതിരിക്കാൻ ശ്രദ്ധിച്ചു. മറ്റു രണ്ട് കൂട്ടുകാർ കൂടെ എത്തട്ടെ എന്നതായിരുന്നു കാരണം.

ധീര ഒഴിച്ച് ബാക്കിയെല്ലാവരും എത്തിയപ്പോൾ ശ്രീകുട്ടൻ ചർച്ചയ്ക്ക് നേതൃത്വം കൊടുക്കുന്ന മട്ടിൽ, താൻ കുറിച്ചു വച്ചിരുന്ന അമ്മയുടേയും ശ്രീപ്രകാശിന്റെയും പോക്കുവരവിനെക്കുറിച്ചുള്ള ഡയറി വായിച്ചു. അതിൽ നിന്നും പുതുതായി ഒന്നും അവർക്ക് വ്യാഖ്യാനിച്ചെടുക്കാൻ സാധിച്ചില്ല. രണ്ടുപേർക്കും അടുക്കും ചിട്ടയുമില്ലാതെ തോന്നുംപടി പോക്കും വരവും ആഹാരവും. പ്രത്യേകിച്ച് യാതൊരു സ്നേഹപ്രകടനം ആരോടും അവർ കാണിച്ചില്ല എന്നും ആ കുറിപ്പുകളിൽ നിന്ന് മനസ്സിലായി. പക്ഷേ, ഇതൊക്കെ നേരത്തേ അറിയാവുന്ന കാര്യങ്ങൾ ആയിരുന്നല്ലോ.

സൂസൻ പറഞ്ഞു, ‘‘ഒരു നുകത്തിൽ കെട്ടാവുന്ന രണ്ട് കാളകൾ.’’

അബ്ദു ചോദിച്ചു, ‘‘അതിന്റെ അർത്ഥം പറഞ്ഞുതാ. എനിക്ക് ഒന്നും മനസ്സിലായില്ല.’’

ശ്രീകുട്ടനാണ് ക്ലാസ്സിൽ മാഷ് വിവരിച്ചു കൊടുക്കുന്നതു പോലെ പണ്ടത്തെ കൃഷിയെക്കുറിച്ചും കാളകളെ വച്ച് കെട്ടുന്ന നുകത്തെക്കുറിച്ചും അതിൽ രണ്ട് കാളകളും ഒരു പോലെത്തേത് ആയിരിക്കേണ്ടതിന്റെ ആവശ്യകതയെക്കുറിച്ചും അവതരിപ്പിച്ചത്.

ഊണുസമയത്ത് ജോലിക്കാരിക്ക് സംശയം ഉണ്ടാവാതിരിക്കാൻ വേണ്ടി എല്ലാവരും സ്കൂൾ വിശേഷങ്ങൾ മാത്രം പങ്കുവച്ചു. പിന്നെ അവർ മാത്രമായപ്പോൾ ആദിയ അവളുടെ പദ്ധതി അവതരിപ്പിച്ചു.

രാത്രി ശ്രീപ്രകാശ് വന്ന് സ്വന്തം മുറിയുടെ പൂട്ട് തുറന്ന് അകത്ത് കയറുന്ന തക്കത്തിൽ അവന്റെ മുറിയിൽ ആരെങ്കിലും കയറണമെന്നും അവന്റെ രഹസ്യങ്ങൾ ഊറ്റി എടുക്കണമെന്നും ആയിരുന്നു അവൾ ആവശ്യപ്പെട്ടത്. അതിന് എല്ലാവരുംകൂടി തെരഞ്ഞെടുത്തത്

അബ്ദുവിനെ. അവന്റെ മെലിഞ്ഞ ശരീരമാണ് ഒരു കാരണം. ഇക്കാര്യങ്ങൾ സ്റ്റെല്ല ഒരിക്കലും അറിയരുതെന്നും അവർ നിശ്ചയിച്ചു.

ഇതിനിടയ്ക്ക് ശ്രീകാന്തിന്റെ അമ്മ ഊണു കഴിച്ചയുടൻ 'ഒരു മീറ്റിംഗാണ്' എന്ന് ആരോടെന്നില്ലാതെ പറഞ്ഞിട്ട് പുറത്തു പോവുകയും എട്ടു മണിയോടെ തിരിച്ചു വരുകയും ചെയ്തു. ജോലിക്കാരി പോയി, സ്റ്റെല്ല നാലരയോടെ എത്തി. ശ്രീകാന്തിന്റെയും ശ്രീകുട്ടന്റെയും സുഹൃത്തുക്കൾ ഇങ്ങനെ വീട്ടിൽ വരുന്നത് പതിവായതിനാൽ, വീണ്ടും കുട്ടികൾ വന്നതിൽ സ്റ്റെല്ലയ്ക്ക് സംശയം ഒന്നും തോന്നിയില്ല.

അത്താഴത്തിനുശേഷം അരമണിക്കൂറോളം കഴിഞ്ഞാണ് ശ്രീപ്രകാശ് വന്നത്. ഒന്നും മിണ്ടാതെ കുട്ടികളുടെ നേരെ ഒന്ന് കൈ പൊക്കിക്കാണിച്ചിട്ട് അവൻ പൂട്ടിയിരുന്ന തന്റെ മുറി തുറന്ന് അകത്ത് കയറി കുറ്റിയിട്ടു. സ്റ്റെല്ല അവിടെ ഉണ്ടായിരുന്നതിനാൽ അബ്ദുവിന് രഹസ്യമായി ഉള്ളിൽ കടക്കാൻ സാധിച്ചില്ല.

മാത്രമല്ല, ശ്രീപ്രകാശിന്റെ മുറിയിൽ മുട്ടി സ്റ്റെല്ല അകത്തുകയറുകയും ചെയ്തു. ഒരു മിനിട്ടിനുള്ളിൽ അവർ പുറത്ത് വരുന്നത് ആദിയ കൺകോണിലൂടെ ശ്രദ്ധിച്ചു. അവൾ, പക്ഷേ, ആരോടുമത് പറഞ്ഞില്ല.

പത്തുമിനിട്ടു കൂടി കഴിഞ്ഞ് ആദിയയുടെ പദ്ധതി നടപ്പാക്കാൻ തുടങ്ങി. ആദ്യം സൂസൻ ചെന്ന് സ്റ്റെല്ലയോട് ടെറസ്സിൽ കൂട്ടിനു വരാൻ ആവശ്യപ്പെട്ടു. സൂസന്റെ തലയിൽ വയ്ക്കുന്ന 'ബോ' അവിടെ വീണുപോയത്രെ. നാളെ എടുക്കാം എന്നുള്ള സ്റ്റെല്ലയുടെ തടസ്സം വകവയ്ക്കാതെ, സൂസൻ സ്റ്റെല്ലയെ മുകളിലേക്ക് കൊണ്ടു പോയി. ഇതേസമയം അബ്ദുവിനെ വാതിലിനടുത്ത് ചേർത്ത് നിർത്തി അവനെ മറച്ചുപിടിച്ച് ആദിയ മിടിക്കുന്ന നെഞ്ചോടെ ശ്രീപ്രകാശിന്റെ വാതിലിൽ മുട്ടി. നാലഞ്ച് മുട്ട് വേണ്ടി വന്നു വാതിൽ തുറക്കാൻ.

''ചേട്ടാ ഒന്നു വരാമോ, ഈ കുപ്പി തുറക്കാൻ സാധിക്കുന്നില്ല.'' ശ്രീകാന്തിനെയും ശ്രീകുട്ടനെയും ചൂണ്ടിക്കാട്ടി, ''അവർക്ക് തുറക്കാൻ സാധിക്കുന്നില്ല.''

ശല്യങ്ങൾ എന്ന് പറഞ്ഞ് കുപ്പിക്കുവേണ്ടി കൈ നീട്ടിയപ്പോൾ ആദിയ അത് കൊടുക്കാതെ രണ്ടടി പിറകോട്ട് മാറി. ചതി പ്രതീക്ഷിക്കാതെ കുപ്പി വാങ്ങാൻ ശ്രീപ്രകാശ് മുന്നോട്ട് വന്നപ്പോൾ, കിട്ടിയ വിടവിലൂടെ അബ്ദു മുറിക്കുള്ളിൽ ചാടിക്കയറി. അപകടം മാറിയെന്നു മനസ്സിലായ ആദിയ, കുപ്പി ശ്രീപ്രകാശിന്റെ കയ്യിൽ കൊടുത്തു. ഒട്ടും പ്രയാസമില്ലാതെ അത് തുറന്ന് എന്താണ് നിങ്ങളുടെ പരിപാടി എന്ന ഒരു നോട്ടം കൊടുത്ത് അവൻ മുറിക്കുള്ളിൽ തിരിച്ചുകയറി വാതിൽ കുറ്റിയിട്ടു.

അപ്പോഴേക്കും നേരത്തെ തീരുമാനിച്ചതനുസരിച്ച് അബ്ദു ശ്രീപ്രകാശിന്റെ കട്ടിലിനടിയിൽ ഒളിച്ചു.

സ്റ്റെല്ലയും സൂസനും താഴെ വന്നിട്ട് കുറച്ചുനേരം കൂടി എല്ലാവരും സംസാരിച്ചശേഷം ഉറങ്ങാൻ കിടന്നു. രാത്രി ഏകദേശം പതിനൊന്നു മണിയോടടുപ്പിച്ച് ശ്രീപ്രകാശിന്റെ മുറിയിൽ നിന്നു 'എന്റള്ളോ' എന്ന വിളിയും തട്ടുംമുട്ടുമൊക്കെ കേട്ടു. കുട്ടികൾ എല്ലാവരും എന്താണ് സംഭവിച്ചത് എന്നറിയാതെ ശ്രീപ്രകാശിന്റെ മുറിക്കു വെളിയിൽ എത്തി. പെട്ടെന്ന് വാതിൽ തുറന്ന് അബ്ദു പുറത്തു ചാടി. ആക്രോശിച്ചുകൊണ്ട് ശ്രീപ്രകാശ് മുറിക്ക് പുറത്ത് വന്ന് അബ്ദുവിനെയും അവിടെ നിന്നവരെ ചീത്ത പറഞ്ഞു.

അബ്ദു ''പാറ്റാ, പാറ്റ'' എന്നു പറഞ്ഞ് സ്റ്റെല്ലയുടെ പുറകിൽ ഒളിച്ചു. ശ്രീകാന്തിന്റെ അമ്മ ഉൾപ്പെടെ എല്ലാവരും എന്താണ് അവിടെ നടന്നത് എന്നറിയാതെ അരമണിക്കൂറോളം അങ്ങോട്ടുമിങ്ങോട്ടും സംസാരിച്ചു നിന്നു. പ്രതീക്ഷിക്കാത്തതാണ് സംഭവിച്ചത് എങ്കിലും ആദിയയ്ക്ക് കാര്യങ്ങൾ ഏകദേശം മനസ്സിലായി.

കട്ടിലിനടിയിൽ കിടന്ന അബ്ദുവിന്റെ പുറത്ത് പാറ്റ കയറിക്കാണും. അല്ലെങ്കിൽ അവൻ അങ്ങനെ വിചാരിച്ചുകാണും. ഞെട്ടിപേടിച്ച് എവിടാണ് കിടക്കുന്നത് എന്ന് ഓർക്കാതെ നിലവിളിച്ചതു കാരണം ശ്രീപ്രകാശ് ഉണരുകയും അബ്ദുവിനെ ആക്രമിക്കുകയും ചെയ്തു കാണും. പക്ഷേ, ആദിയയും കൂട്ടുകാരും ശ്രീപ്രകാശിന്റെ അമ്മയോടും സ്റ്റെല്ലയോടും കാര്യങ്ങൾ വിവരിക്കാതെ അബ്ദു എന്തിനാണ് ശ്രീപ്രകാശിന്റെ മുറിയിൽ കയറിയത് എന്ന കാര്യം അറിയില്ലെന്ന നാടകം കളിച്ചു.

ആദിയയ്ക്ക് പെട്ടെന്ന് അപകടം മനസ്സിലായി; ഇപ്പോൾ കിട്ടിയ ഈ അവസരം ഇനി വരില്ല. ഇനി അടുത്തെങ്ങും ഇതുപോലെ ഈ വീട്ടിൽ വരാൻ സാധിക്കില്ല തന്നെ. തന്റെ ആശയം നടപ്പാക്കണമെങ്കിൽ, ഇന്നു രാത്രി ആ മുറിയിൽ പരതിയേ പറ്റൂ. സ്വന്തം പൂട്ടിട്ട് മുറി പുറത്തുനിന്നു പൂട്ടുന്നതിനാൽ പകൽ സമയത്ത് ശ്രീപ്രകാശിന്റെ മുറി പരിശോധിക്കാൻ സാധിക്കില്ല.

അധികമൊന്നും ചിന്തിക്കാതെ സൂസനെ നോക്കി കണ്ണിറുക്കി കാണിച്ചിട്ട്, ആരും ശ്രദ്ധിക്കാത്ത സമയം നോക്കി ആദിയ ശ്രീപ്രകാശിന്റെ മുറിയിൽ കയറി കട്ടിലിനടിയിൽ സ്ഥലം പിടിച്ചു. സ്റ്റെല്ലയും ശ്രീപ്രകാശും അത് ശ്രദ്ധിക്കാതെ അക്കാര്യം സാധിച്ചത് മഹാഭാഗ്യം ഒന്നുകൊണ്ടുമാത്രമാണ്.

''പിള്ളാരുടെ ഓരോ കാര്യങ്ങൾ. ഇനി ഇവിടെ എല്ലാവരും കൂടി വരുന്നത് ഒന്ന് കാണണം'' ഉറക്കെ പറഞ്ഞുകൊണ്ട് ശ്രീകാന്തിന്റെ അമ്മ ഉറങ്ങാൻ പോയി. കുട്ടികൾ ഇത്രയും കഷ്ടപ്പെടുന്നത് തന്നെ സഹായിക്കാനാണന്ന് ആ പാവം സ്ത്രീ അറിഞ്ഞതേയില്ല.

സ്റ്റെല്ല ഉറങ്ങി എന്ന് ഉറപ്പായപ്പോൾ, സൂസനും അബ്ദുവും ശ്രീകാന്തും ശ്രീകുട്ടനും കൂടി ശബ്ദമുണ്ടാക്കാതെ ശ്രീപ്രകാശിന്റെ മുറിക്ക് പുറത്ത് വന്ന് കാത് കൂർപ്പിച്ച് കുറേ നേരം നിന്നു. അകത്ത് ആദിയയ്ക്ക് പ്രശ്നം വല്ലതും ഉണ്ടാവുമോ എന്നറിയാനായിരുന്നു അത്. ശബ്ദമൊന്നുമില്ലാത്തതിനാലും ആ ദിവസത്തെ അതുവരെയുള്ള സംഭവങ്ങൾ അവരെ മാനസികമായി ക്ഷീണിപ്പിച്ചതിനാലും അവിടെ ത്തന്നെ, ആദ്യം ഇരുന്നും പിന്നീട് കിടന്നും അവർ ഉറങ്ങിപ്പോയി.

ആദിയ, പക്ഷേ, ഉറങ്ങാതെ കിടന്നു. രാത്രി ഏറെ കഴിഞ്ഞതിനു ശേഷം, ശ്രീപ്രകാശിന്റെ കൂർക്കം വലി കേട്ടു എന്ന് തോന്നിയപ്പോൾ അവൾ കട്ടിലിനടിയിൽ നിന്നും പുറത്തുവന്നു. ഇരുട്ടിൽ കണ്ണ് പൊരുത്തപ്പെട്ടതിനാൽ, അരണ്ടവെളിച്ചത്തിൽ ശ്രീപ്രകാശ് കട്ടിലിൽ കമിഴ്ന്ന് കിടന്ന് ഉറങ്ങുന്നത് കണ്ടു. ഒന്നുറപ്പിക്കാനായി അവൾ മുതുകിൽ ഒന്ന് തൊട്ടു. അവൻ അറിഞ്ഞില്ല. മാറികിടക്കുന്ന ഷീറ്റെ ടുത്ത് അവനെ തലവരെ മൂടിക്കൊടുത്തു; സുഖമായി ഉറങ്ങി ക്കോളൂ എന്ന് പറയുന്നതിന് തുല്യമായി. അവൻ സുഷുപ്തിയിൽ തന്നെ എന്നത് ആദിയയ്ക്ക് ആശ്വാസം കൊടുത്തു.

പതുക്കെ അവന്റെ ടോയ്‌ലറ്റ് വാതിൽ തുറന്ന്, അതിനകത്തെ ലൈറ്റ് ഓൺ ചെയ്തിട്ട് വാതിൽ മുക്കാൽ ഭാഗവും ചാരി. മുറി മുഴുവൻ കാണത്തക്ക രീതിയിൽ വെളിച്ചം കിട്ടി. പെട്ടെന്ന് വന്ന പ്രകാശത്തിൽ ശ്രീപ്രകാശ് ഉണർന്നാലോ എന്ന് പേടിച്ച അവൾ കട്ടിലിനടിയിൽ ചാടാൻ തയ്യാറായി ഇരുന്നു. അഞ്ച് മിനിട്ടോളം കഴിഞ്ഞ് പ്രശ്നമൊന്നുമില്ല എന്നുകണ്ട് അവൾ നേരത്തെ തയ്യാ റാക്കിയ പ്ലാൻ അനുസരിച്ച് പ്രവർത്തിക്കാൻ തുടങ്ങി.

ആദ്യം മേശയുടെ വലിപ്പ്, പിന്നെ ഷെൽഫുകൾ, ശേഷം അല മാര എന്നിവ ശബ്ദമുണ്ടാക്കാതെ തുറന്ന് അതിനകം പൂർണ്ണമായും നിഷ്കർഷയോടെ അവൾ പരിശോധിച്ചു. എന്താണ് നോക്കുന്നത്, നോക്കേണ്ടത് എന്ന് അറിയാതെ അവൾ കുഴങ്ങി. അവളുടെ കുഞ്ഞു മനസ്സിൽ കള്ളുകുപ്പിയാണ് ഏറ്റവും വലിയ പാതകം. അത് ഒറ്റ നോട്ടത്തിലൊന്നും അവിടെ കണ്ടില്ല.

മേശപ്പുറത്തിരുന്ന ടേബിൾ ക്ലോക്കിൽ ആദിയ നോക്കിയപ്പോൾ മണി നാലു കഴിഞ്ഞു. നല്ല ഉറക്കവും വരുന്നുണ്ട്, എങ്കിലും ഒന്നും കണ്ടുപിടിക്കാൻ സാധിക്കാത്തതിൽ അവൾക്ക് നിരാശ തോന്നി. ശ്രീപ്രകാശ് ഉണരുന്നതിനു മുന്നേ കുറച്ച് നേരമെങ്കിലും ഉറങ്ങണം എന്ന് കരുതി തിരികെ കട്ടിലിനടിയിലേക്ക് പോകാൻ അവൾ തീരു മാനിച്ചു. എങ്കിലും ഒരിക്കൽകൂടി നോക്കാം എന്ന് കരുതി നേരത്തെ നോക്കിയിടത്ത് ഒരിക്കൽകൂടി തെരയാൻ തുടങ്ങി.

ഷെൽഫിൽ ഒരു തടിയൻ സയൻസ് പുസ്തകം ഇരുന്നത് പ്രയാ സപ്പെട്ട് അവൾ താഴെയിറക്കി. അതിന്റെ പേജുകൾ മറിച്ചുനോക്കി;

ആദിയ ശ്രീപ്രകാശിന്റെ മുറിയിൽ

ഒന്നുമില്ല. അതിരുന്ന സ്ഥലത്ത് (അത് മുകളിലെ ഷെൽഫായതിനാൽ ആദിയയ്ക്ക് കാണാൻ സാധിച്ചില്ല), കൈവിരൽകൊണ്ട് പരതിയപ്പോൾ ഒരു ചെറു പ്ലാസ്റ്റിക് കവർ താഴെ വീണു. രണ്ടിഞ്ച് ചതുരത്തിലുള്ള വെള്ളപ്പൊടി ഉള്ള ചെറു കവർ. അവൾ അത് അശ്രദ്ധയോടെ തന്റെ പാന്റിന്റെ വലത്തേ പോക്കറ്റിലിട്ടു. അസാധാരണമായ ഒരു സാധനമെങ്കിലും കിട്ടിയ സന്തോഷത്തിൽ, ആ തടിയൻ പുസ്തകം പ്രയാസപ്പെട്ട് തിരിച്ചവിടെ വച്ചിട്ട് അവൾ വീണ്ടും മറ്റ് സ്ഥലങ്ങൾ പരതി. ഇത്തവണ, മേശ വലിപ്പിനുള്ളിൽ ഏറ്റവും അറ്റത്തായി ഒരു മൊബൈൽ ഫോൺ അവൾക്ക് കിട്ടി. ഒരു നിമിഷം എടുക്കണോ വേണ്ടയോ എന്ന് ശങ്കിച്ചിട്ട് അവളുടെ ഇടത്തെ പോക്കറ്റിൽ അതിനെ നിക്ഷേപിച്ചു.

മണി അഞ്ചാവാറായി. രാത്രി ഒട്ടും ഉറങ്ങാത്തതിനാൽ, കട്ടിലിനടിയിൽ കിടന്നയുടനെ അവൾ ഉറങ്ങിപ്പോയി. ബഹളം കേട്ടാണ് അവൾ ഉണർന്നത്. കട്ടിലിനടിയിൽ നിന്നും ഊളിയിട്ട് നോക്കിയപ്പോൾ വാതിൽ തുറന്നുകിടക്കുന്നു. ഉറക്കെ സംസാരം പുറത്ത് കേൾക്കുന്നു.

കട്ടിലിനടിയിൽ നിന്നും പുറത്തുവന്ന് അവൾ മുറിക്കുള്ളിൽ നോക്കി. ശ്രീപ്രകാശില്ല, മറ്റാരുമില്ല. മുറിക്ക് പുറത്ത് തലയിട്ട് നോക്കിയപ്പോൾ ആദ്യം തന്നെ അബ്ദുവിന്റെയും ശ്രീകുട്ടന്റെയും കണ്ണുകളുമായി ഉടക്കി. രണ്ടുപേരും 'വേണ്ട' എന്ന് തലയാട്ടിയതും അത് മനസ്സിലാക്കാതെ മുറിക്ക് പുറത്തു അവൾ കടന്നതും ഒരുമിച്ചായിരുന്നു.

കുറച്ചേറെ കഴിഞ്ഞപ്പോൾ മാത്രമാണ്, ആദിയയ്ക്ക് സംഗതികളുടെ കിടപ്പുവശം പിടികിട്ടിയത്. ആറുമണിയോടടുപ്പിച്ച് സ്റ്റെല്ല എഴുന്നേറ്റ് വന്നപ്പോൾ കുട്ടികളൊക്കെ ശ്രീപ്രകാശിന്റെ മുറിക്കു പുറത്ത് തറയിൽ കിടന്നുറങ്ങുന്നു. തലേ രാത്രി അബ്ദുവിനെ മുറിക്കുള്ളിൽ കൊണ്ടുപോയി ശ്രീപ്രകാശ് തല്ലിയതുപോലെ ഇനിയാരെയും അങ്ങനെ ചെയ്യാതിരിക്കാനാണ് എല്ലാവരും ചേർന്ന് കാവൽ കിടന്നത് എന്ന പച്ചക്കള്ളം പറഞ്ഞത് സ്റ്റെല്ല വിശ്വസിച്ചെന്നു തോന്നി. പക്ഷേ, അവരുടെ ഭാഗ്യക്കേടിന് ആ സമയം തന്നെ ശ്രീപ്രകാശ് മുറിക്ക് പുറത്ത് വന്ന് 'എന്നെ ആർക്കും വിശ്വാസമില്ല, എന്റെ മുറിയിൽ സിഐഡി പണിക്ക് ആളെ വിടുന്നു' എന്നൊക്കെ പറഞ്ഞ് വഴക്കുണ്ടാക്കാൻ തുടങ്ങി. ഇതിനിടയ്ക്ക് ആദിയ പുറത്തു വന്നത് കണ്ടപ്പോൾ ശ്രീപ്രകാശിന്റെ ദേഷ്യം പത്തിരട്ടി ആയി. അവൾ മുറിക്കുള്ളിലായിരുന്നു എന്ന കാര്യം അറിയാതെ, വാതിലിനു പുറത്ത് കാവൽ കിടന്നതിന് അവളാണ് കാരണം എന്നു പറഞ്ഞ് തല്ലാൻ ഓങ്ങി. എട്ടു മണിക്ക് ജോലിക്കാരി വരുന്നതുവരെ ഈ നാടകം തുടർന്നു. അവരുടെ അമ്മ അപ്പോഴാണ് കാര്യങ്ങൾ അറിയുന്നത്.

''ഇനി എന്റെ കാര്യത്തിൽ ആരെങ്കിലും ഇടപെടുകയാണെങ്കിൽ ഞാനാരാണെന്ന് നിങ്ങളൊക്കെ അറിയും. പ്രത്യേകിച്ചും നിങ്ങൾ രണ്ടുപേരും.'' ശ്രീപ്രകാശ് അത് സ്വന്തം അമ്മയേയും ആദിയേയും നോക്കിയാണ് പറഞ്ഞത്. അവൻ മുറിക്കുള്ളിൽ കയറി വാതിൽ ഉള്ളിൽ നിന്നും കുറ്റിയിട്ടു.

പ്രഭാതഭക്ഷണം കഴിഞ്ഞ് ആദ്യം സ്റ്റെല്ല, പിന്നെ അബ്ദു എന്നിവർ പോയി. ആദിയയെ കൊണ്ടുപോകാൻ അവന്റെ അമ്മ യുവിയുമായി ഉച്ചയോടെ വന്നു. അമ്മ വരുന്നതുവരെ ആദിയ ഉറങ്ങാൻ ശ്രമിച്ചു. സൂസനും മറ്റും ഇടയ്ക്കിടയ്ക്ക് ചോദ്യങ്ങൾ ചോദിച്ച് ശല്യം ചെയ്തതിനാൽ, അവളുടെ പകലുറക്കം ശരിയായില്ല. തലേ രാത്രി ഒട്ടും ഉറങ്ങാൻ സാധിക്കാത്തതിനാൽ അവൾ 'നിലാവത്തെ കോഴി' കണക്കായിരുന്നു.

ഉടൻ പോകുന്നതിനുപകരം ആദിയയുടെ അമ്മ ശ്രീകാന്തിന്റെ അമ്മയുമായി ഏറെ നേരം സംസാരിച്ചു. സൂസനും ശ്രീകാന്തും ശ്രീകുട്ടനും തലേ ദിവസത്തെ കാര്യങ്ങൾ ആദിയയോട് ചോദിച്ചറിയാൻ ശ്രമിക്കുകയായിരുന്നു. ആദിയയ്ക്ക് ആ മുറിയിൽ നിന്നും കിട്ടിയ സാധനങ്ങളെക്കുറിച്ച് പറയാൻ സാധിച്ചില്ല. അവളുടെ ഉപബോധമനസ്സ് അക്കാര്യങ്ങൾ മനഃപൂർവ്വം മറച്ചു വച്ചതാണോ രാത്രി ഒട്ടും ഉറക്കം കിട്ടാത്തതിനാൽ, എല്ലാം മറന്നുപോയി ഒരു സ്വപ്നം കണക്കേ അതെല്ലാം ആദിയയ്ക്ക് തോന്നിയതാണോ എന്നറിയില്ല. പ്രത്യേകിച്ചൊന്നും ഓർമ്മയില്ല എന്ന മറുപടിയാണ് ആദിയ അവർക്ക് കൊടുത്തത്.

സൂസനെ സ്കൂളിൽ വിട്ട് വീട്ടിലെത്തി ആഹാരം കഴിഞ്ഞ് സ്വന്തം മുറിയിൽ കിടക്കാൻ തുടങ്ങിയപ്പോൾ, പോക്കറ്റിൽ കിടന്ന മൊബൈൽ ഫോൺ ശരീരത്തിൽ അമർന്നതുകൊണ്ട് അതെടുത്ത് അവൾ കട്ടിലിൽ ഇട്ടു. മറ്റേ പോക്കറ്റ് പാതി ഉറക്കത്തിൽ തപ്പിയപ്പോൾ കിട്ടിയ ചെറിയ പ്ലാസ്റ്റിക് കൂട് കൈപ്പിടിയിൽ വച്ച് അവൾ ഉറങ്ങിപ്പോയി.

മണിക്കൂറുകൾ കഴിഞ്ഞ് ഉണർന്നപ്പോഴാണ് കൈപ്പിടിയിൽ അമർത്തിരുന്ന വെളുത്ത പൊടിയടങ്ങിയ കവർ അവൾ ശ്രദ്ധിച്ചത്. അത് കൈക്കുള്ളിൽ തന്നെ വച്ച് അവൾ താഴത്തെ നിലയിൽ അമ്മയെ കാണാൻ പോയി. പൂച്ചകളൊക്കെ അവിടെ കിടക്കുന്നുണ്ട്; യുവിയാണെങ്കിൽ അമ്മയെ കെട്ടിപ്പിടിച്ച് നല്ല ഉറക്കം. ഇപ്പോൾ അമ്മയെ വിളിച്ചാൽ യുവിയുടെ ഉറക്കത്തിന് ശല്യമാകുമെന്ന് കരുതി വഴിയിൽ കണ്ട ഓമനക്കുട്ടനെയുമെടുത്ത് അവൾ സ്വീകരണ മുറിയിൽ പോയിരുന്നു.

'നിന്റെ അമ്മ ലില്ലി എവിടെടാ, നിനക്ക് ഉറക്കമൊന്നുമില്ലേ' എന്ന് കൊഞ്ചി അവനെ മടിയിൽ വച്ച് ആദിയ സോഫയിൽ

വെറുതെ കിടന്നു. കിടന്നതുമാത്രം അവൾക്ക് ഓർമ്മയുണ്ട്. അവളുടെ രണ്ടാമത്തെ ഉറക്കം അതിതീക്ഷ്ണമായിരുന്നു.

''എന്താ മോളേ ഇത്?'' എന്ന അമ്മയുടെ ആവർത്തിച്ചുള്ള ചോദ്യം കേട്ടാണ് ആദിയ ഉണർന്നത്. മണി വൈകീട്ട് ആറിനോടടുക്കുന്നു.

ആദിയ നോക്കിയപ്പോൾ ശ്രീപ്രകാശിന്റെ മുറിയിൽ നിന്നും കിട്ടിയ പ്ലാസ്റ്റിക് കവർ അമ്മയുടെ കൈയിൽ. ഓമനക്കുട്ടനുമായി സോഫയിൽ കിടന്നപ്പോൾ കൈയിൽനിന്നും വീണതായിരിക്കും, ആദിയ ഓർത്തു.

''അമ്മ ഇവിടെ ഇരി. കുറച്ചേറെ പറയാനുണ്ട്.''

''ഞാൻ ഹോർലിക്സ് എടുത്തുകൊണ്ട് വരാം. ഞാനും ഉണർന്നതേ ഉള്ളൂ, ഒരു ചായ ഉണ്ടാക്കട്ടെ. കല വീട്ടിൽ പോയി.''

അമ്മ അടുക്കളയിലേക്ക് പോയി. പ്ലാസ്റ്റിക് പൊതി തനിക്ക് തരാതെ അമ്മ ഇടുപ്പിൽ തിരുകിയത് അവൾ ശ്രദ്ധിച്ചു. കൂട്ടത്തിൽ അമ്മയുടെ മുഖത്തു കണ്ട പരിഭ്രാന്തിയും.

തിരിച്ചുവന്ന അമ്മയുടെ കൈയിൽനിന്നും ഹോർലിക്സ് വാങ്ങി കുടിച്ചുകൊണ്ട് ആദിയ ശ്രീകാന്തിന്റെ വീട്ടിലെ വിശേഷം മൊത്തം വിവരിച്ചു പറഞ്ഞു. അവളുടെ ഡിറ്റക്ടീവ് പണി ഉൾപ്പെടെ ആ പ്ലാസ്റ്റിക് കവർ കിട്ടിയ സാഹചര്യം, വീട്ടിലെ ഓരോ ആൾക്കാരുടെയും പെരുമാറ്റം, എല്ലാം.

അമ്മ പറഞ്ഞു, ''മോളേ ഇത് എന്താണെന്ന് അറിയുമോ. മയക്കുമരുന്ന് ആണ്. ഏത് വിഭാഗത്തിലെ ആണെന്ന് അറിയില്ല. സിനിമയിലൊക്കെ കണ്ട രീതി വച്ച് ഇത് യമണ്ടൻ സാധനമാണെന്ന് തോന്നുന്നു.''

ആദിയയ്ക്ക് എന്ത് മറുപടി പറയണമെന്നറിയില്ല. ഒരു മാസമേ ആയുള്ളൂ ഇതിനെക്കുറിച്ചൊക്കെ സ്കൂൾ അസംബ്ലിയിൽ ആ പൊലീസങ്കിൾ പറഞ്ഞിട്ട്.

''ഇത് കൈയിൽ വയ്ക്കുന്നതുതന്നെ കുറ്റകരമാണ്. നമ്മെപ്പോലും ജയിലിടാം. ഇതങ്ങ് കക്കൂസിലിട്ട് ഫ്ളഷ് ചെയ്താലോ!'' അമ്മയ്ക്ക് പരിഭ്രമമായി.

''ആദ്യം അമ്മ അച്ഛനെ വിളിക്ക്. ഞായറാഴ്ച ആയതുകൊണ്ട് അച്ഛൻ ഫ്രീ ആവും.''

ആ ആശയം കൊള്ളാമെന്ന് അവർക്ക് തോന്നി. ഭാഗ്യത്തിന് അദ്ദേഹത്തെ ഉടൻ തന്നെ കിട്ടി. കാര്യം കേട്ടുകഴിഞ്ഞപ്പോൾ, അത് കളയരുത് എന്നും ഉടൻ തന്നെ പൊലീസിൽ ഏൽപ്പിക്കണം എന്നും അദ്ദേഹം ഉപദേശിച്ചു.

ഫോൺ വച്ചശേഷം ആദിയ പറഞ്ഞു, ''അമ്മേ, പൊലീസിനെ

അറിയിച്ചാൽ അവർ കേസാക്കില്ലേ. പാവം ശ്രീപ്രകാശ് ജയിലിൽ പോവില്ലേ. വേറൊരു വഴിയും ഇല്ലേ? ഒന്നാലോചിക്ക്.''

ഭർത്താവ് പറയുന്നതുപോലെ ചെയ്യണം എന്ന് ആദിയയുടെ അമ്മയുടെ മനസ്സ് പറഞ്ഞു. 'പക്ഷേ, തിരിച്ചടിച്ചാലോ! പൊലീസിനു കിട്ടുന്നത് നമ്മുടെ കൈയിൽ നിന്നല്ലേ. ഇനിയിപ്പോൾ നമ്മൾ പ്രതിയായാലോ. എന്തിനാണീ പൊല്ലാപ്പ്?' ഇതൊക്കെയായിരുന്നു ആദിയയുടെ അമ്മയുടെ ചിന്തകൾ.

അവസാനം അവർ ഗോമതി അമ്മാളിനെ വിളിക്കാൻ തീരുമാനിച്ചു. അമ്മാൾ അവരുടെ ഓഫീസിലെ ഒരു മേലുദ്യോഗസ്ഥയാണ്. അതിനു പുറമേ അവരുടെ ബെസ്റ്റീ. അവരെ ബന്ധപ്പെടാൻ തീരുമാനിച്ചതിന് ഏറ്റവും പ്രധാന കാരണം അവരുടെ മകന് നാലഞ്ച് വർഷം മുമ്പ് ഐപിഎസ് കിട്ടിയിരുന്നു എന്ന അറിവായിരുന്നു.

ഫോൺ ചെയ്തതിനു ശേഷം യുവിയെ നോക്കാൻ ആദിയയെ ഏൽപ്പിച്ചിട്ട് അവർ ഓട്ടോ എടുത്ത് അമ്മാളിന്റെ വീട്ടിലേക്ക് പോയി.

ഏഴുമണിയോടെ തിരിച്ചെത്തിയപ്പോൾ യുവിയേയും ലില്ലിയേയും കളിപ്പിച്ചുകൊണ്ടിരുന്ന ആദിയയെയാണ് അവർ കണ്ടത്. ആകാംക്ഷയോടെ ഓടി എത്തിയ ആദിയയോട് അവർ നിന്ന നിൽപ്പിൽ തന്നെ കാര്യങ്ങൾ പറഞ്ഞു.

ഭാഗ്യത്തിന് അവരുടെ മകൻ മഹേഷ് കൃഷ്ണ ഐപിഎസ് നഗരത്തിലെ നാർക്കോട്ടിക്സ് വിഭാഗത്തിൽ തന്നെയാണ് ജോലി ചെയ്യുന്നത്. വീട്ടിന് പുറത്തായിരുന്ന അയാൾ അത്യാവശ്യം എന്ന് അമ്മ പറഞ്ഞതുകൊണ്ട് മാത്രം എത്തി സംഭവം മുഴുവൻ മനസ്സിലാക്കി. പാക്കറ്റ് അയാളെ ഏൽപ്പിച്ചു. ഉടൻ തന്നെ അയാൾ എംഡിഎംഎ ആണ് ഇത് എന്ന് പറഞ്ഞു. സംശയം തീർക്കാൻ പരിശോധനയ്ക്ക് അയയ്ക്കാൻ അയാൾ തീരുമാനിച്ചു.

''പക്ഷേ, ഒരു പ്രശ്നം ഉണ്ടല്ലോ. കേസ് രജിസ്റ്റർ ചെയ്യണം. അതിന്റെ നൂലാമാലകൾ ഉടൻ തന്നെ തുടങ്ങണം.'' എങ്കിലും, അദ്ദേഹത്തിന്റെ അമ്മ ആവശ്യപ്പെട്ടത് അനുസരിച്ച് ലാബ് റിസൽറ്റ് വരുന്നതുവരെ കേസാക്കില്ലന്ന് അദ്ദേഹം വാക്ക് കൊടുത്തു.

''അമ്മേ, 14405,'' പെട്ടെന്ന് ആദിയ വർദ്ധിച്ച ഉത്സാഹത്തോടെ പറഞ്ഞു.

''എന്താ മോളേ അത്?''

''ഞാനെന്താ നേരത്തെ ഇതേക്കുറിച്ച് ഓർക്കാത്തത്. ഇത്തരത്തിൽ എന്ത് പ്രശ്നമുണ്ടെങ്കിലും നമ്മൾ വിളിക്കേണ്ട നമ്പറാണിത്. അമ്മ ഇപ്പോൾ തന്നെ ഇതിൽ വിളി.'' ആദിയ ചാടി എഴുന്നേറ്റു, പ്രശ്നത്തിനെല്ലാം പരിഹാരം ആയി എന്ന മട്ടിൽ.

''ഹലോ, 14405 അല്ലേ. ഇത്...?''

എട്ട്

തൊട്ടടുത്ത ദിവസം രണ്ട് പ്രധാന സംഭവങ്ങൾ നടന്നു.

14405 നമ്പർ വിളിച്ചതിന്റെ അടിസ്ഥാനത്തിൽ ഒരു അനി കുമാർ, അസിസ്റ്റന്റ് കമ്മീഷണർ ഓഫ് എക്സൈസ്, ആദിയയുടെ അമ്മയുമായി ബന്ധപ്പെട്ടു. അമ്മയുടെ സൗകര്യം നോക്കി വൈകീട്ട് അഞ്ച് മണിയോടെ അദ്ദേഹം ആദിയയുടെ വീട്ടിൽ എത്താമെന്ന് സമ്മതിച്ചു.

കാഴ്ചയിൽ അദ്ദേഹം ചെറിയൊരു മനുഷ്യനായിരുന്നു. യൂണിഫോമിലല്ലായിരുന്ന ആ ഓഫീസറെ കണ്ടാൽ, ലോകത്തെ മുഴുവൻ സമാധാനത്തിൽ ആറാടിക്കാനുള്ള കഴിവുണ്ട് അദ്ദേഹത്തിന് എന്ന് ഒറ്റനോട്ടത്തിൽ ആർക്കും തോന്നും. ആദിയയ്ക്ക് കണ്ടമാത്രെ അദ്ദേഹത്തെ ഇഷ്ടപ്പെട്ടു. കല പോയശേഷമാണ് അദ്ദേഹം എത്തിയത്. ലില്ലിയെ മടിയിൽ വച്ച് കളിപ്പിച്ച ആദിയയും ഓമനക്കുട്ടനെ മടിയിൽ വച്ച അനി കുമാറും അന്ന് ശ്രീപ്രകാശിന്റെ വീട്ടിൽ നടന്ന എല്ലാ കാര്യവും വിശദമായിത്തന്നെ സംസാരിച്ചു. ആദിയയുടെ അമ്മ അവശ്യം വേണ്ട കാര്യങ്ങൾ ഇടയ്ക്കിടക്ക് പറഞ്ഞു കൊടുത്തു.

മൊത്തം കേട്ടുകഴിഞ്ഞ് അദ്ദേഹം പറഞ്ഞു, ''നിങ്ങൾക്ക് ബുദ്ധിമുട്ടില്ലെങ്കിൽ നമുക്ക് ശ്രീപ്രകാശിന്റെ വീട്ടിലേക്ക് ഇപ്പോൾ പോകാമോ?''

''ഇപ്പോഴോ?'' ആദിയയുടെ അമ്മ ഒന്നു മടിച്ചു.

''ഇപ്പോഴല്ലെങ്കിൽ പിന്നെപ്പോൾ. ഒന്നാമത് നാളെ നിങ്ങൾക്ക് ഓഫീസിലും ആദിയയ്ക്ക് സ്കൂളിലും പോണം. അപ്പോൾ എനിക്ക് ഒറ്റയ്ക്ക് ഒഫീഷ്യലായി പോകേണ്ടി വരും. അതിനേക്കാളും നല്ലത് ഇപ്പോൾ ഒരു ഫാമിലി വിസിറ്റ് പോലെ പോകുന്നതാണ്. ഇതിനും പുറമെ, എന്റെ ഊഹം ശരിയാണെങ്കിൽ മോൾ ആ കവർ എടുത്തു കൊണ്ട് വന്നതുകൊണ്ട് അവന് 'വിത്ഡ്രോയൽ സിൻഡ്രോം' ഇപ്പോൾ തന്നെ തുടങ്ങിയിട്ടുണ്ടാവും. വരൂ ഓഫീസ് കാറുണ്ട്.''

പൂച്ചക്കുട്ടികളെ ഓടിച്ചുകളിച്ചിരുന്ന യുവിയെയും എടുത്ത് വീട് പൂട്ടി അവരിറങ്ങി.

അനി കുമാർ പ്രവചിച്ചതുപോലെ ശ്രീകാന്തിന്റെ വീട്ടിലെത്തിയപ്പോൾ ശ്രീപ്രകാശ് അല്പം അക്രമാസക്തനായിരുന്നു. കഠിനമായ

വേദന വയറ്റിലുള്ള മട്ടിൽ അവൻ വയറ്റിൽ മുഷ്ടി ചുരുട്ടി ചേർത്ത് പിടിച്ചിരുന്നു. മാനസിക അസ്വസ്ഥത കാരണം താൻ എന്താണ് പറയുന്നത്, പ്രവർത്തിക്കുന്നത് എന്ന് അവനുതന്നെ അറിയില്ലെന്ന് തോന്നി. ശ്രീകാന്തും ശ്രീകുട്ടനും എന്തു ചെയ്യണമെന്നറിയാതെ സ്റ്റെല്ലയുടെ കൈ പിടിച്ച് നിൽക്കുന്നു.

സ്റ്റെല്ല എല്ലാവരോടുമായി പറഞ്ഞു, ''എന്താണ് കാര്യമെന്നറി യില്ല. ഇവൻ ഇന്ന് ലാൻഡ്ഫോണിൽ ആരെയോ ഒരുപാടു പ്രാവശ്യം ഫോൺ ചെയ്യാൻ ശ്രമിച്ചു. പുറത്തുപോയിട്ട് ദേഷ്യത്തിലാണ് തിരിച്ചു വന്നത്. ആകെ ദേഷ്യം തന്നെയായിരുന്നു.''

സ്റ്റെല്ല പറഞ്ഞതിൽ നിന്നും, ശ്രീപ്രകാശ് മയക്കുമരുന്ന് കഴി ക്കുന്ന സ്വഭാവക്കാരനാണ് എന്ന കാര്യം ഈ വീട്ടിലെ ആർക്കും നേരത്തെ അറിയുമായിരുന്നില്ലെന്ന് അനി കുമാർ മനസ്സിലാക്കി. അദ്ദേഹം ശ്രീപ്രകാശിനെ കൈപിടിച്ച് അവന്റെ മുറിയിലാക്കി, വെളി യിൽ നിന്നും മുറി പൂട്ടിയിട്ട് എല്ലാവരോടും ഇരിക്കാൻ ആവശ്യ പ്പെട്ടു. കൃത്യം ആ സമയത്താണ് ശ്രീപ്രകാശിന്റെ അമ്മ എത്തിയത്. എല്ലാവരെയും മുറിയിൽ കണ്ട അവർ അതിശയിച്ചു.

അവർ ആരാണെന്ന് മനസ്സിലായ അനി കുമാർ, അദ്ദേഹത്തിന്റെ സ്വതേ ശാന്തമായ മുഖഭാവത്തിന് ചേരാത്ത സ്വരത്തിൽ, അവരോട് 'ഇവിടിരി' എന്ന് ആജ്ഞാപിച്ചു. ആ ആജ്ഞയിലെ തീവ്രതകൊണ്ട് അവർ സോഫയിൽ ഇരുന്നുപോയി.

സ്വരത്തിൽ ഗൗരവം കലർത്തി അദ്ദേഹം ശ്രീപ്രകാശ് കിടന്ന മുറി ചൂണ്ടിക്കാണിച്ച് ചോദിച്ചു, ''ആ മുറിയിൽ കിടക്കുന്നതാര്?''

''മകൻ,'' ശബ്ദം പുറത്തുകേൾക്കാത്ത രീതിയിൽ അവർ പറഞ്ഞു.

''ആര്? എനിക്ക് കേട്ടുകൂടാ.'' ഭൂമി പ്രകമ്പനം കൊള്ളുന്ന ശക്തി യോടെ അദ്ദേഹം ചോദിക്കുകയും മുൻവശത്തുകിടന്ന ടീപ്പോയിൽ കൈകൊണ്ട് അടിക്കുകയും ചെയ്തു.

കുട്ടികളെല്ലാം പേടിച്ചുപോയി. 'മകൻ' എന്ന് ഉറക്കെ പറയു മ്പോഴേക്കും അദ്ദേഹം കുട്ടികളെ നോക്കി സാരമില്ല എന്ന അർത്ഥ ത്തിൽ കണ്ണിറുക്കി കാണിച്ചു. അടുത്ത നിമിഷം അദ്ദേഹം ആദിയ യേയും അവളുടെ അമ്മയേയുമൊഴിച്ച് ബാക്കിയുള്ളവർക്കുവേണ്ടി ആ ബോംബ് പൊട്ടിച്ചു. ''നിങ്ങളുടെ മോൻ ഒരു ഡ്രഗ് അഡിക്ട് ആണ്. അതായത് ലഹരിക്കടിമ.''

അത് ഉൾക്കൊള്ളാൻ അവർക്ക് കുറേ സമയം വേണ്ടി വന്നു. സ്റ്റെല്ലയ്ക്ക് ആയിരുന്നു ഏറ്റവും പരിഭ്രമം എന്ന് ആദിയ ശ്രദ്ധിച്ചു.

എല്ലാവരുടെയും മുഖഭാവം കുറച്ചുനേരം ശ്രദ്ധിച്ചിട്ട് അനി കുമാർ ശാന്തഭാവം വീണ്ടെടുത്ത് പറഞ്ഞു, ''ഇവിടെ രണ്ടു പ്രധാന പ്രശ്നം ഉണ്ട്. ശ്രദ്ധിച്ചില്ലെങ്കിൽ നിങ്ങളുടെ മോനെ എന്നന്നേക്കുമായി

നിങ്ങൾക്ക് നഷ്ടപ്പെടും. ഇപ്പോൾ തന്നെ അഡിക്ഷന് എത്രത്തോളം പഴക്കമുണ്ടെന്നോ, എത്രത്തോളം അടിമപ്പെട്ടിട്ടുണ്ടെന്നോ അറിയില്ല. രണ്ടാമത്തെ പ്രശ്നം വീട്ടിൽ നിന്ന് ഡ്രഗ്സ് കണ്ടെടുത്തു എന്നതാണ്. ഇത് വലിയ കുറ്റമാണ്. ജയിലിൽ ഏറെക്കാലം കിടക്കാവുന്ന ശിക്ഷ ലഭിക്കാം.'' ആദിയയെ നോക്കി കണ്ണടച്ച് കാണിച്ചിട്ട് ശ്രീപ്രകാശിന്റെ അമ്മയെ നോക്കി പറഞ്ഞു, ''നിങ്ങൾക്കും ജയിലിൽ കിടക്കാം, മോനെ ലഹരിക്ക് അടിമപ്പെടാൻ സഹായിച്ചതിന്.''

ശബ്ദം വീണ്ടുകിട്ടിയ അവർ ചോദിച്ചു, ''അതിനു ഞാനെന്തു ചെയ്തിട്ടാണ്?''

''അതാണ് കാര്യം. ഞാനെന്ത് ചെയ്തിട്ടാ. നിങ്ങൾ ഒന്നും ചെയ്തില്ല. മക്കളെ ശ്രദ്ധിച്ചില്ല. അവരുടെ ആരോഗ്യകാര്യം നോക്കിയിരുന്നോ? പഠനകാര്യം? അവരുടെ കൂട്ടുകാർ ആരൊക്കെ എന്നറിയാമോ? ഇതൊക്കെ ആരാണ് നോക്കേണ്ടത്, ജോലിക്കാരിയോ? അതിരിക്കട്ടെ, ചെക്കന്റെ അച്ഛനെവിടെ? ലണ്ടനിലാണെന്ന് ആദിയ പറഞ്ഞു. അതൊക്കെ മതിയാക്കി വരാൻ പറ, നിങ്ങൾക്ക് ഇതിനൊന്നും വയ്യെങ്കിൽ.''

ഒരു വലിയ കരച്ചിലായിരുന്നു അവരുടെ മറുപടി

അല്പം പോലും സഹതാപം അർഹിക്കുന്നില്ല എന്ന മുഖഭാവത്തോടെ, അവരുടെ കുട്ടികൾ കേട്ടുകൊണ്ടിരുന്നു എന്നുപോലും നോക്കാതെ, അയാൾ പുച്ഛിച്ചു, ''എന്ത് സ്ത്രീയാണ് നിങ്ങൾ? ദേ, ഇപ്പോൾ പോലും ലിക്കർ മണക്കുന്നു. കുടിക്കുന്ന അമ്മയെ കണ്ടു പഠിക്കുന്ന മകൻ.''

തല കുനിച്ച് വച്ചിട്ട് അവർ പറഞ്ഞു, ''എന്നോട് ക്ഷമിക്കൂ. ഞാനിനി കുടിക്കില്ല. എന്റെ മോനെ രക്ഷിക്കൂ.''

''നിങ്ങളുടെ പശ്ചാത്താപം കേൾക്കാൻ ഞാൻ കുമ്പസാരക്കൂട്ടിലെ അച്ചനല്ല, ക്ഷമിക്കാൻ ഞാൻ ദൈവവുമല്ല. നല്ല രീതിയിൽ നടന്നാൽ നിങ്ങൾക്ക് കൊള്ളാം.'' ദയയുടെ കണികപോലും ആ വാക്കുകളിൽ ഉണ്ടായിരുന്നില്ല.

ഇവരോട് സംസാരിച്ചിട്ട് ഒരു കാര്യവുമില്ലെന്ന് വരുത്തിതീർക്കാൻ, സ്റ്റെല്ലയുടെയും ആദിയയുടെയും മുഖത്തുനോക്കി അയാൾ പറഞ്ഞു, ''കാര്യങ്ങൾ കൈവിട്ടുപോയോ എന്ന് എനിക്കറിയില്ല. ചെക്കൻ എത്രകാലമായി ഇതിന് അടിമപ്പെട്ടു എന്നതിനെ ആശ്രയിച്ചിരിക്കും എല്ലാം. ഇവന് ഇത് ആര് കൊടുക്കുന്നു എന്നും അറിയണം.''

ശ്രീകുട്ടൻ പറഞ്ഞു, ''ചേട്ടന് അങ്ങനെ അടുത്ത സുഹൃത്തുക്കൾ ആരുമില്ല. നമ്മുടെ സ്കൂളിൽ കഴിഞ്ഞവർഷം എല്ലാ വിഷയത്തിനും എ പ്ലസ് കിട്ടിയാണ് ജയിച്ചത്. പല വിഷയത്തിലും സ്കൂൾ ഫസ്റ്റ് ആയിരുന്നു. ഞങ്ങൾ രണ്ടുപേരോടും അധികം കൂട്ടില്ലായിരുന്നു

എങ്കിലും സ്കൂളിൽ പോപ്പുലർ ആയിരുന്നു. പ്ലസ്‌വണ്ണിന്, പക്ഷേ, നമ്മുടെ സ്കൂളിൽ ചേർന്നില്ല. മറ്റൊരു സ്കൂളിൽ ചേർന്നതിനു ശേഷമാണ് ഈ മാറ്റങ്ങൾ.''

''ഗുഡ്. അതായത് അങ്ങേയറ്റം മൂന്നുനാലു മാസങ്ങൾ'' അനികുമാർ പറഞ്ഞു. ''പക്ഷേ, നിങ്ങൾ ഓർക്കേണ്ടത് പുതിയ ലഹരിക്ക് ഒറ്റ ഡോസ് മതി എന്നാണ്. ഒറ്റതവണ പരീക്ഷിച്ചാൽ മതി അടിമയായി.''

''അതെയോ?'' സ്റ്റെല്ലയ്ക്ക് വിശ്വസിക്കാൻ വയ്യായിരുന്നു.

''മുതിർന്നവർക്കറിയാം. കള്ളും കഞ്ചാവുമായിരുന്നു ആദ്യമൊക്കെ ഏറ്റവും വലിയ സാമൂഹിക വിപത്ത്. പക്ഷേ കള്ളോ ചാരായമോ ഫോറിൻ ലിക്കറോ ദിവസവും ചെറിയ ഡോസ് കഴിക്കുന്നവർ പോലും അതിന് അടിമപ്പെടണം എന്നില്ല. അതുപോലെ കഞ്ചാവും ഏറെക്കാലം ധാരാളമായി ഉപയോഗിച്ചാലേ അടിമപ്പെടൂ. അതിനുശേഷം വന്ന മരിജ്വാന, എൽഎസ്ഡി, പെത്തഡിൻ, കൊക്കെയ്ൻ, ബ്രൗൺ ഷുഗർ, മാജിക് മഷ്റൂം മുതലായവ വളരെ ശക്തിയുള്ള ലഹരിമരുന്നുകളാണ്. ഇവയൊക്കെ ഒന്നടിച്ചാൽ കിറുങ്ങിയിരുന്നുപോവും, മണിക്കൂറുകളോളം. ആസക്തിയുമുണ്ടാകും. പക്ഷേ, ഇതിന് ശരിക്കും അടിമപ്പെടണമെങ്കിൽ പല തവണ ഇതിന്റെ കെണിയിൽ വീണിരിക്കണം. ഇടയ്ക്കു വച്ച് പിന്തിരിപ്പിക്കാൻ സാധിച്ചാൽ, കുറച്ച് മനഃശക്തി കൂടെ ഉണ്ടെങ്കിൽ സാധിക്കും; അത്ര എളുപ്പമല്ലെങ്കിൽ കൂടി.'' അദ്ദേഹം ശ്വാസം എടുക്കാൻ വേണ്ടി എന്നോണം പറഞ്ഞ് നിർത്തി. ശ്രീപ്രകാശിന്റെ മുറിയിൽ നിന്നും വാതിലിൽ തുടരെ മുഴക്കം കേട്ടു.

''നിങ്ങൾ അത് ശ്രദ്ധിക്കേണ്ട. ഞാൻ പറഞ്ഞു വരുന്നത് ഇതിനെയൊക്കെ തോല്പിക്കുന്ന സാധനമാണ് എംഡിഎംഎ എന്ന സാധനം. ഇതൊരു പൊടിയാണ്. മൂക്കിൽ വലിച്ചു കയറ്റാം, നാക്കിനടിയിൽ വയ്ക്കാം, ശരീരത്തിൽ കുത്തിവയ്ക്കാം, ആഹാരത്തിൽ കലർത്തി കഴിക്കാം. പത്തു പതിനെട്ടു മണിക്കൂർ ഇതിന്റെ ശക്തി ശരീരത്തിൽ ഉണ്ടാവും. ആ സമയമത്രയും അമാനുഷികശക്തി കിട്ടിയപോലെ ഒരു തരം ഭ്രമാത്മകമായ അവസ്ഥ ഉണ്ടാവും. ഓരോരുത്തർക്കും ഓരോ രീതിയിൽ ആണ് ഇതിന്റെ പ്രവർത്തനം. പ്രശ്നമെന്തെന്നാൽ, അതിന്റെ പ്രഭാവം കുറയുന്ന സമയം പ്രവർത്തികൾ നേരെ വിപരീതമായിരിക്കും. ശക്തി മുഴുവൻ ചോർന്ന്, ജീവച്ഛവമായി. അതിനോടൊപ്പം ഇത് വീണ്ടും ശരീരത്തിൽ കടക്കാൻ, കടത്താൻ, തീവ്രമായ ആസക്തി ഉണ്ടാവും. അത് കിട്ടാനായി എന്തും അവർ ആ സമയം ചെയ്യും.''

ഇതൊക്കെ കേട്ട് ശ്രീപ്രകാശിന്റെ അമ്മ തലകുനിച്ച് വിങ്ങിക്കരഞ്ഞുകൊണ്ടിരുന്നു. ആദിയയുടെ അമ്മ അവരുടെ തോളിൽ

തട്ടിക്കൊടുത്തു. അനി കുമാർ ഒട്ടും ദയ അർഹിക്കാത്ത സ്ത്രീ എന്ന മട്ടിൽ അവരെ നോക്കി.

സ്റ്റെല്ല ചോദിച്ചു, ''ഇതിൽ നിന്നും രക്ഷനേടാൻ വഴിയില്ലേ?''

''ഉണ്ടല്ലോ.'' ഇതദ്ദേഹം പറഞ്ഞയുടൻ ശ്രീപ്രകാശിന്റെ അമ്മ ചാടി എഴുന്നേറ്റ് അനി കുമാറിന്റെ മുന്നിൽ മുട്ടുകുത്തി അദ്ദേഹത്തിന്റെ കൈകൾ രണ്ടും കൂട്ടിപ്പിടിച്ച് യാചിച്ചു, ''എന്റെ മോനെ രക്ഷിക്കൂ.''

ഈ കാണിച്ചത് അവരുടെ വയറ്റിൽ കിടക്കുന്ന കള്ളാണ് എന്ന മുൻവിധിയോടെ വേണ്ടത്ര അവജ്ഞ കൊടുത്ത്, അദ്ദേഹം തന്റെ കൈകൾ വലിച്ചെടുത്ത് 'കസേരയിൽ പോയിരിക്കൂ' എന്ന അർത്ഥത്തിൽ സോഫയ്ക്ക് നേരെ കൈ ചൂണ്ടി.

അവർ ഇരുന്നു കഴിഞ്ഞപ്പോൾ അദ്ദേഹം പറഞ്ഞു, ''സാധാരണ ഇത്തരം സന്ദർഭങ്ങളിൽ, അതായത് ആസക്തി വരുമ്പോൾ, കുട്ടികൾക്ക് പുറത്തുപോകാനുള്ള സാഹചര്യം ലഭിക്കണമെന്നില്ല. ഉണ്ടെങ്കിൽ തന്നെ അത് വാങ്ങാനുള്ള പണം സ്വരൂപിക്കാൻ സൗകര്യം കിട്ടില്ല. ഇങ്ങനെയുള്ള സമയത്താണ് ഈ ലഹരിക്കടിമപ്പെട്ടവർ അക്രമപ്രവർത്തികൾ കാണിക്കുന്നത്. വീട്ടുസാമാനങ്ങൾ പൊട്ടിക്കുക, വീട്ടുകാരെ ആക്രമിക്കുക എന്നിങ്ങനെ.'' ശ്രീപ്രകാശിന്റെ അമ്മയെ നോക്കി പുച്ഛത്തോടെ പറഞ്ഞു, ''നിങ്ങൾ ഭാഗ്യവതിയാണ്. മോന് എപ്പോൾ വേണമെങ്കിലും എവിടെ വേണമെങ്കിലും പോകാം. പണം ചോദിക്കേണ്ട ആവശ്യം പോലും കാണില്ലല്ലോ.''

അവർ വീണ്ടും തല കുനിച്ചു.

''മിക്കവാറും മുറിയിൽ വച്ചിരുന്ന ലഹരി ഇന്നലെ കാണാത്തതിനാൽ, ഇന്ന് അത് കിട്ടാൻ അവൻ തന്റെ കോണ്ടാക്ടിനെ ബന്ധപ്പെടാൻ ശ്രമിച്ചുകാണും. കിട്ടാത്തതിനാലാവാം അവൻ പുറത്തുപോയത്. എന്നിട്ടും കിട്ടിക്കാണില്ല. അവന്റെ കോണ്ടാക്ടിന് എന്തോ സംഭവിച്ചിരിക്കാം. അതാണ് അവൻ ഇന്ന് ഇങ്ങനെയൊക്കെ പ്രവർത്തിക്കുന്നത്. ഇനി ഒറ്റവഴിയേ ഉള്ളൂ. അവനെ ഉടൻ ഒരു ഡിഅഡിക്ഷൻ സെന്ററിൽ കൊണ്ടുപോവുക.''

അവന്റെ അമ്മ, 'എന്റെ മോനുവേണ്ടി താൻ എന്തും ചെയ്യാം' എന്ന മട്ടിൽ ചാടി എഴുന്നേറ്റ് പറഞ്ഞു, ''എവിടേലും കൊണ്ടുപോകാം സാർ. ഞാൻ തയ്യാർ.''

അനി കുമാർ അവരോട് ഇരിക്കാൻ ആംഗ്യം കാണിച്ചിട്ട് പറഞ്ഞു, ''ഇവിടെ നിയമ പ്രശ്നം ഉണ്ട്. അതിനുപുറമെ മോന്റെ പൂർണ്ണ സഹകരണം വേണം. ഇത് നിർത്തണമെന്ന് അവന് ആഗ്രഹം വേണം. ആശുപത്രിയിൽ കൂടെയിരിക്കാൻ ഒരാൾ വേണം. ഇതെല്ലാം കഴിഞ്ഞ് അവൻ ലഹരിയിൽ നിന്ന് മോചനം നേടുകയാണെങ്കിൽ കൂടുതൽ നിയമപ്രശ്നമില്ലാതെ ഞാൻ രക്ഷിക്കാം.''

ശ്രീപ്രകാശിന്റെ അമ്മ
ആദിയയുടെ അമ്മയോട് നന്ദി പറയുന്നു

''എന്തും ചെയ്യാം, സർ'' ശ്രീപ്രകാശിന്റെ അമ്മ വീണ്ടും പറഞ്ഞു.

''വെറുതെ ഒഴുക്കൻ മട്ടിൽ അതുമിതും പറഞ്ഞിട്ട് കാര്യമില്ല. നിങ്ങൾ പറഞ്ഞാൽ അവൻ അനുസരിക്കണം എന്നില്ല.'' ആദിയ യുടെ അമ്മയെ ചൂണ്ടി അദ്ദേഹം പറഞ്ഞു, ''നിങ്ങളും സ്റ്റെല്ലയും ചേർന്ന് ആ മുറിയിൽപോയി അവന്റെ സമ്മതം വാങ്ങി വരൂ.''

അവർ രണ്ടുപേരും പോയി ഉള്ളിൽ കയറി വാതിലടച്ചശേഷം അനി കുമാർ ശ്രീകാന്തിന്റെ അമ്മയെ നോക്കി പറഞ്ഞു, ''നോക്കൂ, നിങ്ങളുടെ പേര് എനിക്കറിയില്ല. അറിയണമെന്ന ആഗ്രഹവും ഇല്ല. കടുത്ത സ്വരത്തിൽ നിങ്ങളോട് സംസാരിച്ചതിൽ ക്ഷമ ചോദിക്കുന്നു. ഇതുപോലെ എത്ര നല്ല ചെറുപ്പക്കാർ അച്ഛനമ്മമാരുടെ നിസ്സംഗത കൊണ്ട് മാത്രം നശിച്ചു പോകുന്നു! എനിക്കിപ്പോൾ ആയിരം കഥ കൾ നിങ്ങളോട് പറയാം. അതിന്റെ ആവശ്യമില്ല. കാരണം ആ കഥകളെക്കാളും ദയനീയമാണ് നിങ്ങളുടെ കഥ. അച്ഛൻ ലണ്ടനിൽ, അമ്മയ്ക്ക് പൂത്ത പണം. മണിമുത്തുകളായ മൂന്നു മക്കൾ. രണ്ട് ജോലിക്കാർ. കൊട്ടാരം പോലത്തെ വീട്. വലിയ കാറ്. ഡ്രൈവർ. ഇനിയെന്തു വേണം. ഈ സാഹചര്യത്തിലെ ഒരു കുട്ടി നശിച്ചു പോകുന്ന സങ്കടത്തിലാണ് ഞാനിതൊക്കെ പറഞ്ഞത്.''

''ക്ഷമ ഞാനല്ലേ ചോദിക്കേണ്ടത്.'' രണ്ട് മക്കളേയും ചേർത്തു പിടിച്ച് അവരുടെ തലയിൽ കൈകൾ വച്ച് അവർ പറഞ്ഞു, ''നാളെ മുതൽ, അല്ല, ഇന്ന് ഇപ്പോൾ മുതൽ ഞാൻ വേറൊരു സ്ത്രീയായി രിക്കും. എനിക്കും കഥയുണ്ട് സർ. ഞാൻ ഇങ്ങനെ ആയി മാറിയ കഥ. കുട്ടികളുടെ മുന്നിൽ വച്ച് ഞാനൊന്നും പറയുന്നില്ല. ഇനി യൊരിക്കലാവട്ടെ, സാറിന് ഇത്ര വെറുപ്പ് എന്നോട് ഇല്ലാത്ത സമ യത്ത് ഞാൻ പറയാം.''

ആദിയയ്ക്ക് കരച്ചിൽ വന്നു. യുവി അവളുടെ മടിയിൽ തലവച്ച് ഉറങ്ങിപ്പോയി.

അനി കുമാർ, പറയണോ വേണ്ടയോ എന്ന് ആലോചിച്ച് അവ സാനം, പറയാം എന്ന് തീരുമാനിച്ച മട്ടിൽ ശ്രീപ്രകാശിന്റെ അമ്മ യോട് പറഞ്ഞു, ''സ്റ്റെല്ലയും ആദിയയുടെ അമ്മയും ദൗത്യം വിജ യിച്ച് പുറത്തു വരട്ടെ എന്ന് പ്രാർത്ഥിക്ക്. ഇല്ലെങ്കിൽ ഭവിഷ്യത്ത് വളരെ വലുതായിരിക്കും. ഒന്ന് ഓർത്തു നോക്കൂ. കേസായാൽ ശിക്ഷിക്കും എന്ന കാര്യം ഉറപ്പ്. ശിക്ഷിച്ചാൽ ശിക്ഷാ കാലാവധി കഴിഞ്ഞാലും പൊലീസ് വെരിഫിക്കേഷനിൽ ഇക്കാര്യം ഉണ്ടാവും. അതിനാൽ ഒരു ജോലിയും ലഭിക്കില്ല. പാസ്പോർട്ട് കിട്ടില്ല. ഗൾഫിലെ മണലാരണ്യങ്ങളിൽ മണ്ണ് ചുമക്കാൻപോലും പോകാൻ സാധിക്കില്ല. ഭവിഷ്യത്ത് വളരെ വലുതാണ്. ഓർത്തോളൂ.''

ശ്രീപ്രകാശിന്റെ അമ്മ കൈകൂപ്പി കണ്ണടച്ച് ആത്മാർത്ഥമായി പ്രാർത്ഥന തുടങ്ങി. ആദിയയ്ക്ക് കഷ്ടം തോന്നി. പതിനഞ്ച്

മിനിട്ടോളം കഴിഞ്ഞപ്പോൾ ശ്രീപ്രകാശിനെ ചുറ്റിപ്പിടിച്ച സ്റ്റെല്ലയും, പിറകെ ആദിയയുടെ അമ്മയും പുറത്തു വന്നു. 'മിഷൻ സക്സസ്സ്' എന്ന് 'തംബ്സ് അപ്പ്' കാട്ടി സ്റ്റെല്ല അറിയിച്ചപ്പോൾ എല്ലാവർക്കും സമാധാനമായി. ശ്രീപ്രകാശിന്റെ അമ്മ മാത്രം അപ്പോഴും കണ്ണടച്ച് പ്രാർത്ഥിക്കുകയായിരുന്നു.

ശ്രീപ്രകാശിനെ നേരെ അനി കുമാറിന്റെ മുമ്പിൽ സ്റ്റെല്ല കൊണ്ട് ഇരുത്തി.

''സമയമങ്ങ് ഒരുപാടായി. പെട്ടെന്ന് കുറേ കാര്യങ്ങൾ ചെയ്യേണ്ടതുണ്ട്.'' എന്ന് പറഞ്ഞുകൊണ്ട് അനി കുമാർ ഫോൺ ചെയ്യാൻ തുടങ്ങി. രണ്ട് മൂന്ന് തവണ അദ്ദേഹം ഇടനാഴിയുടെ അറ്റത്തു നിന്നാണ് സംസാരിച്ചത്. ശേഷം, സ്റ്റെല്ലയെ അനുകരിച്ച് 'തംബ്സ് അപ്പ്' അടയാളം കാട്ടി അയാൾ പറഞ്ഞു, ''എല്ലാം ശരിയാക്കി.''

അപ്പോഴാണ് എല്ലാവരുടേയും ശ്വാസം നേരെ വീണത്. ശ്രീപ്രകാശിന്റെ അമ്മ പ്രാർത്ഥന മതിയാക്കി തല പൊക്കിയപ്പോഴും ശ്രീപ്രകാശ് തലകുനിച്ചു തന്നെ ഇരുന്നു.

അനി കുമാർ ആവശ്യപ്പെട്ടതനുസരിച്ച് ശ്രീപ്രകാശിന്റെ അമ്മ രണ്ടു ചെറു ബാഗുകളിൽ ശ്രീപ്രകാശിന്റെയും തന്റെയും വസ്ത്രങ്ങളും മറ്റ് സാധനങ്ങളും നിറച്ചു. പതിനഞ്ചു ദിവസത്തേക്ക് അമ്മയും മകനും ഒരു പര്യടനത്തിന് പോകുന്നു എന്ന് എല്ലാവരും ധരിച്ചാൽ മതി എന്ന് കൂട്ടായി തീരുമാനിച്ചു. സ്റ്റെല്ലയ്ക്ക് പൂർണ്ണ ഉത്തരവാദിത്വം, ശ്രീകുട്ടൻ, ശ്രീകാന്തിന്റെ അധികാരി, സുമിത്രയോട് അമ്മയും മകനും യാത്രപോയി എന്നു പറഞ്ഞാൽ മതി എന്ന് ശട്ടവും കെട്ടി. ആദിയയുടെ അമ്മ എല്ലാ ദിവസവും രണ്ടുനേരം ഫോൺ ചെയ്യാമെന്നും ആഴ്ചയിലൊരിക്കൽ നേരിട്ടെത്താമെന്നും ഏറ്റു.

അങ്ങനെ ശ്രീപ്രകാശിനെ നെയ്യാറ്റിൻകര ജനറൽ ആശുപത്രിയിലെ വിമുക്തി 'ഡിഅഡിക്ഷൻ' സെന്ററിലേക്ക് അപ്പോൾ തന്നെ കൊണ്ടുപോയി. കൂട്ടിയിരിപ്പുകാരിയായി അവന്റെ അമ്മയും. ചികിത്സ കൊടുക്കാതെ തന്നെ കുടിയിൽ നിന്നും അമ്മയ്ക്കും ഒരു 'ഡിഅഡിക്ഷൻ' ആവുമല്ലോ എന്ന് സ്റ്റെല്ല ഓർത്തു.

ശുഭമായി വരണേ എന്ന് എല്ലാവരും പ്രാർത്ഥിച്ചു. ഉറങ്ങിപ്പോയ യുവിയേയും എടുത്ത് എല്ലാവരോടും ബൈ പറഞ്ഞ് അനി കുമാറിന്റെ വണ്ടിയിൽ ആദിയയും അമ്മയും വീട്ടിൽ എത്തിയപ്പോൾ മണി പത്തര. ഇനിവേണം അനി കുമാർ സാറിന് നെയ്യാറ്റിൻകര ആശുപത്രിയിൽ പോയി പേപ്പറുകൾ ശരിയാക്കി സ്വന്തം ഓഫീസിൽ ചെന്ന് എല്ലാം കമ്പ്യൂട്ടറിൽ ചേർത്ത് സ്വന്തം കൂടണയാൻ.

'ആത്മാർത്ഥതയ്ക്ക് പര്യായമായ ഒരു സർക്കാർ ഉദ്യോഗസ്ഥൻ,' ആദിയയുടെ അമ്മ ഓർത്തു.

ഒമ്പത്

കുറച്ചു ദിവസങ്ങൾക്കുശേഷം ആദിയയുടെ അമ്മ ഓഫീസിൽ നിന്നും വന്നപ്പോൾ, അനി കുമാർ സാർ ഫോൺ ചെയ്ത് അടുത്ത ദിവസം വൈകീട്ട് ശ്രീകാന്തിന്റെ വീട്ടിൽ ചെല്ലണമെന്ന് പറഞ്ഞ തായി അവർ ആദിയയെ അറിയിച്ചു. ആറു മണിക്ക് എത്താമെന്ന് അവർ അറിയിച്ചതായും പറഞ്ഞു.

യുവിയുമായി ആദിയയും അമ്മയും അവിടെ എത്തിയപ്പോൾ ശ്രീകാന്ത്, ശ്രീകുട്ടൻ, ശ്രീപ്രകാശ്, അവരുടെ അമ്മ, സ്റ്റെല്ല എന്നി വരും അനി കുമാറും പരിചയമില്ലാത്ത മറ്റൊരാളും അവിടെ ഉണ്ടാ യിരുന്നു. മേശപ്പുറത്ത് ഒരു വലിയ കേക്ക് തുറന്നു വച്ചിരുന്നു.

പുതിയ ആളിനെ അനി കുമാർ പരിചയപ്പെടുത്തി. ‘‘ഇത് എക് സൈസ് ഡിപ്പാർട്ട്മെന്റിലെ വിമുക്തി മിഷന്റെ കോഓർഡിനേറ്റർ ആണ്. തുടക്കം മുതൽ ഈ കേസ് അദ്ദേഹത്തിന്റെ ശ്രദ്ധയിലായി രുന്നു. ഇന്നു രാവിലെ ശ്രീപ്രകാശിനെ ആശുപത്രിയിൽ നിന്നും വിടുതൽ ചെയ്തു. ‘അസുഖം’ പൂർണമായും ഭേദപ്പെട്ടിരിക്കുന്നു. അവന്റെ വിജയം ആഘോഷിക്കാൻ നമുക്ക് ഈ കേക്ക് മുറിക്കാം.’’

എല്ലാവരും കൈയടിച്ച് ആഹ്ലാദം പ്രകടിപ്പിച്ചു. ശ്രീപ്രകാശിനോടു തന്നെ കേക്ക് മുറിക്കാനും ആദ്യ കഷണം അമ്മയുടെ വായിൽ വയ്ക്കാനും അനി കുമാർ ആവശ്യപ്പെട്ടു. പക്ഷേ, കേക്ക് മുറിച്ച് അവൻ തിരിഞ്ഞ് ആരും പ്രതീക്ഷിക്കാത്ത അനി കുമാറിന്റെ വായി ലാണ് വച്ചത്. പിന്നീട് അമ്മ, കോഓർഡിനേറ്റർ എന്ന മുറയ്ക്ക്. അവന്റെ ആ പ്രവർത്തി എല്ലാവർക്കും ഇഷ്ടമായി. ബാക്കി വന്ന കേക്ക് ശ്രീകുട്ടനും ശ്രീകാന്തും ചേർന്ന് മുറിച്ച് പ്ലേറ്റിൽ സ്പൂണുമായി വച്ച് എല്ലാവർക്കും കൊടുത്തു.

ആദിയയ്ക്ക് വളരെ സന്തോഷം തോന്നി. തന്റെ പങ്കിനെക്കുറിച്ച് ആരും പറഞ്ഞില്ലെങ്കിലും അന്ന് ആ സാഹസം ചെയ്തതുകൊണ്ടാണ് നല്ല രീതിയിൽ പ്രശ്നം പരിഹരിക്കാൻ സാധിച്ചത് എന്ന് അവൾക്ക് അറിയാമായിരുന്നു. ‘‘ഇനി കുട്ടികൾ കളിക്കാൻ പോകൂ’’ എന്ന് അനി കുമാർ ആവശ്യപ്പെട്ടതിൻ പ്രകാരം എല്ലാവരും ടെറസ്സിന്റെ

സന്തോഷത്തിന്റെ ആഘോഷം

മുകളിലേക്ക് തിരിച്ചു. അപ്പോൾ അനി കുമാർ പറഞ്ഞു, ''ആദിയയും ശ്രീപ്രകാശും മാത്രം നിൽക്കുക.''

അവർ തിരിച്ചു വന്ന് സോഫയിൽ ഇരുന്നു. കോ-ഓർഡിനേറ്റർ പറഞ്ഞു, ''ഇനി ശ്രീപ്രകാശിന്റെയും അമ്മയുടെയും ഉത്തരവാദിത്തം വളരെ വലുതാണ്. അനി കുമാർ സാർ പ്രത്യേക ശ്രദ്ധ എടുത്തതു കൊണ്ടാണ് ഇന്ന് നമ്മൾ ഇങ്ങനെ സന്തോഷത്തോടെ സംസാരിക്കുന്നത്. സ്റ്റെല്ലയ്ക്കും പ്രത്യേക കടമയുണ്ട്, നിങ്ങളാണ് ഇവിടെ കുട്ടികൾക്ക് കൂട്ടായി രാത്രി കിടക്കുന്നത് എന്ന് അനി കുമാർ സാർ പറഞ്ഞിരുന്നു.''

എല്ലാവരും തലയാട്ടി.

''വെറുതെ തലയാട്ടിയാൽ പോരാ. നിങ്ങൾക്കറിയാമോ ഈ കേസിന്റെ പേപ്പർ വർക്ക് കുറച്ച് കഠിനമായിരുന്നു. ആദിയയുടെ അമ്മ നാർക്കോട്ടിക്സ് ഡിപ്പാർട്ടുമെന്റിന് ആ 'സാധനം' കൊടുത്തതുകൊണ്ട് രണ്ട് ഡിപ്പാർട്ടുമെന്റിന്റേയും നടപടികൾ ഏകീകരിക്കേണ്ടി വന്നു. എക്സൈസ് ആക്ട് 64(എ) പ്രകാരം ഡിഅഡിക്ഷൻ ചെയ്ത ആൾക്കാർക്ക് എക്സംപ്ഷൻ വാങ്ങാം. ഇനി അതിനുള്ള പരിശ്രമം ഞാൻ ചെയ്യാം. ആശുപത്രിയുടേയും ഡോക്ടറുടേയും ഒക്കെ ഒപ്പ് വാങ്ങി. ഇനിയും വിമുക്തിയുടേയും പൊലീസിന്റെയും ഒക്കെയുണ്ട്. ഞാനതൊക്കെ നോക്കിക്കൊള്ളാം.'' ശ്രീപ്രകാശിനെയും അമ്മയേയും നോക്കിക്കൊണ്ട് അയാൾ പറഞ്ഞു ''ഇത് ഒറ്റ തവണത്തേക്ക് മാത്രം. ഇനി ഈ കുഴിയിൽ വീണാൽ ദൈവം തമ്പുരാൻ വന്നാലും രക്ഷപ്പെടുത്താൻ പറ്റില്ല. ഓർത്തോണം.''

അപ്പോഴും ഒന്നും പറയാതെ എല്ലാവരും തലയാട്ടി.

അനവസരത്തിൽ, പ്രത്യേകിച്ച് വേറൊന്നും ചിന്തിക്കാതെ, അനി കുമാർ അവിടിരുന്ന പലർക്കും അറിയാതിരുന്ന ആ കാര്യം എടുത്തിട്ടു. ശ്രീപ്രകാശിന്റെ അമ്മയെ നോക്കി അയാൾ പറഞ്ഞു, ''ഭർത്താവ് ചെയ്തു കൂട്ടിയ പാപങ്ങൾക്ക് മക്കൾ കണക്ക് പറയേണ്ടതായി വരരുത്. നിങ്ങൾക്കാണ് അതുകൊണ്ട് ഇരട്ടി ചുമതല.''

ആർക്കും ഒന്നും മനസ്സിലായില്ല. ആദിയ അമ്മയുടെ മുഖത്ത് നോക്കി. അമ്മ സ്റ്റെല്ലയുടെ. സ്റ്റെല്ല ശ്രീപ്രകാശിന്റെ. ശ്രീപ്രകാശ് ഒരുത്തരത്തിനു വേണ്ടി അമ്മയുടെ നേരെ നോക്കി. ഇക്കാര്യം അവിടെ ആർക്കും അറിയില്ലായിരുന്നു എന്ന് അനി കുമാറിന് അപ്പോഴാണ് മനസ്സിലായത്. അതിന്റെ ജാള്യത അയാളുടെ മുഖത്ത് തെളിഞ്ഞു. ഇനി അതിൽ നിന്നും പുറത്തുവരാൻ ഒരു വഴിയേ ഉള്ളൂ. അയാൾ ഓർത്തു, 'മറച്ചുവച്ചിരിക്കുന്ന കാര്യങ്ങൾ വെളിച്ചത്താക്കുക.'

''ക്ഷമിക്കൂ. നിങ്ങൾക്ക് അറിയില്ലെന്ന് മനസ്സിലായത് ഇപ്പോഴാണ്. ഞാൻ പറയുന്ന കാര്യം മറ്റാരും ഇനി അറിയണമെന്നില്ല.''

ശ്രീപ്രകാശിനെ നോക്കി അദ്ദേഹം പറഞ്ഞു, ''പ്രത്യേകിച്ചും നിന്റെ അനിയന്മാർ. ആദിയയും ശ്രദ്ധിക്കണം കേട്ടോ.''

എന്നിട്ടും എന്താണ് കാര്യം എന്ന് അദ്ദേഹം പറഞ്ഞില്ല. പറയാനുള്ള മടികാരണം സമയം നീട്ടിക്കൊണ്ടു പോവുകയാണ് എന്ന് വ്യക്തം.

ശ്രീപ്രകാശിന്റെ അമ്മ തന്നെ, തന്റെ കർത്തവ്യമാണ് അത് എന്ന വിചാരത്തിൽ പറഞ്ഞു, ''ശ്രീപ്രകാശിന്റെ അച്ഛൻ ജയിലിലാണ്. ആറേഴ് കൊല്ലം മുമ്പ് ബംഗളുരുവിൽ നടന്ന ഒരു തട്ടിപ്പിൽ പെട്ട് പത്ത് വർഷത്തേക്ക് അവിടെ ജയിലിലാണ്. ഇനി മൂന്നരവർഷം കഴിയുമ്പോഴേ കാലാവധി കഴിയൂ. അതുവരെ നിങ്ങളെ ആരെയും അറിയിക്കണ്ട എന്ന് ഞാൻ കരുതി. ക്ഷമിക്കൂ.''

അവർ ബോധപൂർവ്വം 'തട്ടിപ്പിൽ പെട്ട്' എന്ന് പറഞ്ഞത് ശ്രീകാന്തിന്റെ അച്ഛന് അബദ്ധം പറ്റിയതാണ് എന്ന തോന്നൽ ഉണ്ടാവാൻ വേണ്ടി ആയിരുന്നു. യഥാർത്ഥത്തിൽ അയാൾ ധാരാളം പേരെ പറ്റിച്ച്, സർക്കാർ കണ്ടുകെട്ടിയതിലും അധികം പണം ഉണ്ടാക്കി, അത് ഭാര്യയുമായി ചേർന്ന് ഒളിപ്പിച്ച് വച്ചു. കഴിഞ്ഞ നാലഞ്ചുവർഷമായി അവർ ആർഭാടമായി ചെലവാക്കുകയാണ് എന്നത് ആർക്കും അറിയില്ല.

തങ്ങളുടെ ജോലി കഴിഞ്ഞു എന്ന മട്ടിൽ ഉദ്യോഗസ്ഥർ രണ്ടു പേരും പോകാൻ എഴുന്നേറ്റു. ശ്രീപ്രകാശ് വിജയിച്ചുവന്ന നല്ല ദിവസമായിരുന്നു എങ്കിലും അവന്റെ അച്ഛന്റെ കഥ കേട്ട് എല്ലാവരും മ്ലാനതയിലായി. നാളെ ഫോൺ ചെയ്യാമെന്ന വാഗ്ദാനത്തോടെ ശ്രീപ്രകാശിനെ കെട്ടിപ്പിടിച്ചശേഷം ടെറസ്സിൽ കളിച്ചിരുന്ന യുവിയേയും കൊണ്ട് ആദിയയും അമ്മയും മടങ്ങി.

അടുത്ത ഒരാഴ്ച പ്രത്യേകിച്ച് വിശേഷമൊന്നുമില്ലാതെ കാര്യങ്ങൾ മുന്നോട്ട് പോയി. ജോലിക്കാരി സുമിത്രയ്ക്ക് അത്ഭുതമായിരുന്നു. ആ ശനിയാഴ്ച ആദിയയും അമ്മയും വന്നപ്പോൾ അവളത് പറഞ്ഞു, ''ശ്രീപ്രകാശും അമ്മയും ഒരുപാട് മാറിയിരിക്കുന്നു. സ്കൂളിൽ നിന്നും അവധി ഒരാഴ്ചകൂടി എടുത്തതിനാൽ അവൻ വീട്ടിലുണ്ട്. എല്ലാവരോടും സംസാരിക്കുന്നുണ്ട്. പാല് കുടിക്കുന്നു, ബിസ്ക്കറ്റ് തിന്നുന്നു, താൻ ഉണ്ടാക്കുന്ന ചോറും കളികളും രുചിയോടെ ഭക്ഷിക്കുന്നു. നേരത്തെ ഇതൊന്നും പതിവില്ലാത്തതാണല്ലോ. അമ്മയാണെങ്കിൽ കറങ്ങി നടക്കുന്നേ ഇല്ല. സ്റ്റെല്ലയ്ക്കിപ്പോൾ കുട്ടികളുടെ കൂടെ സമയം ചിലവഴിക്കേണ്ടി വരുന്നതേ ഇല്ല, അമ്മ തന്നെ അവരുടെ കൂടെയുണ്ട്. ''എന്ത് മാജിക്കാണപ്പാ അവർ പോയിടത്ത് നടന്നത്. വല്ല പോട്ടയിലോ മറ്റോ ധ്യാനത്തിന് പോയതാണോ,'' തമാശയായി അവർ ചോദിച്ചു.

ആദിയയ്ക്കും വലിയ സന്തോഷം തോന്നി. ശ്രീപ്രകാശ് അവരുടെ കൂടെ കളിക്കാൻ കൂടിയില്ലെങ്കിലും ഇടയ്ക്കിടെ വന്ന് അവരോട് സ്നേഹത്തിൽ സംസാരിച്ചുപോന്നു. ''അങ്ങനെ, മിഷൻ

സക്സസ്സ്'' എന്ന് അവിടുന്ന് തിരിച്ചുപോകുമ്പോൾ ആദിയ അമ്മയോട് പറഞ്ഞു.

ആ ആഴ്ച സ്കൂളിൽ വച്ച് ആ ആറുപേരുടേയും പ്രധാന സംസാരവിഷയം ശ്രീപ്രകാശിന്റെ കാര്യം തന്നെ ആയിരുന്നു. ശ്രീകുട്ടന് ഒരു സംശയം ബാക്കി നിന്നു, ചേട്ടൻ വീണ്ടും പഴയ വഴിക്ക് പോകുമോ എന്ന്. ഇതുവരെ കുഴപ്പമില്ലെങ്കിലും സ്കൂളിൽ പോയിത്തുടങ്ങിയാൽ വീണ്ടും ആ കുഴിയിൽ വീഴില്ലേ എന്നായിരുന്നു അവന്റെ സംശയം. ആദിയയുടെ അമ്മയെ നാർക്കോട്ടിക്സിലെ പൊലീസ് ഒന്നുരണ്ടുതവണ കാണാൻ വന്നതും അദ്ദേഹത്തിന്റെ ഭാഷയിൽ 'ഇത് വേരോടെ പിഴുതു കളയാൻ' ഉള്ള തയ്യാറെടുപ്പിലാണെന്ന് അവർ പറഞ്ഞ കാര്യവും അറിയിച്ചു. അതിനായി ശ്രീപ്രകാശിനെ 'ചോദ്യം ചെയ്യേണ്ടി' വരുമത്രെ.

ഈ വിശേഷം കൂട്ടുകാർക്ക് അങ്കലാപ്പുണ്ടാക്കി. 'പൊലീസുമുറയിൽ' ശ്രീപ്രകാശിനെ കൈകാര്യം ചെയ്യില്ലെങ്കിലും ചിലപ്പോൾ, ചോദ്യം ചെയ്യൽ പ്രക്രിയ തന്നെ അവന് മാനസികാഘാതം ഉണ്ടാക്കുമോ എന്ന് എല്ലാവരും പേടിച്ചു.

''നമുക്ക് എന്ത് ചെയ്യാൻ സാധിക്കും?'' സൂസൻ ആ പറഞ്ഞത് 'ഇനിയൊന്നും ചെയ്യാൻ പറ്റില്ല' എന്നായിരുന്നില്ല. 'നമുക്ക് എങ്ങനെ സഹായിക്കാം, അതിന് നമുക്ക് ശ്രമിക്കാം' എന്ന അർത്ഥമായിരുന്നു.

അബ്ദു പറഞ്ഞു, ''നമുക്ക് ആ ചേട്ടനെ ചോദ്യം ചെയ്താലോ. പൊലീസ് ചെയ്യുന്നതിന് മുമ്പ്. നമ്മോടാവുമ്പോൾ ചേട്ടൻ എല്ലാം പറയും.''

''അത് നല്ല കാര്യം തന്നെ.'' ആദിയ ചിന്തിച്ചുകൊണ്ട് സ്വയം പറയുന്ന മട്ടിൽ പറഞ്ഞു. ''പക്ഷേ, വേറെ വഴിയെന്തെങ്കിലും കൂടി നോക്കാം. ശ്രീപ്രകാശ് ചേട്ടനെ ഇപ്പോൾ ഇതിൽ പങ്കെടുപ്പിക്കേണ്ട എന്ന് എനിക്ക് തോന്നുന്നു. എല്ലാവരും ആലോചിച്ചേ, വേറെ എന്തെങ്കിലും വഴി കൂടി കിട്ടും.''

''ചേട്ടന് ഒരു ലൈനുണ്ടായിരുന്നു. നമ്മുടെ ഈ സ്കൂളിൽ തന്നെ പഠിക്കുന്ന കുട്ടിയായിരുന്നു. ഒമ്പതിലാണെന്നാണ് ഓർമ്മ. പേരറിയില്ല.'' ശ്രീകുട്ടൻ ഓർത്തെടുത്തു.

''ഓ, അത് ലൈനൊന്നുമല്ല അവർ വെറും കൂട്ടുകാർ.'' ആ പറഞ്ഞത് ശ്രീകാന്തിന് ഇഷ്ടപ്പെട്ടില്ല.

''ലൈനെന്നു വച്ചാൽ എന്താണ്?'' ധീരയ്ക്ക് ആ വാക്കിനെക്കുറിച്ച് അറിയില്ല.

''എടാ, പ്രേമം. സിനിമയിലൊക്കെ കണ്ടിട്ടില്ലേ.'' അത് അബ്ദു വക.

''ബേ...'' എന്തോ നികൃഷ്ടവാക്ക് കേട്ട മട്ടിൽ ധീര, മുഖം ചുളിച്ചു.

''ഓ, അത് പ്രേമവും മണ്ണാങ്കട്ടയൊന്നുമല്ല. ചേട്ടൻ ഈ സ്കൂളിൽ

പഠിക്കുമ്പോൾ ഡിബേറ്റിൽ അവർ ഒരു ടീം ആയിരുന്നു. അങ്ങനെ സംസാരിച്ചതേ ഉള്ളൂ.'' ശ്രീകാന്ത് ചേട്ടനെ പിൻതാങ്ങി.

''എന്തായാലും ഇന്ന് നമുക്ക് ഒമ്പതാം ക്ലാസ്സിൽ പോയി ആ ചേച്ചിയെ കണ്ടുപിടിക്കണം.'' ഒരു നിർദ്ദേശം പോലെ ആദിയ പറഞ്ഞു, ''ശ്രീകുട്ടൻ ചേട്ടൻ തന്നെ ശ്രമിക്കൂ.''

അന്ന് വൈകീട്ടോടെ ശ്രീകാന്ത് അറിയിച്ചു, ''ചേട്ടൻ പല തവണ ശ്രമിച്ചിട്ടും ആ കുട്ടിയെ കാണാൻ സാധിച്ചില്ല.''

ഇനി എങ്ങനെ മുന്നോട്ട് പോകണമെന്ന് ആർക്കും അറിയില്ല. ''നാളെയാവട്ടെ എന്തെങ്കിലും ആശയവുമായി വരൂ. ഞാൻ അമ്മയോടുകൂടി ഒന്ന് ആലോചിക്കട്ടെ.'' ആദിയ അറിയിച്ചു.

അത്താഴ സമയത്ത് അമ്മയോട് അത് ചോദിച്ചപ്പോൾ മറുപടി നിഷേധാത്മകമായിരുന്നു. ''നീ അത് വിട് ആദിയാ. നമുക്ക് ചെയ്യാനുള്ളതൊക്കെ ചെയ്തില്ലേ. ബാക്കി, പൊലീസ് അവരുടെ രീതിക്ക് നോക്കികൊള്ളും.''

''അങ്ങനെ അല്ലമ്മാ. പൊലീസ് ചോദ്യം ചെയ്യാൻ അവനെ പിടിച്ചോണ്ട് പോയാൽ അവൻ പിന്നെയും...'' ആദിയയ്ക്ക് സങ്കടം വന്നു.

''നീ ഈ സിനിമയിലൊക്കെ കാണുന്നതുപോലല്ല ഇപ്പോഴത്തെ പൊലീസ്. അവർ വളരെ മാന്യമായാണ് പെരുമാറുന്നത്. നാർക്കോട്ടിക്സിലെ എന്റെ കൂട്ടുകാരിയുടെ മോനെ കണ്ടില്ലേ. ഐപിഎസ്സാണ്. എത്ര കുലീനതയോടെയാണ് പെരുമാറുന്നത്. നമ്മുടെ സ്വന്തം അനികുമാർ സാറാണങ്കിലോ. കുടുംബ കാര്യങ്ങൾപോലും മാറ്റി വച്ചിട്ടല്ലേ ജനങ്ങൾക്കുവേണ്ടി പ്രവർത്തിക്കുന്നത്?'' അമ്മ ചൂണ്ടിക്കാട്ടി.

''അത് ശരിതന്നെ. പക്ഷേ, വേറെ വഴിയുണ്ടെങ്കിൽ.''

''എന്തിനുള്ള വഴിയാണ് മോളേ?'' ആദിയയുടെ അമ്മയ്ക്ക് ഇനിയെന്താണ് പ്രശ്നം എന്ന് യഥാർത്ഥത്തിൽ മനസ്സിലായില്ല. കുട്ടിക്കൊരു പ്രശ്നം ഉണ്ടായി. അത് കണ്ടുപിടിച്ചു വഷളാകുന്നതിന് മുമ്പ് ചികിത്സിച്ചു. ഇപ്പോൾ പൂർണ്ണ ഭേദമായി. കേസൊന്നുമില്ലല്ലോ. ഇതിൽ കൂടുതൽ എന്താണ് വേണ്ടത്. ഇതായിരുന്നു അവർ ചിന്തിച്ചത്.

''അമ്മ മറന്നുപോയോ. ആ പൊലീസുകാരൻ പറഞ്ഞില്ലേ. ശ്രീപ്രകാശ് ചേട്ടന് മയക്കുമരുന്ന് എത്തിക്കുന്ന ആളെ കണ്ടുപിടിക്കണം എന്ന്. അതിന് ചേട്ടനെ ചോദ്യം ചെയ്യണമെന്ന്.''

''വാ കുട്ടീ, നമുക്ക് ഉറങ്ങാൻ പോകാം.'' യുവിയെ വാരിയെടുത്ത് തോളത്തിട്ടുകൊണ്ട്, ഇനി ഇക്കാര്യത്തിൽ എനിക്കൊന്നും പറയാനില്ല എന്ന മട്ടിൽ അവർ സ്വന്തം മുറിയിലേക്ക് നടന്നു. അന്ന് രാത്രി ആദിയ ഏറെനേരം കഴിഞ്ഞാണ് ഉറങ്ങിയത്. ഒരു വഴിയും കാണാതെ. ഒന്ന് രണ്ട് സ്വപ്നങ്ങളും കണ്ടു, അതിലെവിടെയോ കടുംകുട്ടിയിലെ അപ്പൂപ്പനെ കണ്ടത് അവൾ അവ്യക്തമായി ഓർത്തു.

പത്ത്

പതിവ് ഉത്സാഹമില്ലാതെ ആദിയ എഴുന്നേറ്റ് ക്ലോക്കിൽ നോക്കിയപ്പോൾ മണി ഏഴാവാൻ പോകുന്നു. സാധാരണ ആറരയ്ക്കു മുമ്പേ എഴുന്നേൽക്കുന്ന താനാണ്. ഉറക്കച്ചടവോടെ ടോയ്‌ലറ്റിൽ പോയി, പല്ല് തേച്ച്, മുഖം കഴുകി, തലമുടി വാരിക്കെട്ടി കട്ടിലിൽ അടുത്ത് കിടന്നിരുന്ന ലില്ലിയേയുമെടുത്ത് താഴേക്ക് നടന്നു. സ്വീകരണമുറിയിൽ സംസാരം കേട്ട അവൾ അങ്ങോട്ട് ചെന്നപ്പോൾ കണ്ട കാഴ്ച അവളെ ഒരേ സമയം അത്ഭുതപ്പെടുത്തുകയും ആഹ്ലാദിപ്പിക്കുകയും ചെയ്തു.

സ്വപ്നത്തിൽ കണ്ട കടുംകുട്ടിയിലെ അപ്പൂപ്പൻ അതാ, സോഫയിൽ ഇരിക്കുന്നു. മടിയിൽ യുവി. മടിയിൽ എന്ന് പറഞ്ഞാൽ ശരിയാവില്ല, മുട്ടോളം ഉന്തിനിൽക്കുന്ന കുടവയറിന് പുറത്തിരുന്ന് അപ്പൂപ്പന്റെ നീണ്ട മീശ പിരിച്ച് കളിക്കുന്നു. അത്യധികം ആഹ്ലാദത്തോടെ അവൻ പറഞ്ഞു, ‘‘നോക്കൂ ചേച്ചീ, അപ്പൂപ്പൻ.’’

ആദിയയും ഓടി അടുത്തെത്തി അപ്പൂപ്പന്റെ മടിയിൽ, അല്ല കുടവയറിൽ, സ്ഥാനം പിടിക്കാൻ ശ്രമിച്ചു. ജിഞ്ചർ, ലൗത്രീ, മിസ്റ്റർ ബട്ട്ലർ എന്നിവരും കുറുകിക്കൊണ്ട് അപ്പൂപ്പന്റെ കാലിനടുത്തുണ്ട്. അമ്മ കൊടുത്ത ചായ അപ്പൂപ്പൻ ആസ്വദിച്ചുകൊണ്ടിരുന്നു. ആകെ ആഹ്ലാദകരമായ അന്തരീക്ഷം. ആദിയയുടെ ഉറക്കച്ചടവെല്ലാം പറപറന്നു.

അപ്പൂപ്പനും കുട്ടികളും കുളിച്ച് വന്നശേഷം എല്ലാവരും ഒരുമിച്ച് പ്രഭാതഭക്ഷണം കഴിച്ചുകൊണ്ടിരുന്നപ്പോഴാണ് ആദിയയ്ക്ക് അപ്പൂപ്പൻ വന്ന കാര്യം മനസ്സിലായത്. അപ്പൂപ്പന്റെ കൂടെ കോളേജിൽ പഠിച്ച സുഹൃത്ത് തലേ രാത്രി മരിച്ചു പോയി എന്നും ചടങ്ങുകൾക്ക് പങ്കെടുക്കാനാണ് വന്നത് എന്നും.

‘‘ഇവിടുന്ന് അഞ്ച് കിലോമീറ്ററേ ഉള്ളൂ അവന്റെ വീട്ടിലേക്ക്. പതിനൊന്നു മണിക്കാണ് ക്രിമേഷൻ. ഞായറാഴ്ച സഞ്ചയനം. അതു കഴിഞ്ഞേ ഞാൻ പോകൂ. അപ്പോൾ കുറച്ചു ദിവസം നമുക്ക് വീണ്ടും അടിച്ച്പൊളിക്കാം.’’ അപ്പൂപ്പൻ പറഞ്ഞത് കേട്ടപ്പോൾ

കൂടുതൽ സന്തോഷം യുവിക്കായിരുന്നോ ആദിയയ്ക്കായിരുന്നോ അതോ അമ്മയ്ക്കായിരുന്നോ എന്നതായിരുന്നു ഒരേ ഒരു സംശയം.

സ്കൂളിൽ പോകുന്നതിനുമുൻപ് പല തവണ അപ്പൂപ്പനോട് ശ്രീപ്രകാശിന്റെ കുഴപ്പങ്ങൾ അവതരിപ്പിക്കാനും അതിന്റെ പുതിയ പ്രശ്നത്തിന്റെ പരിഹാരം തേടാനും ആദിയ ശ്രമിച്ചു. പക്ഷേ, സൗകര്യം കിട്ടിയില്ല.

''മോള് സ്കൂളിൽ പോകാൻ തയ്യാറെടുക്ക്. ബുക്കൊക്കെ അടുക്കി വയ്ക്കേണ്ടേ. ഹോംവർക്ക് ചെയ്യേണ്ടേ?'' അപ്പൂപ്പൻ പറഞ്ഞു.

''അയ്യയ്യേ, ഈ അപ്പൂപ്പന്റെ ഒരു കാര്യം. ഞങ്ങളുടെ സ്കൂളിൽ പുസ്തകങ്ങൾ ഇല്ലെന്ന് അറിയില്ലേ. ഹോം വർക്കും ഇല്ല. ചില പ്രോജക്ടുകൾ ചെയ്യണം. അത്രയേ ഉള്ളൂ,'' ആദിയ കളിയാക്കി.

അപ്പൂപ്പൻ പറഞ്ഞു, ''ഓ, ഞാനതു മറന്നു. ഹോം വർക്കും ട്യൂഷനും തടിയൻ പുസ്തകങ്ങൾ ഉള്ള ബാഗും സ്കൂളിൽ ചെന്നാൽ നല്ല ചൂരൽ കഷായവും ടെസ്റ്റ് പേപ്പറും ജയവും തോൽവിയും ഒന്നുമില്ലാത്ത സ്കൂൾ എന്തോന്ന് സ്കൂൾ. കാലം മറിഞ്ഞ കാലം.'' അമ്മയെ നോക്കി പറഞ്ഞു. ''എങ്ങനെ വരുമോ എന്തോ ഈ കുട്ടികൾ. എല്ലാം അനുഭവിച്ചോ. ഞാനൊന്നും പറയുന്നില്ലേ.'' കപടശുണ്ഠി യോടെയാണ് അദ്ദേഹം അത് പറഞ്ഞത്.

സ്കൂളിലേക്ക് യുവിയും ആദിയയും ഓഫീസിലേക്ക് അമ്മയും മരണവീട്ടിലേക്ക് അപ്പൂപ്പനും ഇറങ്ങുന്ന സമയം ആദിയയെ നോക്കി അദ്ദേഹം പറഞ്ഞു, ''നമുക്ക് വൈകീട്ട് നിന്റെ കൂട്ടുകാരന്റെ പ്രശ്നം സംസാരിക്കാം.''

അന്ന് സ്കൂളിലെത്തിയപ്പോൾ ആർക്കും ഒരു വഴിയും കിട്ടിയില്ല എന്ന് ആദിയയ്ക്കു മനസ്സിലായി. അബ്ദു പറഞ്ഞു, ''എനിക്ക് വീട്ടി ലാരോടും ഇക്കാര്യം ചോദിക്കാൻ പറ്റില്ലല്ലോ. അവർക്കാർക്കും ഒന്നും അറിയില്ലല്ലോ.''

''ശരിയാണ്. എനിക്കും ആരോടും സംസാരിക്കാനില്ല.'' ധീര യ്ക്കും അതേ പ്രശ്നം തന്നെയായിരുന്നു.

''അപ്പോൾ എന്റെ കാര്യമോ?'' സൂസൻ ദുഃഖം അഭിനയിച്ചു. പക്ഷേ, ആ പറഞ്ഞ രീതി അഭിനയിച്ചതാണോ യഥാർത്ഥദുഃഖത്തി ലായിരുന്നോ എന്ന് ആദിയ സംശയിച്ചു.

''ഞങ്ങൾ അമ്മയോട് ഐഡിയയ്ക്കുവേണ്ടി സംസാരിച്ചു. പക്ഷേ, ഒന്നും കിട്ടിയില്ല. ശ്രീചേട്ടൻ പറഞ്ഞു, 'വരുന്നത് വരട്ടെ. ഞാനുണ്ടാക്കി വച്ചതല്ലേ. എനിക്കിത് വേണം.' ചേട്ടനത് പറഞ്ഞ പ്പോൾ എനിക്ക് സങ്കടം വന്നു.'' ശ്രീകാന്ത് അറിയിച്ചു.

ശ്രീകുട്ടൻ വഴിയൊന്നും കാണാത്തതിനാൽ വിഷമിച്ച് തല താഴ്ത്തി ഇരുന്നതേ ഉള്ളൂ.

‘‘നിങ്ങൾ വിഷമിക്കേണ്ട. പരിഹാരം എനിക്ക് കിട്ടും.’’ ആദിയ അപ്പറഞ്ഞത് കേട്ടപ്പോൾ എല്ലാവരും എന്താണ് ആ പരിഹാരം എന്നറിയാൻ കാത്തു.

‘‘ഞാനാപ്പറഞ്ഞത് പരിഹാരം കിട്ടും എന്നാണ്, കിട്ടി എന്നല്ല. അതായത് എന്റെ അപ്പൂപ്പൻ നാട്ടിൽ നിന്നും ഇന്നെത്തി. അദ്ദേഹത്തിനോട് സംസാരിക്കാൻ സമയം കിട്ടിയില്ല. വൈകീട്ട് എത്തിയിട്ട് സംസാരിക്കും. അപ്പൂപ്പൻ പരിഹാരം കാണും. ലോകത്തിലെ ഏറ്റവും ബുദ്ധിമാനാണ് അപ്പൂപ്പൻ.’’ ആദിയ ആ പറഞ്ഞത് ഒരു ലോകസത്യം ഘോഷണം ചെയ്യുന്ന മട്ടിലാണ്.

എല്ലാവർക്കും ആഹ്ലാദമായി. ‘‘പരിഹാരം കിട്ടിയാലുടനെ ഫോൺ ചെയ്ത് പറയണേ. നാളെ സ്കൂളിൽ വരുന്നതുവരെ കാക്കണ്ട.’’ സൂസൻ പറഞ്ഞത് എല്ലാവരും ശരിവച്ചു.

‘‘ചേട്ടന്റെ ഒമ്പതിലെ കൂട്ടുകാരിയെ കണ്ടുപിടിക്കാൻ ഇന്നും ശ്രമിക്കണേ.’’ ആദിയ ശ്രീകുട്ടനെ ഓർമ്മിപ്പിച്ചു.

ക്ലാസ് പെട്ടെന്ന് തീർന്നെങ്കിൽ എന്ന് വിചാരിച്ച് അന്നത്തെ ദിവസം എല്ലാവരും തള്ളിനീക്കി.

വൈകീട്ട് യുവിയുടെ കൈ പിടിച്ച് വീട്ടിലേക്ക് ഓടി കലച്ചേച്ചിയോട് ‘ഗുഡീവനിംഗ്’ എന്ന പതിവ് രീതി തെറ്റിച്ച്, ലില്ലിയെ ഒന്ന് നോക്കുക കൂടി ചെയ്യാതെ ആദിയ സ്വീകരണമുറിയിൽ കയറി നോക്കിയപ്പോൾ അപ്പൂപ്പനവിടെ ഇല്ല. സങ്കടം വന്ന് സോഫയിൽ കുത്തിയിരുന്നു.

കാര്യം മനസ്സിലാക്കിയ കല ചോദിച്ചു, ‘‘അപ്പൂപ്പനെയാണോ നോക്കുന്നത്?’’ സസ്പെൻസ് നിലനിർത്തിക്കൊണ്ട് അദ്ദേഹം അവിടെ ഉണ്ടെന്നോ ഇല്ലെന്നോ അവർ പറഞ്ഞില്ല.

‘‘അതേ, എവിടെയാണ്? മുകളിലത്തെ നിലയിലാണോ?’’ അങ്ങോട്ടേക്ക് ഓടാൻ തുനിഞ്ഞുകൊണ്ട് അവൾ ചോദിച്ചു.

‘‘ഇല്ല കുട്ടീ. ഇനിയും എത്തിയില്ല.’’ കല ആ പറഞ്ഞയുടൻ സങ്കടവും സസ്പെൻസും കൂടി കുഴഞ്ഞ് ആദിയ ഓടി വന്ന് അവരെ ഇടിക്കുന്നതായി അഭിനയിച്ചു.

ആ തമാശ ഇഷ്ടപ്പെട്ട കല പറഞ്ഞു, ‘‘മോള് പോയി മേല് കഴുകി വാ. ഹോർലിക്സ് കുടിച്ച് ലില്ലിയുമായി കളിച്ചിരിക്കുമ്പോൾ അപ്പൂപ്പൻ വരും.’’

പക്ഷേ, അദ്ദേഹം വന്നപ്പോൾ എട്ട് മണിയോളമായി. മരണസംബന്ധമായി പോയപ്പോൾ. കണ്ട പഴയ സുഹൃത്തുക്കളോടൊക്കെ സംസാരിച്ച് സമയം പോയത് അദ്ദേഹം അറിഞ്ഞില്ല. അദ്ദേഹം കുളിച്ച് പുതുവസ്ത്രം ധരിച്ച്, അത്താഴം കഴിച്ച്, അമ്മയോട് കൊച്ചു വർത്തമാനം പറഞ്ഞ്, യുവിയോട് കളിച്ച്, ആദിയയ്ക്ക് തന്റെ വലിയ

പ്രശ്നത്തെക്കുറിച്ച് സംസാരിക്കാൻ അനുവാദം കൊടുത്തപ്പോൾ സമയമേറെയായി.

ആദിയയും അവളുടെ അമ്മയും കൂടി വിശദമായിതന്നെ ശ്രീപ്രകാശിന്റെ പ്രശ്നം അവതരിപ്പിച്ചു. മുഴുവനും ശ്രദ്ധയോടെ, അവരെ തടസ്സപ്പെടുത്താതെ കേട്ടശേഷം അദ്ദേഹം ആദിയയ്ക്ക് വളരെ മനോവിഷമമുണ്ടാക്കിയ അഭിപ്രായം പറഞ്ഞു, ‘‘ഇനി അതങ്ങ് വിട്ടേയ്ക്ക്.’’

അന്നത്തെ ദിവസം മുഴുവൻ കെട്ടിപ്പൊക്കിയ ചീട്ടുകൊട്ടാരം ആദിയയുടെ മുന്നിൽ തകർന്നു വീണു. ഈ കേട്ടതിൽ ആദിയയ്ക്ക് വേണ്ടത്ര ദുഃഖമുണ്ടായില്ലെങ്കിലോ എന്ന് പേടിച്ചപോലെ അവളുടെ അമ്മ പറഞ്ഞു, ‘‘അതുതന്നെയാണ് ഞാനും ഇവളോട് പറഞ്ഞത്. നമുക്ക് ചെയ്യാനുള്ളതൊക്കെ ചെയ്തു. ബാക്കി പൊലീസ് ചെയ്യട്ടെ.’’

ആദിയ കരച്ചിലിന്റെ വക്കിലെത്തി. സോഫയിൽ കിടന്നുറങ്ങിയ യുവിയെ എടുത്ത് കിടത്താൻ അമ്മ കൊണ്ട് പോയപ്പോൾ ആദിയയെ സമാധാനിപ്പിക്കാനെന്നവണ്ണം അദ്ദേഹം പറഞ്ഞു, ‘‘ശരി, ഞാൻ രാത്രി ഒന്നാലോചിക്കട്ടെ.’’

‘‘താങ്ക്യൂ, അപ്പൂപ്പാ’’ എന്ന് പറഞ്ഞ് ഉത്സാഹത്തോടെ അപ്പൂപ്പനെ കെട്ടിപ്പിടിച്ച് ഒരു മുത്തം കൊടുത്തിട്ട് ആദിയ തന്റെ മുറിയിലേക്ക് പോയി. ഇനി അവിടെ നിന്നാൽ അപ്പൂപ്പൻ വല്ല തടസ്സവും പറഞ്ഞാലോ എന്ന് പേടിച്ച മട്ടിൽ അവൾ ഓടിയാണ് പോയത്.

സ്കൂളിൽ നിന്നും വന്നയുടൻ ധീരയും ശ്രീകാന്തും എന്തെങ്കിലും വിശേഷമുണ്ടോ എന്നറിയാൻ ഫോൺ ചെയ്തിരുന്നു. അപ്പൂപ്പൻ എത്തിയില്ലെന്ന് പറഞ്ഞപ്പോൾ രാത്രി ആയാലും വിളിക്കാൻ അവർ ആവശ്യപ്പെട്ടു. പക്ഷേ, ഇപ്പോൾ നല്ല വാർത്ത ഇല്ലാത്തതിനാൽ നാളെ രാവിലെ അപ്പൂപ്പൻ പരിഹാരം ഉണ്ടാക്കിയശേഷം വിളിക്കാമെന്ന് തീരുമാനിച്ച ആദിയ ഉറങ്ങാൻ കിടന്നു. ശുഭാപ്തി വിശ്വാസം കാരണം അന്നത്തെ ഉറക്കം ആദിയയ്ക്ക് ഗാഢമായിരുന്നു.

വളരെ പ്രതീക്ഷയോടെയായിരുന്നു ആദിയ അടുത്ത ദിവസം രാവിലെ അപ്പൂപ്പനെ തേടി മുകളിലത്തെ നിലയിലെ മുറിയിൽ കയറിയത്. പത്രം വായിച്ചിരുന്ന അപ്പൂപ്പൻ തല പൊക്കി നോക്കി ചോദിച്ചു, ‘‘ഉം എന്തേ? മോളിങ്ങ് വാ.’’ ആദിയയ്ക്ക് സങ്കടം തോന്നി. അപ്പൂപ്പൻ എല്ലാം മറന്നിരിക്കുന്നു. അല്ലായിരുന്നെങ്കിൽ തന്നെ കണ്ടയുടൻ പരിഹാരം പറയില്ലായിരുന്നോ.

അവളുടെ സങ്കടത്തിൽ പൊതിഞ്ഞ മുഖം കണ്ട് അപ്പൂപ്പൻ അവളെ എടുത്ത് മടിയിൽ, അല്ല, വയറിനു പുറത്ത് വച്ച് പറഞ്ഞു, ‘‘മോളൂ, ഞാൻ മറന്നില്ല. പക്ഷേ, ഒരു വഴിയും കാണുന്നില്ല.

അതൊക്കെ പൊലീസിന്റെ ജോലിയല്ലേ. നമുക്കൊരു കാര്യം ചെയ്യാം. അമ്മയുടെ കൂട്ടുകാരിയുടെ മകനല്ലേ ആ ഐപിഎസ്സുകാരൻ. നമുക്കിന്ന് വൈകീട്ട് അമ്മയുമായി അദ്ദേഹത്തിന്റെ വീട്ടിൽ പോയി സംസാരിക്കാം. ശ്രീപ്രകാശിനും കുടുംബത്തിനും ഒരു വേവലാതിയും ഉണ്ടാകാതെ നോക്കാൻ ആവശ്യപ്പെടാം.''

ഇതുകേട്ടാണ് ആദിയയുടെ അമ്മ ആ മുറിയിൽ വരുന്നത്. ഇപ്പോഴത്തെ സാഹചര്യത്തിൽ ഇതു മാത്രമേ പോംവഴിയുള്ളൂ എന്ന് ആദിയയ്ക്കും തോന്നിയതുകൊണ്ട്, അവളുടെ മുഖഭാവത്തിനൊരു ചെറിയ മാറ്റം വന്നു. അവളുടെ അമ്മ പറഞ്ഞു, ''അമ്മാളിനെ വിളിച്ച് ഇന്ന് വൈകിട്ട് മകൻ എപ്പോൾ വീട്ടിൽ കാണും എന്ന് ചോദിക്കാം. അച്ഛൻ അല്പം നേരത്തെ വരൂ. ഞാൻ ഓഫീസിൽ നിന്നും എത്തിയശേഷം പോകാം.''

അത് നല്ല ആശയമായി ആദിയയ്ക്കും തോന്നി. മറന്നിരുന്ന കാര്യം വീണ്ടും ഓർത്തമട്ടിൽ അവളുടെ അമ്മ കൂട്ടിച്ചേർത്തു, ''എന്റെ മോളേ, നിനക്ക് മറ്റുള്ളവരുടെ കാര്യത്തിലെ ഈ വേവലാതി നല്ലതു തന്നെ. അത്, പക്ഷേ, പരിധി വിടാതെ നോക്കണം. അനി കുമാർ സാർ പറഞ്ഞതല്ലേ, നിയമത്തിന്റെ ഉള്ളിൽ നിന്നുകൊണ്ട് തന്നെ ശ്രീപ്രകാശിനും അമ്മയ്ക്കും ഒരു കുഴപ്പവും വരാതെ അദ്ദേഹം നോക്കിക്കൊള്ളാം എന്ന്. നിനക്കയാളുടെ വാക്കുകളെ വിശ്വാസമില്ലേ?''

'അല്ലമ്മേ, പൂർണ്ണ വിശ്വാസം' എന്ന് പറയാൻ തുടങ്ങുന്നതിനിടയ്ക്ക് കല, യുവി, രണ്ടുമൂന്നു പൂച്ചകൾ എന്നിവരെല്ലാം കൂടി ഒരു പടയായി അപ്പൂപ്പന്റെ മുറിയിലേക്ക് ഇരച്ചുകയറി.

''ഞാനിന്നലെ പോവാൻ നേരം തരാൻ മറന്നു. ആദിക്കുട്ടിയുടെ കട്ടിലിനടിയിൽ നിന്ന് കിട്ടിയതാണ്.'' കല ഒരു മൊബൈൽ ഫോൺ വച്ച് നീട്ടി.

ആദിയയുടെ അമ്മ അത് വാങ്ങിയിട്ട് ചോദിച്ചു, ''ഇത് ഐ ഫോൺ ആണല്ലോ. ഇത്ര വിലപിടിപ്പുള്ളതൊന്നും നമ്മുടെയല്ല. ഇതെങ്ങനെ ആദിയയുടെ മുറിയിൽ വന്നു?''

ആദിയ പറഞ്ഞു, ''എനിക്കറിയില്ലമ്മേ.''

''അത് ചിലപ്പോൾ ആദിക്കുട്ടിയുടെ കട്ടിലിന്റെ അറ്റത്ത് കിടന്നതാവും. രണ്ടാഴ്ചയിലൊരിക്കലാണല്ലോ കട്ടിലും അലമാരിയും ഒക്കെ നീക്കിയിട്ട് തുടയ്ക്കേണ്ടത്. ഇന്നലെയായിരുന്നു മുകളിലത്തെ നില അങ്ങനെ ചെയ്തത്. കട്ടിൽ നീക്കിയപ്പോൾ താഴെ വീണതായിരിക്കും.'' കല ആലോചിച്ചിട്ട് ആ ഒരു വഴിയേ കണ്ടുള്ളൂ.

''എങ്കിലും ആദിയയുടെ കട്ടിലിൽ ഇതെങ്ങനെ വന്നു? അച്ഛൻ കൊണ്ടു വന്നതാണോ? യുവിയോ മറ്റോ ഇന്നലെ എടുത്ത് അവിടെ

അപ്പൂപ്പൻ ആദിയയുടെ വീട്ടിൽ

വച്ച് കളിച്ച് മറന്നതാവാം.'' ആ ഐഫോൺ ഓൺ ചെയ്യാൻ ശ്രമിക്കവെ ആദിയയുടെ അമ്മ പറഞ്ഞു.

''ഐഫോൺ പോയിട്ട് നിങ്ങളുടെ ഈ ചുണ്ണാമ്പു തേക്കുന്ന പോലത്തെ ഫോൺ പോലും എന്റെ കയ്യിലില്ല. നീ അത് താ, ഞാനൊന്ന് നോക്കട്ടെ.'' ആ മൊബൈൽ വാങ്ങി തിരിച്ചും മറിച്ചും നോക്കിക്കൊണ്ട് അദ്ദേഹം കുറച്ചുനേരം ഇരുന്നു.

പെട്ടെന്ന് ആദിയയ്ക്ക് കത്തി. ''അയ്യോ അമ്മേ, ഇത് ശ്രീപ്രകാശ് ചേട്ടന്റെ മുറിയിൽ നിന്നും ഞാനെടുത്തതാണ്. അന്ന് ഉറക്കപ്പിച്ചിൽ ഞാനത് മുഴുവനും മറന്നുപോയി. എന്റെ മുറിയിൽ വന്നിട്ട് വസ്ത്രം മാറുന്നതിനിടയിൽ മെത്തയിൽ വച്ചതായിരിക്കും. ചുവരിനോട് ചേർന്ന് വീണുപോയതുകൊണ്ടായിരിക്കും കാണാത്തത്.'' ഒന്നു കൂടി ഓർത്ത് അവൾ വീണ്ടും പറഞ്ഞു, ''ഞാൻ വ്യക്തമായി ഇപ്പോൾ ഓർക്കുന്നു. അന്ന് ജീൻസാണ് ഞാൻ ധരിച്ചിരുന്നത് ഒരു പോക്കറ്റിൽ പ്ലാസ്റ്റിക് പൊതിയും മറ്റേതിൽ ഫോണും ഇട്ടിരുന്നു.''

''എന്നാലും ഒരത്ഭുതം തന്നെ ഇത്രയും ദിവസം ആരും കാണാതെ...'' ആദിയയുടെ അമ്മയ്ക്ക് അതിശയം തീരുന്നില്ല.

''അതിന് ഒരതിശയവും ഇല്ല. ആഴ്ചയിൽ ഒരു ദിവസമെങ്കിലും ഷീറ്റ് അലക്കാനിടണ്ടേ? കുട്ടികൾ ഉള്ള വീടല്ലേ, എന്തുമാത്രം ചെളിയുണ്ടാവും. അതുപോലെ ആഴ്ചയിലൊരിക്കലെങ്കിലും എല്ലാ തലയിണയും മെത്തയും വെയിലത്ത് വയ്ക്കണ്ടേ? ഇപ്പോൾ നല്ല ഉഷ്ണകാലമല്ലേ, എന്റെ ദേവി, നിന്റെ അമ്മ, ഇതൊക്കെ പഠിപ്പിച്ചിരുന്നില്ലേ? അങ്ങനെ ചെയ്തിരുന്നു എങ്കിൽ എന്നേ ഇത് കിട്ടിയേനേ.'' അപ്പൂപ്പൻ അത് പറഞ്ഞപ്പോൾ അമ്മ കലചേച്ചിയെ നോക്കി. ഒന്നും പറയാതെ അവർ യുവിയെയും എടുത്ത് താഴത്തെ നിലയിലേക്ക് പോയി.

''അതൊക്കെ പോട്ടെ. നിന്റെ കയ്യിൽ ഇതിന്റെ ചാർജർ ഉണ്ടോ. ഇതിന് ഒന്ന് ചൂടാക്കാൻ.''

''ഇല്ലച്ഛാ. ഐഫോണിന് അതിന്റെ ചാർജർ തന്നെ വേണം.'' ആദിയയുടെ അമ്മ പറഞ്ഞു.

''ഞാൻ ആ മരണവീട്ടിൽ പോകുമ്പോൾ കൂട്ടുകാരോട് ചോദിക്കാം. മിക്കവാറും ഉച്ചയൂണ് ജെയിംസ് ജോസഫിന്റെ വീട്ടിലായിരിക്കും. അവിടെങ്ങുമില്ലെങ്കിൽ കടയിൽനിന്നും ഒരു ചാർജർ വാങ്ങാം.'' അപ്പൂപ്പൻ അറിയിച്ചു. എന്നിട്ട് ആദിയയെ നോക്കി പറഞ്ഞു, ''എനിക്കുറപ്പുണ്ട് മോളേ, ഇതിനകത്ത് എന്തോ 'ക്ലൂ' കിടപ്പുണ്ട്. ഭഗവാൻ അതാണ് ഒരു വഴിയുമില്ലാതിരുന്ന നമ്മുടെ മുമ്പിലേക്ക് ഈ ഫോൺ ഇട്ട് തന്നത്.''

അമിതാഹ്ലാദത്തോടെ ആദിയ അപ്പൂപ്പനെ കെട്ടിപ്പിടിച്ചു.

''മതി, മതി. പല്ലുപോലും തേച്ചില്ല. വേഗം റെഡിയാവ്. കാപ്പി കുടിച്ച് പോകാൻ സമയമായി.'' അമ്മ ആദിയയെ അവിടുന്ന് ഇറക്കി വിട്ടു.

അന്ന് സ്കൂളിൽ ആ കൂട്ടുകാർക്ക് ഉത്സവത്തിനു സമാനമായ സന്തോഷാന്തരീക്ഷമായിരുന്നു. സ്കൂൾ അസംബ്ലിയിൽ സാധാരണ ഒരുപാട് ഇടപെടുന്ന ശ്രീകുട്ടൻ പോലും അന്ന് ചിന്തയിലായിരുന്നു. എല്ലാവരും വൈകീട്ടോടെ കിട്ടാൻ പോകുന്ന ആ 'ക്ലൂ' എന്തായിരിക്കും എന്ന ചിന്തയിലായിരുന്നു.

'ആ പെൺകുട്ടിയെ' ശ്രീകുട്ടന് അന്നും കണ്ടുപിടിക്കാൻ സാധിച്ചില്ല എന്നതൊന്നും പ്രശ്നമായി അവർക്ക് അന്ന് തോന്നിയില്ല. യഥാർത്ഥ 'ക്ലൂ' ഇതാ, കയ്യിൽ.

വൈകീട്ട് ആദിയയും യുവിയും എത്തുമ്പോൾ, അപ്പൂപ്പൻ സ്വീകരണ മുറിയിൽ ഉണ്ടായിരുന്നു. യുവിക്ക് പതിച്ചുകൊടുത്ത അപ്പൂപ്പന്റെ മടിയിൽ ആദിയയുടെ സ്വന്തം എന്ന് അവൾ വിചാരിച്ച ലില്ലി ഇരിക്കുന്നു. യുവിയും ആദിയും അസൂയയോടെ ഓടി അപ്പൂപ്പന്റെ അടുത്തെത്തി. ശക്തിയിൽ യുവിയെ തട്ടി മാറ്റി ലില്ലിയെ വാരിയെടുത്ത് ആദി മടിയിൽ വച്ച് അപ്പൂപ്പന്റെ അരികിൽ ഇരുന്നു. അപ്പൂപ്പൻ ഒന്നും മിണ്ടുന്നില്ല. സസ്പെൻസിനു വേണ്ടിയാണെന്ന് ആദിയ ഊഹിച്ചു. എങ്കിൽ അങ്ങനെ തന്നെ! വയറിനു പുറത്തിരുന്ന് മീശയിൽ വലിക്കുന്ന യുവിക്ക് ഒരു ഉന്ത് വച്ചുകൊടുത്ത് ആദിയ സ്വന്തം മുറിയിലേക്ക് പോയി. മേല് കഴുകി പുതുവസ്ത്രം ധരിച്ച് തിരിച്ചെത്തിയപ്പോൾ അപ്പൂപ്പൻ യുവിക്ക് കഥ പറഞ്ഞു കൊടുക്കുകയായിരുന്നു.

സസ്പെൻസ് ഇനിയും പിടിച്ചുനിൽക്കാൻ വയ്യാതെ കലച്ചേച്ചി കൊടുത്ത ഹോർലിക്സിൽ നോക്കുക പോലും ചെയ്യാതെ ആദിയ അപ്പൂപ്പനോട് ചോദിച്ചു, ''ക്ലൂ? എന്താണാ ക്ലൂ?''

ഇനിയും ആദിയയെ കളിപ്പിക്കണ്ട എന്ന് തീരുമാനിച്ച് യുവിയെ കൊണ്ടുപോയി മേലുകഴുകി വസ്ത്രം മാറ്റാൻ കലയെ ഏൽപ്പിച്ച് അന്ന് നടന്ന കാര്യങ്ങൾ അപ്പൂപ്പൻ വിശദീകരിച്ചു. ഇതിനിടയ്ക്ക് ഓഫീസിൽ നിന്നും എത്തിയ അമ്മയ്ക്കുവേണ്ടി പറഞ്ഞ കാര്യങ്ങൾ ഒരിക്കൽക്കൂടി ചുരുക്കി പറഞ്ഞിട്ട് അപ്പൂപ്പൻ കൈകൾ തിരുമ്മി, ''ഇതൊക്കെ പൊലീസിനു കൊടുക്കുമ്പോൾ അവർക്ക് വലിയ ഇഷ്ടമാവും'' എന്ന് പറഞ്ഞ് അന്നത്തെ സംഭവപരമ്പരയുടെ വിവരണം അപ്പൂപ്പൻ അവസാനിപ്പിച്ചു.

കൂട്ടുകാരുടെ ആരുടെയും കയ്യിൽ ഐഫോണില്ലാത്തതിനാൽ ആപ്പിൾ സ്റ്റോറിൽ നിന്നും ആയിരത്തോളം രൂപകൊടുത്ത് ചാർജർ വാങ്ങി തോമസ്കുട്ടിയുടെ വീട്ടിൽ വച്ച് ചാർജ് ചെയ്തപ്പോൾ

ഫോൺ 'ലോക്ക്ഡ്.' പിന്നെ അത് 'അൺലോക്ക്' ചെയ്യാൻ അതേ കടയിൽ. അവർക്ക് സംശയം, സ്വന്തം ഫോണിന്റെ ലോക്ക് തുറക്കാൻ അറിയില്ലേ എന്ന്. 'അൽഷിമേഴ്സ്' എന്ന വാക്ക് അവസാനം രക്ഷിച്ചു. തുറന്നു കിട്ടി നോക്കിയപ്പോൾ, രണ്ടാഴ്ചയ്ക്ക് മുമ്പൊരു ദിവസമാണ് ഫോൺ ചാർജ്ജ് തീർന്നത് എന്ന് മനസ്സിലായി. ഇത്രയേ അപ്പൂപ്പൻ പറഞ്ഞുള്ളൂ. 'ഇതിലെവിടെ ക്ലൂ' ആദിയ ഓർത്തു.

''ശരി, ഞാനിത് അമ്മാളുവിന്റെ മോന് കൊടുക്കാം,'' കൈ നീട്ടിക്കൊണ്ട് ആദിയയുടെ അമ്മ പറഞ്ഞു. 'എന്തിനാ' എന്ന ആദിയയുടെ നോട്ടം കണ്ട് അവർ കൂട്ടിച്ചേർത്തു, ''നാർക്കോട്ടിക്സ്കാരോ സാദാ പൊലീസോ അതുമല്ല എക്സൈസോ 'ക്ലൂ' കണ്ടുപിടിക്കട്ടെ.''

''അത് വേണ്ടമ്മേ. ഇത്രയും ദിവസം ആയില്ലേ. ഇന്നൊരു ദിവസം കൂടി തരൂ. ഞാൻ എന്റെ കൂട്ടുകാരുമായി സംസാരിക്കട്ടെ.'' ആദിയ തൊഴുത് പിടിച്ച് പറയുന്നതുപോലെ അപേക്ഷിച്ചു.

അതൊരു തീരുമാനമായപ്പോൾ, എല്ലാവരും അവരവരുടെ തയ്യാറെടുപ്പിലേക്ക് തിരിഞ്ഞു, അന്നത്തെ ദിവസത്തെ നേരിടാൻ. പോകാനിറങ്ങാൻ നേരം ആദിയ അമ്മയോട് പറഞ്ഞു, ''അമ്മ ആ ഫോൺ എനിക്ക് താ. കൂട്ടുകാരോടുകൂടി ഒന്നാലോചിക്കട്ടെ.''

അതിന് മറുപടി അപ്പൂപ്പനാണ് പറഞ്ഞത്, ''ഫോണില്ലാതെ ആലോചിച്ചാൽ പോരേ മോളേ?''

''അല്ലപ്പൂപ്പാ. ഉള്ളിൽ എന്തെങ്കിലും 'ക്ലൂ' ഉണ്ടെങ്കിലോ? ശ്രീകുട്ടന് വീട്ടിൽ ഇതുപോലത്തെ ഫോൺ കാണും.''

മനസ്സില്ലാമനസ്സോടെ അമ്മ ആ ഐഫോൺ കൊടുത്തത് ആദിയ പെറ്റിക്കോട്ടിലെ പോക്കറ്റിൽ സുരക്ഷിതമായി വച്ചു.

അന്നത്തെ അവരുടെ സ്വകാര്യസഭയിൽ മൊബൈൽ ഫോൺ ചേട്ടന്റെ മുറിയിൽ നിന്നും കിട്ടിയ കാര്യം ആദിയ പറഞ്ഞപ്പോൾ, ശ്രീകുട്ടനും ശ്രീകാന്തിനും വലിയ അതിശയമായി. ''എന്തായാലും ഇത് അമ്മ വാങ്ങിക്കൊടുത്ത ഫോണാവില്ല, അമ്മയ്ക്ക് ഇതിനൊക്കെ അന്ന് നേരമെവിടെ. ഒന്നുകിൽ ഇത് വേറാരുടെയോ ആണ്, അല്ലെങ്കിൽ ചേട്ടൻ പൈസ അമ്മയുടെ മുറിയിൽ നിന്നും എടുത്തതാണ്,'' ശ്രീകുട്ടൻ ഊഹിച്ചു പറഞ്ഞു.

സൂസൻ പറഞ്ഞു, ''അതിൽ രണ്ടാമത്തേതാവാനാണ് വഴി. ആരാണ് ഒരു ലക്ഷം രൂപയൊക്കെ വിലയുള്ള ഫോൺ ചുമ്മാതെ കൊടുക്കുന്നത്. നിന്റെ അമ്മയ്ക്കാണെങ്കിൽ പണത്തെക്കുറിച്ച് ഒരു വിലയുമില്ലാത്തതുകൊണ്ട് അവൻ പൈസ എടുത്താലും അവർ അറിയില്ല. പോരാത്തതിന് പൂത്ത കാശുമാണല്ലോ.''

''അത് ശരിയാണ്. അതിങ്ങ് താ.'' ആദിയയിൽ നിന്നും ഫോൺ വാങ്ങിക്കൊണ്ട് ശ്രീകുട്ടൻ പറഞ്ഞു. ''അമ്മയ്ക്ക് ഐഫോണുണ്ട്.

പക്ഷേ, ഇത് അതിലും പുതിയ മോഡലാണന്ന് തോന്നുന്നു.'' തുറക്കാൻ ശ്രമിച്ചുകൊണ്ട്, ''ആ, ഇത് ലോക്ക്ഡ് അല്ലല്ലോ'' എന്നു പറഞ്ഞു. കുറേ നേരം അവൻ അതിൽ പല ബട്ടനും ഞെക്കി നോക്കി.

''എന്തെങ്കിലും 'ക്ലൂ' കണ്ടോ ചേട്ടാ?'' ശ്രീകാന്ത് ചോദിച്ചു.

അബ്ദുവും ധീരയുമൊക്കെ ആ 'ക്ലൂ' പുറത്ത് ചാടിയാലുടൻ പിടിക്കാൻ എന്ന മട്ടിൽ ശ്രദ്ധയോടെ കാത്തിരുന്നു.

''ഓ, ഒന്നുമില്ലെന്നേ. കുറേ മെസേജുകളും ഫോൺ കോളുകളുടെ ലിസ്റ്റും മാത്രം.'' ശ്രീകുട്ടൻ കൂട്ടിച്ചേർത്തു, ''ഫോട്ടോയും വീഡിയോയും ഒന്നുമില്ല.''

ആദിയയും സൂസനും പ്രോത്സാഹനം കൊടുത്ത് ശ്രീകുട്ടനെക്കൊണ്ട് ആ ഫോണിലുള്ള വിശേഷങ്ങൾ പലതും മനസ്സിലാക്കി. അപൂർവ്വം ചില നമ്പർ മാത്രമേ 'കോണ്ടാക്ടിൽ' ഉള്ളൂ എന്നും രണ്ടോ മൂന്നോ പേർ മാത്രമേ ശ്രീപ്രകാശിനെ ഈ ഫോണിൽ വിളിച്ചിട്ടുള്ളൂ എന്നും ഫോൺ അവന്റെ കൈയിൽ കിട്ടിയിട്ട് അധികകാലമായില്ല എന്നും മനസ്സിലാക്കി. ആ ഫോണിൽ എന്നാണ് അവസാനത്തെ ഫോൺ വിളി വന്നത് എന്നും മനസ്സിലാക്കി കഴിഞ്ഞപ്പോൾ, ആദിയയ്ക്ക് എന്തോ ഒരു 'ക്ലൂ' മണത്തു.

വ്യക്തമല്ലാത്ത എന്തോ ഒരു വഴി അവളുടെ മനസ്സിൽ ഉരുത്തിരിഞ്ഞുവന്നു. എന്താണെന്ന് അവൾക്കുതന്നെ മനസ്സിലാവാത്തതിനാൽ കൂട്ടുകാരുമായി ചർച്ച ചെയ്യാൻ സാധിച്ചില്ല. പിന്നീട്, വീട്ടിലെത്തിയശേഷം, സൂസനോട് ആദ്യം ഫോണിലും പിന്നെ അപ്പൂപ്പനോട് നേരിട്ടും ഇക്കാര്യം സംസാരിക്കണം എന്ന് ഓർത്ത് മൊബൈൽ വാങ്ങി പോക്കറ്റിലിട്ടു.

അന്ന് വൈകീട്ട് വീട്ടിലെത്തിയപ്പോഴും അവൾക്ക് 'ഐഡിയ' ഒന്നും കിട്ടിയില്ല. മേല് കഴുകി നാലുമണി പലഹാരവും കഴിച്ച്, ലില്ലിയും ജിഞ്ചറും ഓമനക്കുട്ടനുമായി സ്വീകരണമുറിയിലിരുന്ന് അവൾ വെറുതെ സൂസനെ ലാൻഡ് ഫോണിൽ നിന്നും വിളിച്ചു. ഏറെ നേരം കഴിഞ്ഞ് അവളെ കിട്ടിയപ്പോൾ, സൂസൻ പറഞ്ഞു ''ആ ഫോണിൽ മെസേജ് എന്ന ഒന്നുണ്ടത്രേ. അത് നമ്മൾ ഇന്ന് നോക്കിയില്ല. സൂത്രത്തിൽ വാർഡനോട് ചോദിച്ചു മനസ്സിലാക്കിയതാണ്. നീ ഫോൺ അപ്പൂപ്പന് കൊടുത്ത് മെസേജ് നോക്കാൻ പറ.'' ഒരു വയ്ക്കോൽ തുരുമ്പ്കൂടെ കിട്ടിയ ആദിയയ്ക്ക് ഉന്മേഷം തോന്നി.

ആദ്യം അമ്മയാണ് കൂടണഞ്ഞത്. ശരിയായ സമയം എന്ന് തോന്നിയ അവസരത്തിൽ അവൾ അമ്മയോട് പറഞ്ഞു, ''ഇതിലെ മെസേജ് ഒന്ന് നോക്കാമോ?''

''നീ ഇത് വിട്ടു കളഞ്ഞില്ലേ എന്റെ കുട്ടീ. നിന്റെ എല്ലാ കോപ്രായങ്ങൾക്കും ഞാൻ കൂട്ടുനിൽക്കാറുണ്ട്. പക്ഷേ, ഇതല്പം കൂടിപ്പോകുന്നു. നിനക്ക് പത്ത് വയസ്സുപോലും ആയില്ല. അതിനിടയ്ക്ക് ഇത്തരം വലിയ കാര്യങ്ങൾ ഒന്നും എടുത്ത് തലയിൽ വയ്ക്കണ്ട.'' ഫോൺ അമ്മ മടിക്കുത്തിൽ തിരുകി അടുക്കളയിലേക്ക് പോയി.

ഇനി അപ്പൂപ്പനേ ഒരു രക്ഷയുള്ളൂ എന്ന വിചാരത്തിൽ അവൾ കാത്തിരുന്നു. അന്നും എട്ടു മണി കഴിഞ്ഞു അദ്ദേഹം വരാൻ. ''എന്താ മോളേ 'ക്ലൂ' കിട്ടിയോ?'' ഒരു കളിയാക്കുന്ന സ്വരം അതിന് ഉണ്ടായിരുന്നു എങ്കിൽ ആദിയ അത് ശ്രദ്ധിച്ചില്ല.

''അപ്പൂപ്പൻ മേല് കഴുകിയിട്ടു വാ. എനിക്ക് സംസാരിക്കണം.'' പ്രായത്തിൽ കവിഞ്ഞ ഇച്ഛാശക്തിയുള്ള ആ വാചകങ്ങൾ കേട്ട് അയാൾ വിചാരിച്ചു 'തന്റെ ദേവിയുടെ അതേ ആജ്ഞാശക്തി.'

അവസാനം, ലില്ലിയെ മടിയിൽ വച്ച ആദിയയേയും മറ്റ് അഞ്ചാറു പൂച്ചകളെ ചുറ്റും ഇരുത്തി അപ്പൂപ്പൻ സംസാരം കേൾക്കാൻ തയ്യാറായി.

ആദിയയുടെ നിർബന്ധത്തിനു വഴങ്ങി അവളുടെ അമ്മ ഫോൺ തുറന്ന് മെസേജുകൾ എടുത്തു. ആദിയയുടെ നിർബന്ധത്തിനുപരി, അവളെ തൃപ്തിപ്പെടുത്താൻ ശ്രമിച്ച അപ്പൂപ്പന്റെ ആജ്ഞ കാരണമാവാം അവളുടെ അമ്മ സഹകരിച്ചത്.

മെസേജുകൾ അപ്പൂപ്പനും കൊച്ചുമോളും കൂടി വിശകലനം ചെയ്തു. അമ്മയും ആ മെസേജുകൾ പഠിക്കാൻ സഹായിച്ചു. അര മണിക്കൂറിലേറെ അധ്വാനിച്ചതിനു ശേഷം ആദിയയ്ക്ക് മനസ്സിലായത്, അവൾ മുറിയിൽ കയറി മൊബൈൽ എടുക്കുന്നതിന് തലേ ദിവസം, അനു എന്ന പേരിലൊരാളെ ശ്രീപ്രകാശ് ധാരാളം പ്രാവശ്യം വിളിച്ചിട്ടുണ്ട് എന്നാണ്. പേര് കോണ്ടാക്ടിലില്ലാത്ത ഒരാളെ ഒരു തവണയും അന്ന് വിളിച്ചിരുന്നു. മൊബൈൽ ആദിയ കൊണ്ടു വന്ന ദിവസം വീണ്ടും ഈ അനുവിനെ പല തവണ ശ്രീപ്രകാശ് വിളിച്ചിട്ടുണ്ട്. ഇങ്ങോട്ട് കോൾ ഒന്നും വന്നില്ല.

കോണ്ടാക്ടിൽ സേവ് ചെയ്യാത്ത നമ്പറിൽ നിന്നും 'എന്നെ വിളിക്കരുത് എന്ന് പറഞ്ഞിട്ടില്ലേ' എന്നും, 'ഇനി വിളിച്ചാൽ നിന്നെ ബ്ലോക്ക് ചെയ്യും' എന്നും രണ്ട് മെസേജുകൾ മാത്രം ഉണ്ട്. പക്ഷേ, ഫോൺ ആദിയ എടുത്തുകൊണ്ടു വന്നതിനുശേഷം മുപ്പതോളം മെസേജുകൾ അനു എന്ന പേരിൽ വന്നിട്ടുണ്ട്. ചാർജ് പോയതിനു ശേഷം അയച്ചത് എല്ലാം ഡൗൺലോഡ് ആയി വന്നു. ഇക്കാര്യമൊന്നും അപ്പൂപ്പനും കൊച്ചുമോൾക്കും അറിഞ്ഞുകൂടാതിരുന്നത് അമ്മ വിശദമായി പറഞ്ഞു കൊടുത്തു.

സമയമെടുത്ത് ഓരോരോന്നോരോന്നായി ആദിയയുടെ അമ്മ എല്ലാ മെസേജും വായിച്ചു കൊടുത്തു. ആ അനുവിൽ നിന്നായിരുന്നു എല്ലാ മെസേജുകളും. 'ഒരു കാമുകിയുടെ സ്വരമാണല്ലോ ഇത്' എന്ന് അമ്മ ഓർത്തപ്പോൾ 'ഇത് കേട്ടിട്ട് ഒരു പെണ്ണിന്റേതാണെന്ന് തോന്നുന്നു, അനു ഒരു പെണ്ണായിരിക്കുമോ' എന്ന് അപ്പൂപ്പനും ഉറക്കെ ചിന്തിച്ചു. ഇതായിരിക്കുമോ താൻ കാത്തിരുന്ന ആ 'ക്ലൂ' എന്ന് ആദിയയും ഓർത്തു.

മെസേജുകൾ മിക്കതും ശ്രീപ്രകാശ് അനുവിനെ ബന്ധപ്പെടാത്തതിന് പരിഭവ സ്വരത്തിലായിരുന്നു. പലതും ഒറ്റവാക്കിലെ മെസേജാണ്. അവസാനത്തെ ഒന്നു രണ്ടെണ്ണം 'നമ്മുടെ പതിവ് സ്ഥലത്ത് വാ' എന്നായിരുന്നു. ഇതിനിടയ്ക്ക് 'എന്നെ അവർ പിടിച്ചു' എന്നും 'ഞാൻ വീട്ടുതടങ്കലിലാണ്' എന്നും കണ്ടു. ശ്രീപ്രകാശിന്റെ വീട്ടിൽ നിന്നും ഈ മൊബൈൽ എടുത്ത ദിവസത്തെ മെസേജ് 'സോറി ഡാ' എന്നായിരുന്നു.

മെസേജ് മുഴുവൻ കേട്ടു കഴിഞ്ഞപ്പോൾ ആദിയയുടെ മനസ്സിൽ ലഡ്ഡു പൊട്ടി. അവൾ ആഹ്ലാദം മറച്ചുവച്ചില്ല. അവൾക്ക് ഒരാശയം തോന്നി.

അവൾ അമ്മയോട് പറഞ്ഞു, ''ഇതാണമ്മേ ഞാൻ നോക്കിയിരുന്ന 'ക്ലൂ'.'' അപ്പൂപ്പനും അമ്മയ്ക്കും ഒന്നും മനസ്സിലായില്ല. ഒരു കാമുകി കാമുകന് അയയ്ക്കുന്ന മെസേജായേ അവർക്ക് തോന്നിയുള്ളൂ.

''അപ്പോൾ ഇത് പൊലീസിനെ ഏൽപ്പിക്കേണ്ട എന്നാണോ മോൾ പറയുന്നത്.''

അമ്മയുടെ ചോദ്യത്തിന് ആദിയ പറഞ്ഞു, ''കൊടുക്കാം അമ്മേ. പക്ഷേ, അതിനുമുമ്പ് നമുക്ക് ഒരു കാര്യം ചെയ്യണം. അപ്പൂപ്പൻ ഇതിൽ നമ്പർ സേവ് ചെയ്യാത്ത ആ ആളിനെ വിളിച്ച് സംസാരിക്കണം. എന്താണ് പറയുന്നത് എന്ന് നോക്കാമല്ലോ.''

മനസ്സില്ലാമനസ്സോടെ, 'ഈ കൊച്ചുകുട്ടിയുടെ കളിക്ക് കൂട്ടുനിൽക്കുന്നല്ലോ' എന്ന വിചാരത്തോടെ അമ്മ നമ്പർ ഡയൽ ചെയ്ത് അപ്പൂപ്പന്റെ കൈയിൽ കൊടുത്തു. അപ്പുറത്ത് ഫോൺ എടുത്തില്ല. വീണ്ടും ഡയൽ ചെയ്യാൻ തുടങ്ങിയപ്പോൾ ഒരു മെസേജ് വരുന്ന ശബ്ദം കേട്ടു.

തുറന്നപ്പോൾ 'ഞാൻ പറഞ്ഞതല്ലേ ഈ നമ്പറിൽ വിളിക്കരുത് എന്ന്. നിന്നെ ബ്ലോക്ക് ചെയ്യുന്നു.'

''ഇനി ഈ നമ്പറിൽ വിളിച്ചിട്ട് കാര്യമില്ല. മെസേജ് അയച്ചാലും രക്ഷയില്ല,'' അമ്മ അറിയിച്ചു.

''ഒരു കാര്യം ചെയ്യാം. ബാക്കി നാളെ. രാത്രി എത്ര മണി ആയെന്ന് അറിയാമോ? പത്തര,'' അപ്പൂപ്പൻ ചൂണ്ടിക്കാട്ടി.

അടുത്ത ദിവസം പുലർച്ചെ തന്നെ ആദിയ എഴുന്നേറ്റെങ്കിലും മൊബൈലിലെ തന്റെ പരീക്ഷണം ചെയ്യാൻ അമ്മയേയും അപ്പൂപ്പനേയും ഒത്തുകിട്ടാൻ പ്രാതൽ കഴിയുന്നതുവരെ കാക്കേണ്ടി വന്നു.

ഒരുപാട് മെസേജ് അയച്ച അനു എന്ന ആളിനെ ഫോൺ ചെയ്യണ്ട എന്ന് ആദിയ തീരുമാനിച്ചു. അതിനാൽ അമ്മയുടെ സഹായത്തോടെ ആദിയതന്നെ ഇംഗ്ലീഷിൽ മെസേജ് അയച്ചു. 'ഹായ്' എന്ന്. അത് അമ്മയുടെ ആശയമായിരുന്നു, എന്തെങ്കിലും കാര്യമായി എഴുതുന്നതിനുമുമ്പ് 'ഹായ്' കൊടുത്ത് പരിചയം പുതുക്കാം എന്ന്.

ആ മെസേജ് കാത്തിരുന്ന മട്ടിൽ 'നീ ഇത്രയും കാലം എവിടായിരുന്നു' എന്ന മെസേജ് തിരിച്ചു വന്നു. അതിന് എന്ത് മറുപടി കൊടുക്കണം എന്ന് മൂന്നുപേരുംകൂടി ആലോചിക്കുന്നതിനിടയിൽ മൊബൈൽ ബെല്ലടിക്കാൻ തുടങ്ങി.

''വേണ്ട, എടുക്കണ്ട'' എന്ന് ആദിയ ഉറക്കെ വിളിച്ചു. ''കാരണം നമ്മുടെ ശബ്ദം കേട്ടാൽ ശ്രീപ്രകാശിന്റേതല്ല എന്ന് മനസ്സിലാക്കി ആദ്യത്തെ ആളിനെപ്പോലെ നമ്മുടെ നമ്പർ ബ്ലോക്ക് ചെയ്താൽ പിന്നെ നമുക്കൊന്നും ചെയ്യാൻ സാധിക്കില്ല. പൊലീസിനു ഫോൺ കൈമാറേണ്ടി വരും.''

''അപ്പോൾ, പിന്നെ?''

വിശദീകരിക്കാതെ, ആദിയ അമ്മയോട് മെസേജ് ടൈപ്പ് ചെയ്യാൻ ആവശ്യപ്പെട്ടു, ''ഇപ്പോൾ സംസാരിക്കാൻ പറ്റിയ അവസരമല്ല. മെസേജ് അയക്കാം.''

അങ്ങനെ ടൈപ്പ് ചെയ്ത് അയച്ചിട്ട് അമ്മ പറഞ്ഞു, ''ഇനി?''

'കാത്തിരിക്ക്' എന്ന അർത്ഥത്തിൽ കൈ കാണിച്ചിട്ട് ആദിയ ആവശ്യപ്പെട്ടപ്രകാരം അമ്മ ടൈപ്പ് ചെയ്തു, 'നീ ഇന്ന് അഞ്ചു മണിക്ക് കാവിൻപുറം പാർക്കിൽ വാ.'

''എന്നിട്ടെന്ത് ചെയ്യാൻ? അവിടെ ഒരുപാട് ആള് വരുന്ന സ്ഥലമല്ലേ.'' അപ്പൂപ്പന് കാര്യം മനസ്സിലായില്ല.

'അതെന്തിനാണ്? നമ്മുടെ പതിവ് സ്ഥലത്ത് വരാം,' തിരിയെ മറുപടി കിട്ടി.

'കുരിശായല്ലോ' ആദിയ ഓർത്തു, 'ഈ പതിവ് സ്ഥലം' എവിടാണെന്ന് അറിയില്ലല്ലോ. ചോദിക്കാനും വയ്യ, കള്ളി വെളിച്ചത്താവും.

'അത് വേണ്ട. ഞാൻ പറഞ്ഞിടത്ത് മതി. പാർക്കിൽ കുട്ടികൾക്കുള്ള ഊഞ്ഞാലിന്റെ അടുത്തുള്ള ബെഞ്ചിൽ ഞാനിരിക്കാം. നീ

കൃത്യം അഞ്ചു മണിക്ക് വരണം.' ആദിയ ആവശ്യപ്പെട്ടതനുസരിച്ച് അമ്മ ടൈപ്പ് ചെയ്തു.

'വലിയ സീക്രട്ട് ആണല്ലോ. എന്താണ് പരിപാടി?'

ആദിയയുടെ അമ്മ ടൈപ്പ് ചെയ്തു, ''ഇപ്പോൾ പറയാൻ പറ്റില്ല. നേരിൽ കാണുമ്പോഴാവട്ടെ. മറക്കരുത്. ഞാൻ നിർത്തുന്നു.''

അവിടുന്ന് മറുപടി കിട്ടാത്തതിനാൽ അപ്പൂപ്പൻ പറഞ്ഞു, ''ഏറ്റെന്ന് തോന്നുന്നു.'' ആദിയയെ തലോടിക്കൊണ്ട് അദ്ദേഹം ചോദിച്ചു, ''എന്താണ് നിന്റെ പരിപാടി?''

''അപ്പൂപ്പൻ ഇന്ന് നേരത്തെ വരണം. നാലു മണിക്കെങ്കിലും. ഞാൻ സ്കൂളിൽ നിന്നും വന്നാലുടൻ പാർക്കിലേക്ക് പോകണം. എന്താണ് ചെയ്യേണ്ടത് എന്ന് എനിക്കറിയില്ല. ഈ അനു ആണ് 'ക്ലൂ' എന്ന് എന്റെ മനസ്സ് പറയുന്നു. നമുക്ക് അയാളെ പിടിച്ച് ചോദ്യം ചെയ്യാം അപ്പൂപ്പാ.''

''എന്റെ കുട്ടീ. ഈ വയ്യാവേലിക്കൊന്നും പോകണ്ട. നമുക്കിവിടെ നിർത്താം.''

''അപ്പൂപ്പൻ എന്റെ കൂടെ നിന്നു തന്നാൽ മതി. ബാക്കിയൊക്കെ ഞാൻ നോക്കിക്കൊള്ളാം.'' ആദിയ സമാധാനിപ്പിച്ചു.

സ്കൂളിലെത്തി ഈ വിവരങ്ങൾ സംക്ഷിപ്തമായി പറഞ്ഞപ്പോൾ കൂട്ടുകാർക്കെല്ലാവർക്കും സന്തോഷമായി. ഇന്ന് ഈ പ്രശ്നത്തിന് പരിഹാരമാവുമെന്ന് എല്ലാവരും പ്രതീക്ഷിച്ചു.

വിശേഷങ്ങൾ അപ്പപ്പോൾ അറിയിക്കാം എന്ന ആദിയയുടെ ഉറപ്പോടെയാണ് എല്ലാവരും വൈകീട്ട് വീട്ടിലേക്ക് പോയത്.

ആദിയ സ്കൂളിൽ നിന്നും എത്തിയപ്പോൾ അപ്പൂപ്പൻ വീട്ടിലുണ്ടായിരുന്നു. ഉച്ചയ്ക്കേ മടങ്ങി എത്തി എന്ന് അദ്ദേഹം അറിയിച്ചു. പെട്ടെന്ന് മേല് കഴുകി, വേറെ വേഷമിട്ട് യുവിയെ കലച്ചേച്ചിയെ ഏൽപ്പിച്ച്, ആദിയയും അപ്പൂപ്പനും കൂടി പാർക്കിലേക്ക് നടന്നു.

അവരുടെ വീട്ടിൽ നിന്നും അഞ്ചുപത്ത് മിനിട്ട് ദൂരമേ പാർക്കിലേക്ക് ഉണ്ടായിരുന്നുള്ളൂ. മുതിർന്നവർ കളിക്കുന്ന ഒരു ഗ്രൗണ്ടിൽ കിഴക്കുഭാഗത്ത് ഒരു സ്കേറ്റിംഗ് റിങ്കും രണ്ട് സ്ലൈഡും ഒരൂഞ്ഞാലും ഉള്ള സ്ഥലത്തിനെയാണ് പാർക്ക് എന്ന് വിളിച്ചിരുന്നത്. വൃത്തിയാക്കി സൂക്ഷിച്ചിരുന്നു എങ്കിൽ ഒരുപാടുപേർക്ക് അത് പ്രയോജനപ്പെട്ടേനെ എന്ന് ആദിയ ഓർത്തു.

ഭാഗ്യത്തിന് ആദിയ സൂചിപ്പിച്ച ബഞ്ചിൽ ആരും ഇരിക്കുന്നുണ്ടായിരുന്നില്ല. അപ്പൂപ്പൻ പെട്ടെന്ന് ചെന്ന് ആ സ്ഥലം കൈയ്യടക്കി. ആദിയ അപ്പൂപ്പന് നിർദ്ദേശം കൊടുത്തു, ''അയാൾ വരുമ്പോൾ ശ്രീപ്രകാശിനെ ആയിരിക്കും പ്രതീക്ഷിക്കുന്നത്. മിക്കവാറും അപ്പൂപ്പനെ

കാണുമ്പോൾ തിരിയെ പോകാൻ വഴിയുണ്ട്. അതിനാൽ അവിടെ ഇരിക്കണ്ട. കുറച്ച് മാറി അവിടെ ചാരി നിൽക്കൂ. അഞ്ചു മണിക്ക് ആരെങ്കിലും വന്ന് ആ ബഞ്ചിൽ ഇരിക്കും. നമുക്കപ്പോൾ സമീപിക്കാം.''

''അപ്പോൾ നീ എവിടെ ഇരിക്കാൻ പോകുന്നു?''

''ഞാൻ ആ ഊഞ്ഞാലിൽ ആടിക്കൊണ്ടിരിക്കാം. യുവിയെയും കൊണ്ടുവന്നെങ്കിൽ അവനും ഇഷ്ടപ്പെട്ടേനേ. പക്ഷേ, ആ അനു വരുമ്പോൾ യുവിയുള്ളത് പ്രശ്നമാവും.'' ആദിയ അഭിപ്രായപ്പെട്ടു.

അതനുസരിച്ച് രണ്ടുപേരും അഞ്ചാവാൻ കാത്തു നിന്നു. ആദിയ പറഞ്ഞ സ്ഥലത്ത് നിന്ന അപ്പൂപ്പനു കാല് കഴയ്ക്കുന്നു എന്ന് തോന്നിയ സമയം ഒരു പെൺകുട്ടി നാലുപാടും നോക്കി, ആരെയോ പ്രതീക്ഷിക്കുന്നപോലത്തെ മുഖഭാവവുമായി ആ ബഞ്ചിലിരുന്നു. അതുകണ്ട് ആദിയ ഊഞ്ഞാലിലിരുന്നുകൊണ്ട് മിടിക്കുന്ന ഹൃദയത്തോടെ അപ്പൂപ്പനെ ആകർഷിക്കാനായി ഉറക്കെ ചുമച്ചു. പെൺകുട്ടി ഇത് ശ്രദ്ധിക്കാതെ വാച്ചിൽ നോക്കി സമയം ഉറപ്പിക്കുകയായിരുന്നു. അപ്പൂപ്പനും വാച്ചിൽ നോക്കി. അഞ്ച് കഴിഞ്ഞ് അഞ്ച് മിനിട്ട്. ഇനിയെന്ത് എന്ന് അപ്പൂപ്പൻ ഓർക്കെ ആദിയ അപ്പൂപ്പന് ശബ്ദം കുറച്ച് നിർദ്ദേശം കൊടുത്തു, ''തടിമാടന്മാരൊന്നുമല്ല. അപ്പൂപ്പൻ ചെന്ന് നീയാണോ അനു എന്ന് ചോദിക്ക്. എന്താണ് സംഭവിക്കുന്നത് എന്നറിയാമല്ലോ.''

അപ്പൂപ്പന് പെട്ടെന്ന് പേടി തോന്നി. ഇത്തരം പൊലീസ് പണിയൊന്നും തനിക്ക് പറഞ്ഞിട്ടുള്ളതല്ല. എസ്സൈ സെലക്ഷൻ കിട്ടിയിട്ട് കോളേജിൽ ലക്ചററായി ചേർന്നത് ഇത്തരം സന്ദർഭങ്ങളെ പേടിച്ച് തന്നെയാണ്. ഉടൻതന്നെ അദ്ദേഹത്തിന് മറു ചിന്ത വന്നു, 'ഇതൊരു നരുന്ത് പെണ്ണ്. തനിക്ക് കൈകാര്യം ചെയ്യാനുള്ളതേ ഉള്ളൂ.'

അഞ്ചുമിനിട്ട് കാത്തിരുന്നിട്ടും ശ്രീപ്രകാശിനെ കാണാത്തതിനാൽ, പരിചയമില്ലാത്ത സ്ഥലമായതുകൊണ്ടും രണ്ടാഴ്ചയായി അവന്റെ യാതൊരുവിധ സമ്പർക്കവും ഇല്ലാത്തതിനാലും അനു പെട്ടെന്ന് എഴുന്നേറ്റു. അതു കണ്ട അപ്പൂപ്പൻ വേഗത്തിൽ ബഞ്ചിനടുത്തേക്ക് നടന്നു. ഇത് കാണുന്ന അനു അപകടം മനസ്സിലാക്കിയെന്നോണം, ''ഇനി എന്റെ അടുത്തു വന്നാൽ ഞാൻ വിളിച്ചു കൂവും. ദൂരെ പോ.''

ഇതു കേട്ട അപ്പൂപ്പൻ ഒരു നിമിഷം ശങ്കിച്ചു. ഇതുതന്നെ തക്കം എന്ന് കരുതി ആ പെൺകുട്ടി ഓടാൻ തുടങ്ങി. എവിടുന്നോ കിട്ടിയ അമാനുഷിക ശക്തി ഉപയോഗിച്ചെന്നപോലെ ആദിയ നിന്നിടത്തു നിന്നും ഒറ്റ ചാട്ടം, എന്നിട്ട് തറയിലൂടെ ഉരുണ്ട് ഓടി വരുന്ന പെൺകുട്ടിയുടെ കാലിനടുത്ത് എത്തി അവളുടെ രണ്ടു കാലിലും കത്രികപൂട്ടിട്ട് പിടിച്ചപ്പോൾ പെൺകുട്ടി കമിഴ്ന്നടിച്ച് തറയിൽ വീണു.

അപ്പൂപ്പൻ എത്തുമ്പോഴേക്കും തറയിൽ വീണ പെൺകുട്ടിയുടെ മുകളിൽ ആദിയ ഇരുന്നു കഴിഞ്ഞിരുന്നു.

ഉറക്കെ വിളിക്കാൻ ആ പെൺകുട്ടി വായ തുറന്നയുടൻ ആദിയ പറഞ്ഞു, ''അനൂ, നീയാരെന്ന് ഞങ്ങൾക്കറിയാം. ശ്രീപ്രകാശിന്റെ കാര്യവും. മിണ്ടരുത്.''

'അനു' എന്നും 'ശ്രീപ്രകാശ്' എന്നും കേട്ടപ്പോൾ ആ പെൺകുട്ടിയുടെ വായ താനേ അടഞ്ഞു. അപ്പൂപ്പൻ അടുത്തുവന്ന് കൈ നീട്ടി. അതിൽ പിടിച്ച് ആദിയ എഴുന്നേറ്റു.

''മിണ്ടരുത്. മിണ്ടിയാൽ എല്ലാം ഞങ്ങൾ പൊലീസിനോട് പറയും,'' അധികാര സ്വരത്തിൽ ഉറച്ച വാക്കുകളോടെ ആദിയ പറഞ്ഞു.

പാർക്കിൽ അവിടവിടെ ഇരുന്ന ഒന്നുരണ്ട് ആൾക്കാർ അവരുടെ അടുത്ത് കൂടി, എന്താണ് സംഭവമെന്നറിയാൻ.

''ഓ, ഒന്നുമില്ല. കുട്ടികൾ ഓടി കളിക്കുകയാണ്. വാ മോളേ എഴുന്നേൽക്ക്,'' അനുവിന് നേരെ കൈ കാണിച്ചുകൊണ്ട് അപ്പൂപ്പൻ നാട്ടുകാരോട് പറഞ്ഞു. ഒരാൾ അത്ര വിശ്വാസം തോന്നാത്ത മട്ടിൽ അവിടെ തന്നെ നിന്നു. അപ്പൂപ്പന്റെ കൈ പിടിച്ച് അനു എഴുന്നേറ്റപ്പോൾ 'ഇനി വേറെവിടെയെങ്കിലും പോയി കാഴ്ച കാണാം' എന്ന മട്ടിൽ അയാൾ പോയി.

അപ്പൂപ്പൻ രണ്ടുപേരോടുമായി പറഞ്ഞു, ''ഇനി ഇവിടെ നിൽക്കുന്നത് അത്ര പന്തിയല്ല. നമുക്ക് വീട്ടിൽ പോയി സംസാരിക്കാം.''

അനു ആകെ പരിഭ്രമത്തിലായിരുന്നു. ഇവരുടെ പക്കൽനിന്നും രക്ഷപ്പെടാൻ അവർക്ക് ഒരു വിദ്യയും തോന്നിയില്ല. അവൾ ഇതൊന്നും പ്രതീക്ഷിച്ചതേ ഇല്ലല്ലോ. രണ്ടാഴ്ചയിൽ കൂടുതലായി ശ്രീപ്രകാശിനെ കണ്ടിട്ട്. അവനെ കാണണം, ആ ഒരു വിചാരം മാത്രമേ പാർക്കിൽ വരുമ്പോൾ ഉണ്ടായിരുന്നുള്ളൂ.

കൂടെ പോകാതെ വേറെ വഴിയില്ലെന്ന് മനസ്സിലായി നല്ല കുട്ടിയെപ്പോലെ ആദിയയുടേയും അപ്പൂപ്പന്റെയും മദ്ധ്യത്തിൽ അവൾ നടന്നു. കാണുന്നവർക്ക് അപ്പൂപ്പനും രണ്ടു കൊച്ചുമക്കളും ചേർന്ന് നടക്കുന്നു എന്നാണ് തോന്നുക. എങ്കിലും അപ്പൂപ്പൻ അനുവിന്റെ തോളിൽ കൈയിട്ട് മുറുകെ പിടിച്ചിരിക്കുകയായിരുന്നു. ഇനി അപ്പൂപ്പനെ കുതറി ഓടിയാലോ എന്ന് പേടിച്ച് ആദിയ തന്നെക്കാൾ ഇരട്ടി വലിപ്പമുള്ള അനുവിന്റെ കൈയിൽ രണ്ട് കയ്യും ചേർത്ത് മുറുകെ പിടിച്ചിരുന്നു.

വേറെ അനിഷ്ടസംഭവങ്ങൾ ഒന്നുമില്ലാതെ അവർ വീട്ടിലെത്തിയപ്പോൾ അമ്മ അവരെ കാത്തിരിക്കുകയായിരുന്നു. ആദിയയുടെ വസ്ത്രത്തിലെ പൊടിയും കാൽമുട്ടിലെ തൊലിപോയതും ആണ് അവർ ആദ്യം കണ്ടത്. അനുവിനെ ശ്രദ്ധിച്ചതേ ഇല്ലെന്ന് പറയാം.

അപ്പൂപ്പനെയും പുതിയ കുട്ടിയേയും സ്വീകരണമുറിയിൽ ഇരുത്തിയിട്ട് ആദിയയുടെ വസ്ത്രം മാറ്റിച്ച്, മേലിൽ വെള്ളമൊഴിച്ച്, തൊലി പോയ കാൽമുട്ടിലും കൈയിലും ഓയിൻമെന്റ് പുരട്ടി, അപ്പൂപ്പന് ചായയും കുട്ടികൾക്ക് ഹോർലിക്സുമായി വന്നതിനു ശേഷമേ അവർ അനുവിനെ ശ്രദ്ധിച്ചുള്ളൂ. വസ്ത്രം പൊടിപിടിച്ചിരിക്കുന്നത് കണ്ട് അവളുടെ തൊലിയും പൊട്ടിയോ എന്ന് പരിശോധിച്ച് ഒന്നുമില്ലെന്ന് കണ്ട് കുളിമുറിയിൽ പോയി കൈകൾ കഴുകി വരാൻ ആവശ്യപ്പെട്ടു.

എല്ലാവരും സ്വസ്ഥത വീണ്ടെടുത്തപ്പോൾ അമ്മ ചോദിച്ചു, ''ശരി, ഇന്നത്തെ വീരകൃത്യങ്ങൾ എന്തൊക്കെയാണ്. എങ്ങനാണ് ഈ മുറിവൊക്കെ? ഈ കുട്ടി ഏതാണ്?''

അപ്പൂപ്പൻ പറഞ്ഞു, ''എല്ലാം പറയാം. ആദ്യമായി നിന്റെ ഈ മോളുണ്ടല്ലോ, അവൾ ഒന്ന് ഒന്നര മോളാണ്. ഇവളുടെ ധൈര്യം, സമ്മതിക്കണം.''

അതു കേട്ട ആദിയയ്ക്ക് അഭിമാനം തോന്നി. അത് മറയ്ക്കാനെന്നോണം മടിയിലിരുന്ന ലില്ലിയെ തടവിയിട്ട് തറയിൽ കിടന്ന ജിഞ്ചറിനെ അനുവിന്റെ മടിയിൽ അവൾ വച്ചു കൊടുത്തു. ആദിയ ആ ചെയ്തത് നന്നായി എന്ന് അമ്മയ്ക്ക് തോന്നി.

കുറേ നേരം പൂച്ചയെ താലോലിക്കാൻ അനുവിന് സമയം കൊടുത്തു. കുട്ടി സാധാരണ നിലയിൽ എത്താനും പരിഭ്രമം മാറി സംസാരിക്കാനുള്ള മനസ്സ് ഉണ്ടാകാനും അത് ഉതകും എന്ന് കരുതിയാണ് ഏറെ നേരം ആരും സംസാരിക്കാതിരുന്നത്. ''ആദ്യം ആ കുട്ടിതന്നെ പറയട്ടെ'' എന്ന് മൂന്നുപേരും തീരുമാനിച്ചുറച്ചപോലെ.

അവസാനം, തലപൊക്കി നോക്കാതെ, ജിഞ്ചറിനുതന്നെ ശ്രദ്ധ കൊടുത്തുകൊണ്ട് അവൾ പറഞ്ഞു, ''എനിക്ക് പോണം.''

''അതെ കുട്ടീ. ഉടൻ പോകാം. അതിനുമുമ്പ്, ഒന്നും വിട്ടുപോകാതെ നിനക്കറിയാവുന്ന എല്ലാ കാര്യവും പറ,'' അമ്മ അവളെ അറിയിച്ചു.

''നിങ്ങൾക്കറിയില്ല. എന്റെ അച്ഛൻ ക്രൂരനാണ്. ഇതൊക്കെ അറിഞ്ഞാൽ എന്നെ കൊല്ലും.'' അവൾ കരച്ചിലിന്റെ വക്കിലെത്തി.

''പക്ഷേ, മോള് തന്നെയല്ലേ ഇതൊക്കെ വരുത്തിവച്ചത്. പറയാതെ ഇവിടുന്ന് പോകാൻ പറ്റില്ല. പറഞ്ഞില്ലെങ്കിൽ പൊലീസ് സ്റ്റേഷനിൽ പോയി പറയേണ്ടി വരും.'' അപ്പൂപ്പൻ അല്പംപോലും ദയവില്ലാതെ പറഞ്ഞു.

''ആദ്യം നിന്റെ പേര്, താമസം, എവിടെ പഠിക്കുന്നു എന്നെല്ലാം പറ. അവിടുന്ന് പിന്നെ എളുപ്പമായിരിക്കും.'' ആദിയയുടെ അമ്മ ആവശ്യപ്പെട്ടു.

''പേര് അനു, താമസം രഞ്ജൻ നഗറിൽ, പഠിക്കുന്നത്...''

''അതെന്താ സ്കൂളിന്റെ പേര് പറയാൻ മടി.'' അമ്മയ്ക്ക് ഇഷ്ട പ്പെട്ടില്ല.

''അതല്ല അച്ഛൻ ഇപ്പോൾ എന്നെ സ്കൂളിൽ വിടുന്നില്ല. രണ്ടാ ഴ്ചയായി.''

ആദിയയ്ക്ക് അതിശയമായി, തന്റെ സ്കൂളിലായിരിക്കുമോ പഠിക്കു ന്നത്. അതിനർത്ഥം അവിടെ ഒമ്പതിൽ പഠിക്കുന്ന ശ്രീചേട്ടന്റെ 'ലൈൻ' ആയ കുട്ടിയും ഈ അനുവും ഒന്നുതന്നെ ആയിരിക്കുമോ?

അനുവിന് കഥപറയാനുള്ള കഴിവില്ലാഞ്ഞിട്ടോ മനസ്സ് ക്ഷോഭി ച്ചിരിക്കുന്നതു കൊണ്ടോ എന്നറിയില്ല, അപ്പൂപ്പന്റെയും അമ്മയു ടേയും ചിലപ്പോഴൊക്കെ ആദിയയുടെയും ഒരുപാട് നേരത്തെ ചോദ്യങ്ങൾക്കൊടുവിലാണ് കാര്യങ്ങളുടെ കിടപ്പ് അവർക്ക് ഏക ദേശം മനസ്സിലായത്.

പട്ടണത്തിലെ ഒരു കമ്പനിയിലെ ഉയർന്ന ഉദ്യോഗസ്ഥനാണ് അച്ഛൻ. ഒരനിയനുണ്ട്. അവനോടാണ് അച്ഛന് സ്നേഹം മുഴുവൻ. അമ്മ നേരത്തെ മരിച്ചുപോയതുകൊണ്ട് ഒറ്റപ്പെട്ടാണ് അനുവിന്റെ ജീവിതം. ഈയിടയ്ക്ക് അച്ഛന്റെ ജീവിതത്തിൽ ഒരു സ്ത്രീ കടന്നു വന്നു. അവർ പലപ്പോഴും അവരുടെ വീട്ടിൽ താമസിക്കുകയും ചെയ്യുന്നു. അവർ വന്നശേഷമാണ് അച്ഛന് അനുവിനെ ഇഷ്ടമില്ലാ തായത്. വഴക്ക് മാത്രമല്ല നല്ല തല്ലും അച്ഛനിൽ നിന്നും അവൾക്ക് കിട്ടാറുണ്ട്. ജീവിതത്തിൽ ഏറ്റവും വിരോധം അവൾക്ക് ആ സ്ത്രീ യോടും പിന്നെ അച്ഛനോടുമാണ്.

''ഇതൊക്കെ നിന്റെ തോന്നലല്ലേ കുട്ടീ. ഇഷ്ടമില്ലെങ്കിൽ നഗര ത്തിലെ ഏറ്റവും നല്ല സ്കൂളിൽ നിന്നെ ചേർക്കുമോ?'' അപ്പൂപ്പൻ ചോദിച്ചു.

''അമ്മ ഉള്ളപ്പോൾ ചേർത്തതാണ്. ഞാൻ എന്താണ് ഏതാണ് എവിടാണ് എന്നുള്ള ചിന്ത ഒന്നുമില്ലാത്തതുകൊണ്ട് ഞാൻ എവി ടാണ് പഠിക്കുന്നത് എന്നുപോലും അവർക്കറിയില്ല.''

''പോട്ടെ, ബാക്കി പറ. നീ എങ്ങനെ ഈ കഞ്ചാവിൽ പെട്ടു.'' ആദിയയുടെ അമ്മ സംസാരിക്കാൻ ആവശ്യപ്പെട്ടു.

വീട്ടിൽ സ്നേഹം കിട്ടാത്ത സാഹചര്യത്തിൽ അവൾ സ്കൂളിലെ ഒരു ടീച്ചറുമായി അടുത്തു. അവരെ അമ്മയായി സങ്കൽപ്പിച്ചായി രുന്നു അവൾ ഇടപെട്ടിരുന്നത്. രണ്ട് വർഷം മുമ്പ് അവർ വിവാഹം കഴിഞ്ഞ് രാജിവച്ച് ഭർത്താവിനൊപ്പം വിദേശത്ത് പോയി. സ്നേ ഹിക്കാൻ ആരുമില്ലാതെ അവൾ തകർന്നു. അങ്ങനെയിരിക്കുമ്പോ ഴാണ് ഡിബേറ്റിങ്ങിൽ തിളങ്ങിയിരുന്ന അവൾക്ക് കഴിഞ്ഞ വർഷം പാർട്ണർ ആയി ശ്രീപ്രകാശിനെ കിട്ടുന്നത്. എട്ടിൽ പഠിച്ച അവളും

പത്തിലായിരുന്ന ശ്രീപ്രകാശും ഡിബേറ്റിൽ സ്കൂളിലെ അഗ്രഗണ്യ രായിരുന്നു. ഒരിക്കൽ ഇന്റർ സ്കൂൾ മത്സരത്തിൽ പങ്കെടുക്കാൻ മറ്റൊരു പട്ടണത്തിൽ പോയപ്പോൾ ശ്രീപ്രകാശും അനുവുമായി നന്നേ അടുത്തു. വീട്ടിൽ കിട്ടാത്ത സ്നേഹവും അംഗീകാരവും കിട്ടിയപ്പോൾ അവൾ ദുഃഖങ്ങളെല്ലാം മറന്നു. സന്തോഷകരമായ ആ നാളുകൾക്ക് ശേഷം ഈ വർഷമായപ്പോൾ, ശ്രീപ്രകാശ് സ്കൂൾ വിട്ടു. എന്തോ കാരണത്താൽ ദൂരെയുള്ള സ്കൂളിലാണ് അവൻ ചേർന്നത്. തന്നിൽ നിന്നും അകലാനാണ് അങ്ങനെ ചെയ്തത് എന്ന വിചാരത്താൽ അനു ഡിപ്രഷനിലേക്ക് പോയി.

എല്ലാവരും നിർന്നിമേഷരായി കഥ കേൾക്കുകയായിരുന്നു. തന്റെ അടുത്തിരുന്ന അനുവിന്റെ കൈ പിടിച്ച് ഇടയ്ക്കിടെ ഞെക്കി ആദിയ ആശ്വാസം കൊടുത്തു. ജിഞ്ചർപോലും അവളുടെ മടിയിൽ കുറുകി ക്കുറുകി കിടന്നത് അനുവിന് ആത്മവിശ്വാസം കൊടുക്കാനാണെന്ന് ആദിയയ്ക്ക് തോന്നി.

സ്കൂളിലെ അധികാരികൾ ഏർപ്പെടുത്തിയിരുന്ന സൈക്കോള ജിസ്റ്റിന്റെ അടുത്ത് ക്ലാസ് ടീച്ചർ അനുവിനെ പറഞ്ഞയച്ചിരുന്നു. ഈ വർഷാരംഭത്തിൽ അദ്ദേഹമാണ് കുട്ടിക്ക് ഡിപ്രഷനാണെന്ന് വിധിയെഴുതിയത്. മരുന്നും കഴിക്കുന്നുണ്ടായിരുന്നു. അങ്ങനെയൊ രിക്കൽ ഒരു മെഡിക്കൽ സ്റ്റോറിൽ മരുന്നു വാങ്ങാൻ പോയി വരു മ്പോഴാണ് സുമുഖനായ ഒരു ചെറുപ്പക്കാരനെ പരിയചപ്പെടുന്നത്. ഒന്നുരണ്ടുതവണ കണ്ട് ‘ഹായ്, സുഖമാണോ’ എന്നീ ചോദ്യങ്ങൾ ക്കുശേഷം അയാൾ അനുവിനെ ഐസ്ക്രീം കഴിക്കാൻ വിളിച്ചു. അന്ന് അച്ഛൻ കാരണമില്ലാതെ ശരിക്കും ശകാരിച്ചിരുന്നതിനാൽ, തീരെ ദുഃഖിതയായിരുന്നതു കൊണ്ട് മറ്റൊന്നും ഓർക്കാതെ അവ നുമായി ഐസ്ക്രീം കഴിച്ച് ‘ഗുഡ് ബൈ’ പറഞ്ഞ് പിരിഞ്ഞു. അന്ന് മരുന്ന് കഴിക്കാതെ തന്നെ നല്ല പ്രസരിപ്പും ഉത്സാഹവും അവൾക്ക് തോന്നി. പക്ഷേ, അടുത്ത ദിവസം അതേ സമയമായപ്പോൾ വല്ലാ യ്മ തോന്നുകയും ആവശ്യമില്ലാതെ തന്നെ ആ ഐസ്ക്രീം കട യുടെ അടുത്ത് പോവുകയും അവനെ വീണ്ടും കാണുകയും അവൻ ഒരു പുതിയ ‘മരുന്ന്’ കൊടുക്കുകയും ചെയ്തു. ഡോക്ടർ കൊടുത്ത മരുന്നിനേക്കാൾ ശക്തിയുള്ളത്.

‘‘എന്റെ കുട്ടീ, എന്ത് അപകടത്തിലാണ് പോയി വീണത് എന്ന് നിനക്കറിയാമോ?’’

‘‘അറിയാം അപ്പൂപ്പാ. പക്ഷേ, അതേ അവസരങ്ങളാണ് എങ്കിൽ ഞാൻ ഇനിയും അതിൽ ചാടുമായിരിക്കും. എന്നെ സ്നേഹിക്കാൻ ആരുമില്ല.’’ അനു വീണ്ടും കരഞ്ഞു തുടങ്ങി.

ഏറെ നേരത്തെ പരിശ്രമത്തിനുശേഷം അവർക്കുവേണ്ടിയിരുന്ന

'നീ ശ്രീപ്രകാശിനെ എങ്ങനെ ഇതിൽപ്പെടുത്തി' എന്ന ചോദ്യത്തിന് ഉത്തരം കിട്ടി.

ഇന്നും ഐസ്ക്രീം സുഹൃത്തിന്റെ പേരോ വീടോ അനുവിനറിയില്ല. കുറേ തവണ അവൻ സൗജന്യമായി പുതിയ മരുന്ന് കൊടുത്തു. അവൾ അവന്റെ വലയിൽ വീണു എന്ന് പൂർണ്ണ ബോധ്യം വന്നപ്പോൾ അവൻ സ്വരം മാറ്റി. ഇനിതൊട്ട് പത്തുപേർക്കെങ്കിലും അവൾ ഈ സാധനം എത്തിക്കണം. അവൻ അന്ന് പറഞ്ഞ കാരണം അവൾ ഓർത്തെടുത്തു, ''ഞങ്ങളെ ആവുമ്പോൾ പൊലീസ് സംശയിക്കും. നീ വലിയ വീട്ടിലെ പെണ്ണ്. പോരാത്തതിന് കൊച്ചുകുട്ടിയും. ആരും സംശയിക്കില്ല.'' അങ്ങനെ അവൻ പറഞ്ഞ ഏഴു പേർക്ക് സ്കൂളിൽ പോവുമ്പോഴോ തിരിച്ചുവരുമ്പോഴോ ഓരോ പൊതി കൊടുത്ത് പൈസ വാങ്ങി സൂക്ഷിച്ചു. അവൻ പറയുന്ന ദിവസം പോയി പണം ഏൽപ്പിക്കണം, പുതിയ സാധനം വാങ്ങണം. ഇത് മരുന്നല്ല, മാരകമായ വിഷമാണെന്ന് മനസ്സിലായപ്പോഴേക്കും വളരെ താമസിച്ചു പോയിരുന്നു. ഏറ്റവും വലിയ വെല്ലുവിളി പുതിയ മൂന്ന് ഇരയെക്കൂടി അനു കണ്ടുപിടിക്കണം എന്നതായിരുന്നു.

''അങ്ങനെ കിട്ടിയതാണോ ശ്രീപ്രകാശിനെ?'' അമ്മ ചോദിച്ചു.

ശ്രീപ്രകാശിനെ കണ്ടുപിടിക്കാൻ പ്രയാസപ്പെട്ടെങ്കിലും ഏകദേശം ഒരു മാസം മുമ്പ് അവനെ അനുവിന് കിട്ടി. തന്നെ കുടുക്കാൻ ഉപയോഗിച്ച അതേ സൂത്രം അനുവും പ്രയോഗിച്ചു. ഐസ്ക്രീമിനു പകരം പൈനാപ്പിൾ ജ്യൂസ്. അതിൽ 'മരുന്ന്' കലക്കി കൊടുത്തു. അവൻ വീണു. പക്ഷേ, പല നാൾ കള്ളൻ ഒരു നാൾ പിടിക്കുമെന്നാണല്ലോ. അവളുടെ അച്ഛൻ ഒരിക്കൽ മുറിയിൽ നിന്നും 'മരുന്ന്' കണ്ടെടുത്തു. അദ്ദേഹം എല്ലാ പായ്ക്കറ്റും ഫ്ളഷ് ചെയ്തു കളഞ്ഞു.

അനു തുടർന്നു, ''പാന്റിന്റെ ബെൽറ്റ് ഊരി എന്നെ പൊതിരെ തല്ലി. അനിയനും ആ സ്ത്രീയും ആവശ്യപ്പെട്ടിട്ടും അയാൾ നിർത്തിയില്ല. അന്നുതൊട്ട് വീട്ടുതടങ്കലിലായിരുന്നു. എന്റെ മൊബൈൽ ആ കശ്മലന്മാർ വാങ്ങി തന്നതാണ്. അച്ഛൻ എന്ന് പറയുന്ന ആൾ അത് കാണാത്തതുകൊണ്ട് ശ്രീപ്രകാശിനെ വിളിക്കാനും എന്നെ രക്ഷിക്കാൻ പറയാനും സാധിച്ചു. പക്ഷേ അവനും ഒരുദിവസം കഴിഞ്ഞ് അത് സ്വിച്ച്ഓഫാക്കി. ഞാൻ മരിക്കാൻ തീരുമാനിച്ചു.''

അവൾ ആ കാര്യങ്ങൾ ഓർത്ത് കരയാൻ തുടങ്ങി. ആദിയ അനുവിനെ നോക്കി പറഞ്ഞു, ''ശ്രീചേട്ടൻ സ്വിച്ച് ഓഫാക്കിയതല്ല. ഞാനാ ഫോൺ എടുത്തുകൊണ്ട് വന്നതുകൊണ്ടാണ്.''

അത് കേട്ട് അനു പറഞ്ഞു, ''സത്യം? അപ്പോൾ അവന് എന്നോട് പിണക്കമില്ല? ഞാനാകെ തകർന്നിരിക്കുകയായിരുന്നു.''

''ശരി, ബാക്കി പറ.'' കഥയിൽ രസം പിടിച്ച അപ്പൂപ്പൻ പറഞ്ഞു. ''ഓർക്ക്, മണി എട്ടോളം ആവുന്നു. നിന്റെ വീട്ടിൽ അന്വേഷിക്കില്ലേ?''

ഒരു പുച്ഛച്ചിരി കൊടുത്തിട്ട് അവൾ പറഞ്ഞു, ''ഞാനിപ്പോഴും മുറിക്കുള്ളിൽ ആണെന്നായിരിക്കും അവർ വിചാരിക്കുന്നത്. അഥവാ കണ്ടില്ലെങ്കിൽ പൊലീസിൽ പറയുമായിരിക്കും. അവർ, പക്ഷേ, പറയില്ല. കാരണം 'എം' വീട്ടിൽ വച്ചിരുന്നതും അത് അച്ഛൻ ഫ്ളഷ് ചെയ്തതും പൊലീസിനോട് പറയുമെന്ന് ഞാൻ പല തവണ ഭീഷണിപ്പെടുത്തിയിട്ടുണ്ട്. നിങ്ങൾ സമ്മതിക്കുമെങ്കിൽ ഞാനിന്നിവിടെ കഴിയാം.''

''അത് പിന്നെ തീരുമാനിക്കാം. ബാക്കി പറ.''

''ഇനിയൊന്നും പറയാനില്ല. കഴിഞ്ഞ രണ്ടാഴ്ച നരകതുല്യമായിരുന്നു. 'വിത്ഡ്രോയൽ സിൻഡ്രോം' എന്ന് കേട്ടിട്ടുണ്ടോ? നരകതുല്യമായ അനുഭവം ആണത്. ഡോക്ടർമാരുടെ മേൽനോട്ടമില്ലാതെ, സ്നേഹിക്കുന്നവരുടെ പരിരക്ഷണം ഇല്ലാതെ ഓരോ ദിവസവും ആയിരം തവണ മരണം കണ്ട്, ശരിക്കും നരകമായിരുന്നു. അനുഭവിച്ചാലേ അതറിയൂ. ഇനിയൊരിക്കലും ഞാനിതിൽ വീഴില്ല. മാത്രമല്ല, പ്രായപൂർത്തിയായശേഷം ഇതിനെതിരെ ഒരു കൊടുങ്കാറ്റുപോലെ ഞാൻ ആഞ്ഞടിക്കും.''

''നല്ല തീരുമാനം, കുട്ടീ. അത്രത്തോളം ഇതിൽ വിശ്വസിക്കുന്നു എങ്കിൽ പ്രായപൂർത്തി ആവുന്നതുവരെയൊന്നും കാത്തുനിൽക്കണമെന്നില്ല. മലാല യൂസഫ്സായിയെയും ഗ്രാററാ തൻബർഗിനെയും കുറിച്ച് കേട്ടിട്ടില്ലേ കുട്ടീ?'' ആദിയുടെ അമ്മ ചോദിച്ചു.

''ചേച്ചി നേതൃത്വം കൊടുക്കുമെങ്കിൽ ഏഴ് അനുയായികളെ ഞാൻ തരാം. ശ്രീചേട്ടനും കൂടി ചേരുമ്പോൾ തുടക്കത്തിൽ തന്നെ എട്ടുപേരായി.'' ആദിയയ്ക്ക് ഇപ്പോഴേ താൽപ്പര്യമായി. വേണമെങ്കിൽ ഇപ്പോൾ തന്നെ ഉദ്ബോധനത്തിന് ഇറങ്ങാമെന്ന ശരീരഭാഷ.

''പക്ഷേ, നിങ്ങൾ എന്റെ ശ്രീചേട്ടന് എന്തുപറ്റി എന്ന് പറഞ്ഞില്ലല്ലോ. നിങ്ങളും ഇതുമായി എന്തു ബന്ധം?'' സ്വരവും ആത്മവിശ്വാസവും തിരിച്ച് കിട്ടിയ അനു ചോദിച്ചു. മാത്രമല്ല, ഇവരൊക്കെ തന്റെ അഭ്യുദയകാംക്ഷികളാണെന്നും അവൾക്ക് തോന്നി.

''അത് ന്യായം.'' ആദിയയുടെ അമ്മ പറഞ്ഞു. എന്നിട്ട് ചുരുക്കത്തിൽ ആദ്യം മുതൽ ഇന്ന് അനുവിനെ ഓടിച്ചിട്ട് പിടിക്കുന്നതുവരെയുള്ള കാര്യങ്ങൾ അറിയിച്ചു.

''മോൾ എങ്ങനെയാണ് വീട്ടിൽ നിന്നും ചാടിയത്?'' അപ്പൂപ്പൻ ചോദിച്ചു.

''ആദ്യ കുറേ ദിവസങ്ങൾ 'വിത്ഡ്രോയൽ സിൻഡ്രോം' കാരണം ഞാൻ വലിയ പ്രശ്നത്തിലായിരുന്നു. ജോലിക്കാരിക്ക് എന്നോട് അനുകമ്പ തോന്നി. സത്യത്തിൽ അവർ കാരണമാണ് ഞാനിന്ന് ജീവിച്ചിരിക്കുന്നത്. അവരുടെ സാന്ത്വനവും പരിപാലനവും കൊണ്ട്

കുറേയേറെ വേദന മാറിക്കിട്ടി. അച്ഛനോ ആ സ്ത്രീയോ വരുമ്പോൾ എന്നെ വീണ്ടും പൂട്ടിയിടും. ഇന്ന് അവരാണ് മുറി തുറന്നു തന്നത്. അച്ഛൻ അവരെ ഇന്ന് ശരിയാക്കിക്കാണും. ആഹാരം തരാൻ മുറി തുറന്നപ്പോൾ, അവരെ ഇടിച്ചിട്ട് ഞാൻ ഓടിയതായി പറയാൻ അവരോട് പറഞ്ഞിരുന്നു. എന്നെ അന്വേഷിക്കുകയോ പൊലീസിൽ പറയുകയോ ചെയ്താൽ 'രഹസ്യം വെളിപ്പെടുത്തും' എന്ന് അറിയിക്കാനും പറഞ്ഞു. സത്യത്തിൽ ആ നല്ല സ്ത്രീക്ക് എന്തോ സംശയം ഉണ്ടെങ്കിലും 'എം' ആണ് കാരണം എന്ന് അറിയില്ല.''

ഇനിയെന്ത് എന്നായിരുന്നു ആദിയ, അമ്മ, അപ്പൂപ്പൻ ത്രിമൂർത്തികളുടെ പ്രശ്നം. അനുവിനെ എന്ത് ചെയ്യണം?

''അമ്മേ, ചേച്ചി ഇന്നിവിടെ കഴിയട്ടെ. ചേച്ചിയുടെ വീട്ടിൽ പ്രശ്നമില്ല എന്ന് പറഞ്ഞില്ലേ. ശരിക്കും പറഞ്ഞാൽ ചേച്ചി ഇന്ന് അവിടെ പോയാലാണ് പ്രശ്നം. ഒരുപാട് ചോദ്യങ്ങൾക്ക് ഉത്തരം പറയേണ്ടി വരും.'' പ്രായത്തിലുമേറിയ ചിന്തയാണ് ആദിയയ്ക്കെന്ന് അനുവിന് തോന്നി. ആദിയ അപ്പറഞ്ഞത് എല്ലാവരും അംഗീകരിച്ചു.

യുവിയെയും ഉണർത്തി എല്ലാവരുമായി അത്താഴം കഴിച്ചുകൊണ്ടിരുന്ന അവസരം ആദിയ ഒരഭിപ്രായം കൂടെ പറഞ്ഞു. ''അമ്മേ, നാളെ അമ്മ ഓഫീസിൽ പോകണ്ട. ഞാനും യുവിയും സ്കൂളിൽ വരുന്നില്ലെന്നും അറിയിക്കണം. എന്നിട്ട് അപ്പൂപ്പനൊപ്പം നമുക്ക് എല്ലാവർക്കും കൂടി ശ്രീചേട്ടന്റെ വീട്ടിൽ പോകാം. അനുചേച്ചിയെ കാണുമ്പോൾ എല്ലാവർക്കും ഇഷ്ടമാകും.''

''ഒന്നാം തരം ആശയം കുട്ടീ.'' അപ്പൂപ്പൻ പിന്താങ്ങി. നാളെ സ്കൂളിൽ പോകണ്ട എന്ന് പറഞ്ഞത് അത്ര ഇഷ്ടപ്പെടാതെ യുവി ചിണുങ്ങി. അതു കണ്ട് അപ്പൂപ്പൻ അവനെ തലോടിയിട്ട് പറഞ്ഞു, ''ഓ, അവിടെ ഐഎഎസിന് പഠിക്കുകയല്ലേ മോൻ.'' എല്ലാവരും ഉറക്കെ ചിരിച്ചു.

അനുവുമായി തന്റെ മുറിയിൽ പോയി ഉള്ളതിൽ വലിയ വസ്ത്രമെടുത്ത് അവൾക്ക് കൊടുത്തു. അതുതന്നെ അനുവിന് ചെറുതായിരുന്നു. നാളെ ധരിക്കാൻ നല്ല വസ്ത്രമില്ലാത്തതുകൊണ്ട് ആ രാത്രി തന്നെ ആദിയ, അനു ഇട്ട വസ്ത്രം സോപ്പുവെള്ളത്തിൽ നല്ലവണ്ണം കഴുകി പിഴിഞ്ഞ് ഫാനിന്റെ കീഴിൽ ഉണക്കാനിട്ടു. അതിനുശേഷമാണ് ആദിയ എന്താണ് ചെയ്തുകൊണ്ടിരുന്നത് എന്ന് അനു മനസ്സിലാക്കിയത്. തന്റെ വസ്ത്രമാണ് കഴുകിയിട്ടത് എന്നത് അവൾക്ക് ജാള്യത തോന്നി. അത് മനസ്സിലാക്കി, അനുവിന്റെ നാണക്കേട് മാറ്റാനെന്നോണം അനുവിനോട് തുണി ഒന്നുകൂടി പിഴിഞ്ഞിട്ടോളാൻ ആദിയ ആവശ്യപ്പെട്ടു.

അന്ന് രാത്രി രണ്ടുപേർക്കും കെട്ടിപ്പിടിച്ച്, ഒരു പുതപ്പിന്റെ കീഴിൽ സ്വപ്നമൊന്നുമില്ലാത്ത സുഖനിദ്രയായിരുന്നു.

പതിനൊന്ന്

നേരത്തെ ആലോചിച്ച് ഉറപ്പിച്ചതിൻപ്രകാരം ആദിയയും യുവിയുമൊത്ത് അമ്മയും അപ്പൂപ്പനുമായി സ്കൂളിലെത്തി സൂസനെയും വിളിച്ച് ശ്രീകാന്തിന്റെ വീട്ടിൽ അനുവിനെ കൊണ്ടുപോയി. പതിനൊന്നു മണിയോടെ അവർ അവിടെ എത്തിയപ്പോൾ, ശ്രീകുട്ടനും അമ്മയും അവരെ സ്വീകരിക്കാൻ ഗെയിറ്റിനരികെ ഉണ്ടായിരുന്നു.

വീട്ടിനുള്ളിൽ കടന്നപ്പോൾ ആദിയയ്ക്ക് അതിശയമായി. അനി കുമാർ സാറും ശ്രീപ്രകാശും സന്തോഷത്തോടെ സംസാരിച്ചിരിക്കുന്നു. അവരോടൊപ്പം അബ്ദുവും ഉണ്ടായിരുന്നു.

ധീരയെ കുറച്ച് നേരം കഴിഞ്ഞ് അവന്റെ അച്ഛൻ കൊണ്ട് വിട്ടു. ഈ സമയം ശ്രീകാന്ത് വലിയ ഒരു കേക്കുമായി എത്തി.

എല്ലാവരുമായി ചേർന്ന് ആഹ്ലാദം പങ്കുവച്ചു. ശ്രീപ്രകാശ് കേക്ക് മുറിച്ച് ആദ്യം കൊടുത്തത് അനുവിനായിരുന്നു. ആ പ്രവൃത്തി എല്ലാവർക്കും ചിരിക്കാൻ വകയായി.

അനുവിനെക്കുറിച്ചും അവളെ പിടിച്ച രീതിയുമൊക്കെ രാവിലെ വിശദമായി ആദിയയുടെ അമ്മ അനി കുമാറിനെ ധരിപ്പിച്ചിരുന്നതു കൊണ്ട് അവളെ പ്രത്യേകം പരിചയപ്പെടുത്തേണ്ടി വന്നില്ല.

ആഘോഷവും ആഹ്ലാദപ്രകടനവും കഴിഞ്ഞ് എല്ലാവരും വിശ്രമിക്കാൻ തുടങ്ങിയപ്പോൾ, അനി കുമാർ യാത്ര പറയാൻ തുടങ്ങി. ഊണ് കഴിഞ്ഞിട്ടേ പോകാവൂ എന്ന ശ്രീകാന്തിന്റെ അമ്മയുടെ നിർബന്ധം കാരണം താൻ ഓഫീസ് ഡ്യൂട്ടിയിലാണെങ്കിലും ശ്രീപ്രകാശിനും അനുവിനുംവേണ്ടി കുറച്ചു നേരം കൂടി ചിലവഴിക്കാമെന്ന് സമ്മതിച്ചു.

ഊണിന് കാത്തിരിക്കുന്ന അവസരത്തിൽ അനി കുമാർ സാർ ആദിയയുടെ അപ്പൂപ്പനോട് ചോദിച്ചു, ''ഈ സംഭവങ്ങളെക്കുറിച്ച് അങ്ങയുടെ അഭിപ്രായം എന്താണ്?''

''നല്ല കാര്യങ്ങളല്ലേ നടന്നത്. രണ്ടുപേരും രണ്ടു കുടുംബവും രക്ഷപ്പെട്ടു എന്നേ പറയാൻ പറ്റൂ'' അദ്ദേഹം പറഞ്ഞു.

''ശരിയാണ്'' അനി കുമാർ സമ്മതിച്ചു. ''എങ്കിലും ഇനിയും ഒന്നുരണ്ടു പാഠങ്ങൾ കൂടി നാം പഠിക്കാനുണ്ട്. പഠിച്ച പാഠങ്ങൾ ഒന്ന്: വീട്ടുകാരും സ്കൂളധികൃതരും കുട്ടികളിൽ നല്ല ശ്രദ്ധ കാണിക്കണം എന്നാണ്. ഇവിടെത്തന്നെ കണ്ടോ ആർക്കൊക്കെയാണ് അപകടം പറ്റിയത്. അനുവിന്റെയും ശ്രീപ്രകാശിന്റെയും വീട്ടുകാരുടെ ശ്രദ്ധ ഒട്ടുമില്ലാത്തതിനാൽ എന്തൊക്കെയാണ് നമ്മളെല്ലാവരും അനുഭവിക്കേണ്ടി വന്നത്.

പാഠം രണ്ട്: ആത്മാർത്ഥമായി ശ്രമിച്ചാൽ മയക്കുമരുന്നിനോടുള്ള ആസക്തിയിൽ നിന്നും രക്ഷപ്പെടാൻ സാധിക്കും. സഹായിക്കാൻ സർക്കാർ സംവിധാനങ്ങൾ ശക്തമായി ഇവിടുണ്ട്. അത് പ്രയോജനപ്പെടുത്തണം. വേറെയെന്തെങ്കിലും പാഠം നാം പഠിച്ചോ?'' സ്കൂൾ മാഷിനെപ്പോലെ കുട്ടികളെ നോക്കി അദ്ദേഹം ചോദിച്ചു.

എല്ലാവരും അങ്ങോട്ടുമിങ്ങോട്ടും നോക്കി തല ചൊറിഞ്ഞു.

''പുതിയ മയക്കുമരുന്നുകൾ ഒരു പ്രാവശ്യം ഉപയോഗിച്ചാൽ മതി, അടിമപ്പെടാൻ.'' സൂസൻ അത് പറഞ്ഞപ്പോൾ അവളെ അഭിനന്ദനത്തോടെ അനി കുമാർ നോക്കി.

''ശരിയാണ്. പക്ഷേ, ഒന്ന് നോക്കൂ. ആദ്യമായി അനുവും ശ്രീപ്രകാശും ഇത് കഴിച്ചപ്പോൾ അവർ ബോധപൂർവ്വമായല്ല കഴിച്ചത്. അവരെ ചതിക്കുകയായിരുന്നു. അങ്ങനെയാണെങ്കിൽ നമ്മളിൽ ആർക്കും ഡ്രഗ്സിൽ വീണുപോവാൻ സാധ്യതയില്ലേ. ആദ്യം തന്നെ, ഒരു തവണ തന്നെ, ഉപയോഗിച്ചാൽ അടിമയാവുമെങ്കിൽ, നാം കുറ്റക്കാരാവുന്നത് എങ്ങനെ? അതിൽ നിന്നും രക്ഷപ്പെടുന്നത് എങ്ങനെ? ഒന്ന് ആലോചിച്ചു നോക്കി മറുപടി പറയൂ.'' അനി കുമാർ ആ പറഞ്ഞത് ശരിയാണല്ലോ എന്ന് എല്ലാവർക്കും തോന്നി.

ക്ലാസ്സിൽ അദ്ധ്യാപകന്റെ ചോദ്യത്തിന് ഉത്തരം പറയാൻ ശ്രമിക്കുന്ന കുട്ടിയെപ്പോലെ അനു തന്റെ കൈ പൊക്കി. ചുറ്റും നോക്കിയപ്പോൾ താൻ മാത്രമേ കൈ പൊക്കിയുള്ളൂ എന്ന് കണ്ടപ്പോൾ അവൾ നാണത്താൽ കൈകൾ താഴ്ത്തി.

ഒരു ചെറുചിരിയോടെ 'അദ്ധ്യാപകൻ' ആവശ്യപ്പെട്ടു. ''അനു എന്താണ് പറയാൻ ഉദ്ദേശിച്ചത്.''

''സർ, നമുക്ക് ഇതെപ്പറ്റിയുള്ള ബോധവൽക്കരണം കിട്ടിയ സ്ഥിതിക്ക് അബദ്ധവശാൽ ഇത്തരം ചതിക്കുഴിയിൽപ്പെട്ടാൽ, കഴിച്ചത് ഡ്രഗ്സ് ആണെന്ന് സംശയം ഉണ്ടായാൽ ഉടൻ സർക്കാർ സംവിധാനങ്ങളെ സമീപിക്കണം. അത് പൊലീസാണെങ്കിലും ശരി, സർക്കാർ ഉദ്യോഗസ്ഥരാണെങ്കിലും ശരി.'' അനു പറഞ്ഞൊപ്പിച്ചു.

''മിടുക്കി, മിടുമിടുക്കി. ഞാൻ പറഞ്ഞാൽപോലും ഇത്ര ഭംഗി യായി പറയാൻ സാധ്യമാവില്ല തന്നെ.'' അനി കുമാർ അഭിനന്ദന ത്തിന് ഒരു കുറവും വരുത്തിയില്ല. ''ഏതെങ്കിലും ഒന്നു ശ്രീ പറയൂ, ഏത് നമ്പറിലാണ് നാം ഉടനെ വിളിക്കേണ്ടത്?''

ചോദിച്ച് തീരുന്നതിനുമുമ്പ് 'ശ്രീകൾ' മാത്രമല്ല ആദിയയും സൂസനും ഏകദേശം ഒരുമിച്ചു പറഞ്ഞു, ''14405''

''മിടുക്കർ. ഓർക്കാമെങ്കിൽ ഒരു നമ്പർ കൂടി ഓർത്തോളൂ. 94471 78000 അത് ഓർത്തില്ലെങ്കിലും സാരമില്ല. 14405 ഓർത്താൽ മതി.''

ആദിയയുടെ അപ്പൂപ്പൻ പറഞ്ഞു, ''എന്തായാലും ആദിയയുടെ സമയോചിതമായ ഇടപെടൽ കാരണം എല്ലാം മംഗളമായി ഭവിച്ചു.'' അനി കുമാർ, 'അപ്പറഞ്ഞതിൽ ഒരു വിശദീകരണം വേണമല്ലോ' എന്ന് ഓർത്തു. എന്നിട്ട് ഇപ്പോൾ അക്കാര്യം പറയണ്ട എന്ന തീരു മാനം എടുത്തതു പോലെ സംസാരിച്ചില്ല. 'ഊണ് കാലമായി' എന്ന റിയിക്കാൻ വന്ന ആദിയയുടെ അമ്മ അത് ശ്രദ്ധിച്ചു. ''അല്ല, സാർ എന്തോ പറയാൻ വന്നതാണല്ലോ. പറഞ്ഞോളൂ, കുഴപ്പമൊന്നുമില്ല.''

''ആദിയയുടെ അമ്മ ആവശ്യപ്പെട്ട സ്ഥിതിക്ക് ഞാൻ പറയാം. നിങ്ങൾ തെറ്റിദ്ധരിക്കരുത്. പലകാര്യങ്ങളും, വേറൊരു രീതിയിൽ പറ ഞ്ഞാൽ ചില കാര്യങ്ങളെങ്കിലും, പൊതുജനം കൈകാര്യം ചെയ്യാൻ പാടില്ല. അങ്ങനെ ആയാൽ സമൂഹത്തിലെ സന്തുലിതാവസ്ഥ നഷ്ട പ്പെട്ടുപോകും. നമുക്കൊരു നിയമ വ്യവസ്ഥയുണ്ട്. ആൾക്കൂട്ട കൊല പാതകം എന്നൊക്കെ കേട്ടിട്ടില്ലേ. ഒരിക്കലും ജനങ്ങൾ നിയമം കൈയിലെടുക്കാൻ പാടില്ല. നിയമമുണ്ടാക്കാൻ നിയമസഭാ സാമാ ജികർ, അത് പാലിക്കുന്നുണ്ടോ എന്ന് നോക്കാൻ പൊലീസ് സംവി ധാനം, തെറ്റുണ്ടെങ്കിൽ ശിക്ഷിക്കാൻ നീതിന്യായവകുപ്പ്; ഇതാണ് സംവിധാനം. ഇതിനെ തച്ചുടയ്ക്കാൻ പാടില്ല. സാധാരണക്കാരുടെ കർത്തവ്യം നിയമം പാലിക്കുകയും നമ്മുടെ ആഗ്രഹങ്ങൾക്കനു സരിച്ചുള്ള നിയമനിർമ്മാണത്തിന് ഉതകുന്ന സാമാജികരെ തെര ഞ്ഞെടുത്ത് അയയ്ക്കുകയുമാണ്.''

''എനിക്കൊന്നും മനസ്സിലാവുന്നില്ല.'' ആദിയയുടെ അമ്മ പറഞ്ഞു, ''ഞങ്ങൾ ഏത് നിയമം തെറ്റിച്ചെന്നാണ്. വളച്ചുകെട്ടില്ലാതെ പറയൂ.''

അനി കുമാർ നേരെ കാര്യത്തിലേക്ക് വന്നു. ''ആദിയ ചെയ്ത കാര്യത്തെക്കുറിച്ചാണ്. അനുവിനെ പിടിക്കുകയും മറ്റും ചെയ്യേ ണ്ടത് പൊലീസിന്റെ ജോലിയായിരുന്നു. ഒന്ന് ഓർത്തു നോക്കിയേ, അവിടെ ആ പാർക്കിൽ വന്നത് അനു അല്ലാതെ മറ്റ് ആരെങ്കിലും ആയിരുന്നു എങ്കിൽ എന്ന്. അവരുടെ കയ്യിൽ മാരകായുധങ്ങൾ ഉണ്ടായിരുന്നെങ്കിലോ? ആ വ്യക്തി നല്ല ശക്തിമാൻ ആയിരുന്നു

അനികുമാറും കുഞ്ഞുങ്ങളും

എങ്കിൽ ആദിയെയും വയസ്സായ അപ്പൂപ്പനെയും ആക്രമിക്കില്ലായിരുന്നോ. അല്ല, അത് ഒരു സ്ത്രീയായിരുന്നു എങ്കിൽ തന്നെ പീഡിപ്പിക്കുന്നു എന്ന് ബഹളമുണ്ടാക്കിയാൽ അപ്പൂപ്പൻ ജയിൽ കേറിയിറങ്ങേണ്ടി വരില്ലായിരുന്നോ. എന്തോ ഭാഗ്യം കൊണ്ടാണ് നിങ്ങൾ രക്ഷപ്പെട്ടത്.''

അദ്ദേഹം അപ്പറഞ്ഞത് അക്ഷരംപ്രതി ശരിയാണെന്ന് എല്ലാവർക്കും തോന്നി. പ്രത്യേകിച്ച് ആദിയയ്ക്ക്. അവൾ പറഞ്ഞു, ''ശരിയാണ്. മുതിർന്നവർ പറഞ്ഞത് ഞാൻ ശ്രദ്ധിച്ചില്ല. അമ്മയും അപ്പൂപ്പനും പല തവണ പറഞ്ഞതാണ് പോകണ്ട എന്ന്. ഞാൻ എന്റെ സുരക്ഷിതത്വത്തെക്കാളും ശ്രീപ്രകാശ് ചേട്ടന്റെ ക്ഷേമം മാത്രമേ ഓർത്തുള്ളൂ.''

തന്റെ കസേരയിൽ നിന്നും എഴുന്നേറ്റ് അനി കുമാർ ആദിയയുടെ അടുത്ത് വന്ന് അവളെ കെട്ടിപ്പിടിച്ച് എടുത്ത് പൊക്കിയിട്ട് പറഞ്ഞു ''എല്ലാവരും എഴുന്നേറ്റ് ആദിയയ്ക്ക് ഒരു വലിയ കയ്യടി കൊടുക്കൂ.''

കയ്യടിച്ച് എല്ലാവരും ഇരുന്നശേഷം ആദിയയെ നിലത്ത് നിർത്തിയിട്ട് അദ്ദേഹം ചോദിച്ചു, ''എന്തിനാണ് കയ്യടി കൊടുക്കാൻ പറഞ്ഞതെന്നറിയാമോ?''

എല്ലാവരും അവരവരുടെ രീതിയിൽ 'ആദിയ കേസ് തെളിയിച്ചതിന്' എന്ന മറുപടി കൊടുത്തപ്പോൾ അനി കുമാർ പറഞ്ഞു, ''അതൊക്കെ ശരിതന്നെ. അഭിനന്ദിക്കേണ്ട കാര്യവും തന്നെ. പക്ഷേ, ഇന്ന്, ഇപ്പോൾ ഇവൾക്ക് കൊടുത്ത കയ്യടി താൻ ചെയ്ത തെറ്റ് തെറ്റാണെന്നു മനസ്സിലാക്കി പൊതുവേദിയിൽ ഏറ്റു പറയാനുള്ള ആർജ്ജവം കാട്ടിയതിന്. എന്നെ വിശ്വസിക്കൂ ആദിയയുടെ ഏറ്റവും വലിയ വൈശിഷ്ട്യം ഇതുതന്നെ. വലിയ മഹാന്മാർ എന്ന് പറയുന്ന ആൾക്കാർക്കു പോലും ഇല്ലാത്ത കാര്യം. നന്നായി വരും കുട്ടീ.''

ആവശ്യപ്പെടാതെ തന്നെ എല്ലാവരും വീണ്ടും ഉറക്കെ കയ്യടിച്ചു.

ഊണിനു ശേഷം അനി കുമാർ ഓഫീസിലേക്ക് പോയി. യുവിയേയും എടുത്തുകൊണ്ട് അനു ശ്രീപ്രകാശിനൊപ്പം അവന്റെ മുറിയിൽ പോയി, അവൾക്ക് ഒരുപാടൊരുപാട് കാര്യങ്ങൾ അവനുമായി പങ്കുവെക്കേണ്ടതുണ്ട്. ആദിയയും സൂസനുമായി ടെറസ്സിൽ ചെന്ന് സ്വകാര്യങ്ങൾ പങ്കുവച്ചു. അബ്ദുവും ധീരയും ചെസ്ബോർഡ് എടുത്ത് സാധാരണ അവർ വരുമ്പോൾ കിടക്കാറുള്ള മുറിയിലേക്ക് പോയി. ആദിയയുടെ അപ്പൂപ്പൻ ഉച്ചയുറക്കത്തിനുള്ള വട്ടം കൂട്ടി. ആദിയയുടേയും ശ്രീകാന്തിന്റെയും അമ്മമാർ അടുക്കള വൃത്തിയാക്കുന്നതിൽ ഏർപ്പെട്ടു. ശ്രീകാന്തും ശ്രീകുട്ടനും അവിടവിടെ കറങ്ങി നടന്ന് അവസാനം ആദിയയുടേയും സൂസന്റെയും അടുത്തെത്തി.

നാലുമണി ചായയും കഴിഞ്ഞ് അന്നത്തെ ഏറ്റവും പ്രയാസകരമായ ജോലിക്ക് ആദിയയുടെ അമ്മയും അപ്പൂപ്പനും മുതിർന്നു. അനുവിനെ അവളുടെ വീട്ടിൽ ഏൽപ്പിക്കാനുള്ള ഉദ്യമം.

സൂസനെ സ്കൂളിൽ കൊണ്ടു ചെന്ന് വിട്ടിട്ട് യുവിയും ആദിയും അനുവുമായി അവളുടെ വീട്ടിൽ എത്തിയപ്പോൾ മണി ആറാവാറായി. അവിടെ ആദിയയുടെ അമ്മയേയും അപ്പൂപ്പനേയും കാത്തിരുന്നത് വലിയൊരു ആശ്ചര്യമാണ്. ചെന്ന് കയറിയ ഉടൻ അനുവിന്റെ അച്ഛൻ ഓടി വന്ന് അനുവിനെ കെട്ടിപ്പിടിച്ച് ഉമ്മകൊണ്ട് പൊതിഞ്ഞു. സ്വന്തം അച്ഛനെക്കുറിച്ച് അനു കൊടുത്ത ചിത്രവുമായി ഈ പ്രവൃത്തി ഒട്ടും പൊരുത്തപ്പെട്ടില്ല. ആദിയയും അപ്പൂപ്പനും വായ തുറന്ന് ഏറെ നേരം ഇരുന്നുപോയി.

കണ്ടാൽ തന്നെ അറിയാം തലേ ദിവസം മുതൽ അയാൾ ആഹാരം കഴിച്ചിട്ടുണ്ടാവില്ല. കരഞ്ഞു വീർത്ത മുഖഭാവം. അനുവിനെ കണ്ടപ്പോൾ കളങ്കമറ്റ സ്നേഹവും സന്തോഷവും അദ്ദേഹം കാണിച്ചു. അനു അച്ഛനെ കെട്ടിപ്പിടിച്ച് ഏറെ നേരം ഏങ്ങലടിച്ച് കരഞ്ഞു.

ഏറെ നേരത്തെ വികാരപരമായ രംഗങ്ങൾക്കു ശേഷമാണ് അനുവിന്റെ കൂടെ അതിഥികളും ഉണ്ടെന്നകാര്യം അയാൾ ശ്രദ്ധിച്ചതു തന്നെ. അവരോട് ഇരിക്കാൻ പറഞ്ഞതിനു ശേഷവും അയാൾ സാധാരണ നിലയിൽ എത്താൻ പാടുപെട്ടു.

ഇതിനിടയ്ക്ക് അച്ഛന്റെ പിടിവിടുവിച്ച അനു അടുക്കളയിൽ പോയി എല്ലാവർക്കും കുടിക്കുവാൻ പച്ചവെള്ളം കൊണ്ട് കൊടുത്തു. ആദിയയോട് അടുക്കളയിലേക്ക് വരാൻ പറഞ്ഞിട്ട് അവൾ ചായ ഉണ്ടാക്കാൻ പാത്രം അടുപ്പിൽ വച്ചു.

''ചേച്ചിക്ക് ഇതൊക്കെ അറിയാമോ?'' ആദിയ ആശ്ചര്യപ്പെട്ടു.

അനു, പക്ഷേ, ചോദിക്കാത്ത ചോദ്യത്തിനാണ് ഉത്തരം കൊടുത്തത്, ''അവർ മുതിർന്നവർ പരിചയപ്പെടട്ടെ. അവർ സംസാരിക്കട്ടെ. ചായ കൊടുത്തിട്ട് നമുക്ക് എന്റെ മുറിയിൽ പോകാം.''

ആ പറഞ്ഞത് ശരിയാണെന്ന് ആദിയയ്ക്ക് തോന്നി.

അനുവിന്റെ മുറിയിലെ ചിത്ര പുസ്തകങ്ങൾ നോക്കിയിരുന്ന് സമയം പോയത് ആദിയ അറിഞ്ഞില്ല. നല്ലൊരു ചിത്രകാരിയാണ് അനുവെന്ന് അവൾക്ക് മനസ്സിലായി. അവൾ ധാരാളം വായിക്കുന്ന കൂട്ടത്തിലാണെന്നും ആദിയയ്ക്ക് സൂചന കിട്ടി.

അവൾ ചോദിച്ചു, ''ചേച്ചിയുടെ അനിയനെവിടെ?''

ഒരു ഞെട്ടലോടെ അനു ഓർത്തു, 'അയ്യോ, ഞാനത് മറന്നു.' പക്ഷേ, പെട്ടെന്ന് പറഞ്ഞു ''അച്ഛന്റെ മടിയിലാവും. നമുക്ക് കാത്തിരിക്കാം.''

അങ്ങനെയൊക്കെ പറഞ്ഞെങ്കിലും ഇത്രയും നേരം അനിയനെ ഓർക്കാത്തതിൽ അനുവിന് കുറ്റബോധം തോന്നി.

അത് മനസ്സിലാക്കിയെന്നോണം ആദിയ പറഞ്ഞു, ''ഇതുവരെ എല്ലാം നന്നായി പോയല്ലോ. ഇനിയും അങ്ങനെയാവും. എന്താ യാലും സ്വീകരണ മുറിയിൽ അടിപിടി ഒന്നും നടക്കുന്നില്ലല്ലോ. അതായിരുന്നു എന്റെ പേടി. അത്രയ്ക്ക് സമാധാനം.''

ഏറെ താമസിച്ചില്ല, യുവിയെ തോളിലിട്ട് അമ്മ അവരുടെ മുറി യിലേക്ക് വന്നു, ''നമുക്ക് പോകാം.'' ആദിയ എഴുന്നേറ്റ് അനുവിന് യാത്ര പറയാൻ തുടങ്ങുമ്പോഴാണ് അമ്മ പറഞ്ഞത്, ''നമുക്ക് എന്ന് പറഞ്ഞത് അനുമോളേയും ചേർത്താണ്.''

രണ്ടുപേർക്കും സന്തോഷം കലർന്ന അത്ഭുതം. ഓടിച്ചെന്ന് അച്ഛനെ ഒരിക്കൽകൂടി കെട്ടിപിടിച്ചിട്ട് അവൾ ചോദിച്ചു, ''അനിയൻ?'' അതിന് മറുപടിയായി ''അവൻ അവിടെയുണ്ട്'' എന്ന് പറഞ്ഞിട്ട് അവളെ വീണ്ടും കെട്ടിപ്പിടിച്ചു; എന്നന്നേക്കുമായി അനു തന്നെ വിട്ടുപോകുന്നമട്ടിൽ.

എല്ലാവർക്കും കേൾക്കാൻ എന്ന മട്ടിൽ, പ്രത്യേകിച്ചും അനു വിന്റെ അച്ഛന് വേണ്ടി, ആദിയയുടെ അമ്മ പറഞ്ഞു, ''അപ്പോൾ നമ്മുടെ എഗ്രിമെന്റ്, അനു ഒരാഴ്ച ഞങ്ങളുടെ കൂടെ, നാളെതൊട്ട് സ്കൂളിൽ വിടും, നിങ്ങൾ ആ സ്ത്രീയെ എത്രയും പെട്ടെന്ന് കല്യാണം കഴിക്കണം, ഈ ശനിയാഴ്ച അനുവും ഞങ്ങളും ശ്രീപ്രകാശിന്റെ വീട്ടിൽ പോകുന്ന ദിവസം, നിങ്ങളും ആ സ്ത്രീയും മകനുമായി ഒരു പകൽ മുഴുവൻ അവിടെ ചിലവാക്കാൻ തയ്യാറായി വരണം, വലിയ കള്ളന്മാരെ പിടിക്കാൻ അനുവിന്റെ സഹായം പൊലീസിനു കൊടുക്കണം, വീട്ടിൽ എന്നും കുട്ടികളോടൊത്ത് കഴിയണം.'' തന്റെ ഓർമ്മ തീർന്നു എന്ന മട്ടിൽ ആദിയയുടെ അമ്മ നിർത്തി. ഇനിയെ ന്തെങ്കിലുമുണ്ടോ എന്ന മട്ടിൽ അപ്പൂപ്പനേയും അനുവിന്റെ അച്ഛ നേയും നോക്കി.

'ഇനിയൊന്നുമില്ല' എന്ന അർത്ഥത്തിൽ തലയാട്ടിയശേഷം അനുവിന്റെ അച്ഛൻ പറഞ്ഞു, ''നാളെ വൈകീട്ട് ഞങ്ങളുടെ ഡിന്നർ അവിടെ. ഞങ്ങൾ മൂന്നുപേരും ഉണ്ടാവും.''

പന്ത്രണ്ട്

ആറുമാസത്തിനുശേഷം: സ്കൂളിലെ വലിയ അസംബ്ലി, ആ അദ്ധ്യയനവർഷത്തിലെ അവസാനത്തേത്.

സ്കൂളിൽ ഉത്സവാന്തരീക്ഷമായിരുന്നു. ഇത്തവണത്തെ അസംബ്ലിക്ക് രണ്ട് പ്രത്യേകയുണ്ട്. ഒന്ന്: പത്താം ക്ലാസ്സിലെ കുട്ടികളും ഉണ്ട് എന്നത്. രണ്ട്: കുട്ടികളുടെ അച്ഛനമ്മമാരും പങ്കെടുക്കുന്നു എന്നത്. അന്ന് ക്ലാസ്സില്ലാത്തതിനാൽ ഉച്ചയ്ക്കുള്ള 'ബഡാ ഖാന' വരെ മീറ്റിംഗ് നീളും.

എല്ലാ വർഷവും അങ്ങനെയാണ്. പത്തിലെ കുട്ടികളുടെ യാത്ര പറയലും ഏറ്റവും മിടുക്കരായ പാട്ടുകാരുടെയും നർത്തകരുടെയും പ്രകടനവും സ്പോർട്സിന്റെയും കലാമത്സരത്തിന്റെയും സമ്മാന വിതരണവുമായി അന്നൊരു ആഘോഷദിവസമാണ്.

ആദിയയ്ക്കും യുവിക്കും അന്ന് ഇരട്ടി മധുരമുള്ള ദിവസമായിരുന്നു. കാരണം, ഈ പരിപാടിക്ക് പങ്കെടുക്കാനെന്നോണം അവരുടെ അച്ഛൻ ഒരു മാസത്തെ അവധിക്ക് കഴിഞ്ഞ ആഴ്ച എത്തിയിരുന്നു. അന്ന് കുട്ടികളുടെ ഗ്രൂപ്പ് ഡാൻസിൽ യുവിക്കും ഒരു വേഷമുണ്ട് എന്നത് യുവിയെ അഭിമാനപുളകിതനാക്കി.

വിദ്യാഭ്യാസ മന്ത്രിയായിരുന്നു വിശിഷ്ടാതിഥി. രാവിലത്തെ സ്കൂൾ സംബന്ധമായ ചില ചടങ്ങുകളും പത്താം ക്ലാസുകാരുടെ വിരമിക്കൽ സംബന്ധിച്ച പരിപാടികളും കൊച്ചുകുട്ടികളുടെ സ്റ്റേജ് പരിപാടികളും (അതിലായിരുന്നു യുവി) ഒക്കെ കഴിഞ്ഞ് പതിനൊന്ന് മണിക്കായിരുന്നു മന്ത്രിയും വിദ്യാഭ്യാസ വകുപ്പ് ഡയറക്ടറും ഉൾപ്പെട്ട പ്രധാന പരിപാടി.

പ്രസംഗമെല്ലാം കഴിഞ്ഞ് സമ്മാനദാനമാവാറായപ്പോൾ മന്ത്രി എഴുന്നേറ്റു. സാധാരണ ഇത്തരം പരിപാടികളിൽ മന്ത്രിമാർ രണ്ടാളുടെ പ്രസംഗം കഴിഞ്ഞാലുടൻ പോവുകയാണ് പതിവ്. ഇവിടെ അദ്ദേഹം പ്രസംഗം കഴിഞ്ഞും ഒരു മണിക്കൂറോളം ഇരുന്നു. സമ്മാനദാനം എത്താൻ കാത്തിരുന്നതുപോലെ.

അദ്ദേഹം എഴുന്നേറ്റപ്പോൾ യാത്രയാക്കാനെന്നോണം ഡയറക്ടറും ഹെഡ്മാസ്റ്ററും കൂടെ എഴുന്നേറ്റു. കുട്ടികളോട് കൈയടിക്കാൻ കുഞ്ചെറിയ മാഷ് സൂചന കൊടുത്തു. പക്ഷേ, മന്ത്രി വെളിയിലേക്കിറങ്ങുന്നതിനു പകരം നേരെ മൈക്കിനടുത്തേക്കാണ് നടന്നത്.

''നിങ്ങളെന്താണ് കരുതിയത്? ഞാൻ പോകാൻ തുടങ്ങുകയാണ് എന്നോ. ഒരു പ്രധാന ദൗത്യം കൂടെ എനിക്കുണ്ട്. അതിനെക്കുറിച്ച് ഞാൻ സ്കൂൾ അധികൃതരോടു പോലും സംസാരിച്ചിട്ടില്ല. ഒരാളെ എനിക്ക് സ്റ്റേജിലേക്ക് ക്ഷണിക്കാനുണ്ട്.''

ഒരു നിമിഷം നിർത്തി സസ്പെൻസ് അതിന്റെ മൂർദ്ധന്യതയിൽ എത്തി എന്ന് കണ്ടപ്പോൾ അദ്ദേഹം കയ്യിലിരുന്ന കുറിപ്പ് നോക്കി വായിച്ചു, ''നാല് എയിലെ ആദിയ.''

ആദിയയ്ക്ക് എന്താണ് സംഭവിക്കുന്നു എന്നത് മനസ്സിലായില്ല. അവളുടെ കൈപിടിച്ച് അച്ഛൻ സ്റ്റേജിന് നേരെ നടന്നു. അത് കണ്ട മന്ത്രി പറഞ്ഞു ''അമ്മയും കൂടെ വരണം.'' ദൂരെ മാറിയിരുന്ന അമ്മ യുവിയെയും എടുത്ത് മകളുമായി സ്റ്റേജിലേക്ക് കയറി.

അവരെ നാലുപേരെയും ചേർത്തുനിർത്തിയിട്ട് മന്ത്രി ആദിയയുടെ അച്ഛന് ഒരു ഹസ്തദാനവും അമ്മയ്ക്ക് ഒരു നമസ്തേയും കൊടുത്തു. യുവിയുടെ കവിളത്ത് രണ്ട് തട്ട് കൊടുത്തിട്ട് ആദിയയെ പൊക്കിയെടുത്തു. ആദിയയ്ക്ക് അഭിമാനവും സന്തോഷവും കൊണ്ട് കണ്ണിൽ നിന്നും വെള്ളം വന്നു.

ഈ അവസരത്തിൽ മന്ത്രിയുടെ പിഎസ് ഒരു 'മെമെന്റോ' അദ്ദേഹത്തിന്റെ കയ്യിൽ കൊടുത്തു. അത് കയ്യിൽ പിടിച്ചിട്ട് അദ്ദേഹം മൈക്കിലൂടെ പറഞ്ഞു, ''അങ്ങ് ദൂരെ ഭരണ സിരാകേന്ദ്രത്തിലിരുന്ന് ഈ കേരളത്തിലെ തുടിപ്പുകളെല്ലാം ഞങ്ങൾ അറിയുന്നുണ്ട്. ഈ മിടുക്കി തന്റെ ബുദ്ധിയാലും ശക്തിയാലും ചെയ്തത് എത്ര വലിയ കാര്യമായിരുന്നു എന്ന് നിങ്ങൾക്കറിയാമോ എന്ന് എനിക്കറിയില്ല. ഇവൾ ചൂണ്ടിക്കാണിച്ച വഴിയിലൂടെ പൊലീസിനും നാർക്കോട്ടിക്സ് വിഭാഗത്തിനും എക്സൈസിനും നടക്കേണ്ടി വന്നതേ ഉള്ളൂ. നമ്മുടെ സമൂഹത്തെ കാർന്നുതിന്നുന്ന ലഹരിമാഫിയയുടെ വലിയൊരു ചങ്ങലയാണ് ഈ മിടുക്കിക്കുട്ടിയുടെ പ്രവർത്തനം കൊണ്ട് പൊട്ടിക്കാനായത്. ഞങ്ങൾക്ക് കിട്ടിയ വിവരങ്ങൾ, പുറത്തു പറയാവുന്നവ, അതിൽ ഈ മിടുക്കിയുടെ സംഭാവന എന്ത് എന്നതൊക്കെ ഞാൻ സംസാരിച്ചുകഴിഞ്ഞാൽ ഉടൻ ഡയറക്ടർ ഇവിടെ വിശദീകരിക്കും.''

ഇത് പറഞ്ഞ് ആദിയയെ താഴെ നിർത്തി, അദ്ദേഹം കയ്യിലിരുന്ന 'മെമെന്റോ' അവൾക്ക് നൽകി. കൂടെ ഒരു 'സൈറ്റേഷനും.' മന്ത്രിയുടെയും ഡയറക്ടറുടെയും കാലിൽ തൊട്ടിട്ട് അവൾ ഹെഡ്മാസ്റ്റർ

ആദിയയെ മന്ത്രി ആദരിക്കുന്നു

പോൾ കുന്നുങ്കലിന്റെ കാലിൽ കരഞ്ഞുകൊണ്ട് വീണു. അവൾക്ക് ഉള്ളിലെ സന്തോഷം അടക്കാൻ കഴിഞ്ഞില്ല.

അമ്മയും അച്ഛനും യുവിയുമായി താഴെക്കിറങ്ങുമ്പൾ മന്ത്രി ഒരിക്കൽകൂടി മൈക്കിനരികിൽ എത്തി. ഒരു ചെറുപുഞ്ചിരി മുഖത്ത് തത്തിക്കളിച്ചുകൊണ്ട് അദ്ദേഹം പറഞ്ഞു, ''നമുക്ക് ഈ കുട്ടിയെ 'ഡിറ്റക്ടീവ് ആദിയ' എന്ന് വിളിച്ചാലോ?''

മിനുട്ടുകളോളം നീണ്ട നിറഞ്ഞ കയ്യടിക്കിടയിൽ പിറകിൽ നിന്നും ഒരു പത്താം ക്ലാസ്സുകാരൻ വിളിച്ചു പറഞ്ഞത് വേദിയിലിരുന്നവർ കേട്ടില്ല, ''അത് എന്നേ ഇവളുടെ ഇരട്ടപ്പേരാണ് സാറേ!'' ■